AF766296

കെ. ഭാസ്കരൻ മാസ്റ്റർ

മട്ടന്നൂർ നഗരസഭയിലെ അയ്യല്ലൂർ എന്ന പ്രദേശത്ത് മാമന്റെയും കല്യാണിയുടെയും മൂത്തമകനായി 1952 നവംബർ 26ന് ജനിച്ചു. അയ്യല്ലൂർ എൽ.പി. സ്കൂളിൽ പ്രാഥമികവിദ്യാഭ്യാസവും, ശിവപുരം ഹൈസ്കൂളിൽ സെക്കണ്ടറി പഠനവും പൂർത്തിയാക്കിയതിനുശേഷം പഴശ്ശിരാജാ എൻ.എസ്.എസ് കോളേജിൽ പ്രീഡിഗ്രി പഠനവും പൂർത്തിയാക്കി. തുടർന്ന് പത്തനംതിട്ട ജില്ലയിലെ കടമ്പനാട് അധ്യാപകപരിശീലന വിദ്യാലയത്തിൽ ടീച്ചേർസ് ട്രെയിനിംഗ് നേടി. അയ്യല്ലൂർ എൽ.പി.സ്കൂൾ, മാലോത്ത് ഗവൺമെന്റ് ഹൈസ്കൂൾ എന്നിവിടങ്ങളിൽ താൽക്കാലി അധ്യാപക ജോലികൾ നിർവ്വഹിച്ചതിനുശേഷം പഴശ്ശി ഈസ്റ്റ് എൽ.പി. സ്കൂളിൽ സ്ഥിരം അധ്യാപകനായി ചേർന്നു. പ്രസ്തുത വിദ്യാലയത്തിൽ പത്തുവർഷം സഹാധ്യാപകനായും 20 വർഷം പ്രധാനാധ്യാപകനായും ജോലി ചെയ്തു. 2008ലാണ് വിരമിച്ചത്.

ഹൈസ്കൂൾ പഠനകാലത്തുതന്നെ വിദ്യാർത്ഥി സംഘടനാ പ്രവർത്തനങ്ങളിൽ ആകൃഷ്ടനായിരുന്നു. കോളേജ് വിദ്യാർത്ഥി ആയിരിക്കുമ്പോൾ കെ.എസ്.വൈ.എഫിന്റെ പ്രവർത്തനങ്ങളിലും സജീവമായി. തുടർന്ന് സംഘടനയുടെ ജില്ലാകമ്മറ്റിയിൽ അംഗമായി പ്രവർത്തിച്ചു. ഡി.വൈ.എഫ്.ഐ രൂപീകരിച്ചതോടെ മൂന്നുവർഷക്കാലം ജില്ലാ പ്രസിഡണ്ടായി.

1977 തൊട്ട് സി.പി.ഐ.എം ന്റെ മട്ടന്നൂർ ഏരിയാകമ്മിറ്റി അംഗമാണ്. 2007 മുതൽ 2012 വരെ മട്ടന്നൂർ നഗരസഭാ വൈസ് ചെയർമാനും തുടർന്ന് 2017 വരെ ചെയർമാനായും തെരഞ്ഞെടുക്കപ്പെട്ടു.

പഴശ്ശി, തില്ലങ്കേരി, പായം സമരങ്ങളെ ആസ്പദമാക്കി നടത്തിയ ചരിത്ര ഗവേഷണത്തിന് നേതൃത്വം കൊടുത്തു. 'പോരാട്ടവീര്യം ജ്വലിപ്പിച്ച പഴശ്ശിയും തില്ലങ്കേരിയും' എന്ന പുസ്തകം പുറത്തിറക്കി. ആദ്യകഥാസമാഹാരം 'മേലേരി'യാണ്. അടുത്ത കാലത്തായി 'കഥപറയുന്ന പുളിമരം' എന്നൊരു കഥാസമാഹാരംകൂടി പ്രസിദ്ധീകരിച്ചിട്ടുണ്ട്.

മുൻമന്ത്രിയും മട്ടന്നൂർ എം.എൽ.എയുമായ സഖാവ് ശൈലജ ടീച്ചറാണ് ഭാര്യ. മൂത്ത മകൻ ശോഭിത്ത് യു.എ.ഇ യിൽ ജോലി ചെയ്യുന്നു. രണ്ടാമത്തെ മകൻ ലസിത് കെ.ഐ.എ.എൽ–ലെ എഞ്ചിനീയറാണ്. സിഞ്ചു, മേഘ എന്നിവർ പുത്രവധുക്കൾ. പേരക്കുട്ടികൾ നിരാൽ, ഇഫയ ജഹ്നാര.

Malayalam Language
Mattannurinte Aaradhanavazhikal
(Non-Fiction)
by
K. Bhaskaran Master

♦

Published in October 2022
by Kairali Books Private Limited
Thalikkavu Road, Kannur.
Ph : 0497-2761200
E-Mail : kairalibooksknr@gmail.com

♦

Cover Photo
Cini Ramdas

♦

Cover Design
Prasanth Mangad

57/22-23/Sl.No.1362/500/NS 18.6
ISBN 978-93-94472-17-4

മട്ടന്നൂരിന്റെ ആരാധനാവഴികൾ

കെ. ഭാസ്കരൻ മാസ്റ്റർ

കൈരളി ബുക്സ്

ഉള്ളടക്കം

പ്രാദേശിക ചരിത്രരചനയിൽ മട്ടന്നൂർ നഗരസഭ

നഗരസഭയുടെ മേൽനോട്ടത്തിൽ നട്ടുനനച്ചു വളർത്തിയെടുത്തിയ ചരിത്രവൃക്ഷം പുഷ്പിക്കാനും കായ്ഫലമേകുവാനും ഒരൽപം സമയമെടുത്തു. കായ്ഫലങ്ങൾ മുഴുവനായും വായനക്കാർക്ക് ലഭ്യമാകണമെങ്കിൽ ഇനിയും അല്പംകൂടി കാത്തിരിക്കേണ്ടതുണ്ട്. ഇവിടെ സമർപ്പിക്കുന്നത് ചരിത്രവൃക്ഷത്തിന്റെ കന്നിപ്പഴമാണ്. ഒരു കുട്ടനിറയെ മധുരിക്കുന്ന ഫലങ്ങൾ വൈകാതെ ലഭ്യമാക്കിത്തരാമെന്ന ഉറപ്പോടെയാണ് ഈ ആദ്യഫലം നിങ്ങളുടെ മുമ്പിലെത്തുന്നത്. "മട്ടന്നൂരിന്റെ ആരാധനാവഴികൾ" എന്നാണ് നഗരസഭ നേതൃത്വം കൊടുത്ത് പ്രസിദ്ധീകരിക്കുന്ന ഈ ചരിത്ര പുസ്തകത്തിന് നൽകിയിട്ടുള്ള പേര്. ഇത് വൈകാതെ പ്രസിദ്ധീകരിക്കാനിരിക്കുന്ന മട്ടന്നൂരിന്റെ മാന്വൽ ആയി കണക്കാക്കാനാവുന്ന ബൃഹദ് ചരിത്രഗ്രന്ഥത്തിന്റെ ഒരേടായിരിക്കും. ആലങ്കാരികമായി പറഞ്ഞാൽ പ്രസിദ്ധീകരിക്കാനിരിക്കുന്ന സമഗ്രചരിത്രഗ്രന്ഥത്തിന്റെ ഗുണവും മണവും രുചിയും അനുഭവിച്ചറിയാനുള്ള ഒരു ഫലശ്രുതി ഇതിലടങ്ങിയിരിക്കും എന്നാണ് ഞങ്ങൾ പ്രതീക്ഷിക്കുന്നത്.

മട്ടന്നൂരിന്റെ ചരിത്രത്തിലെ അഭിമാനകരമായ ഒരേടാണല്ലോ വീരകേരളവർമ്മയുടെ വീരോചിതമായ കോളനിവിരുദ്ധസമരങ്ങൾ. ആ ദേശാഭിമാനിയുടെ സ്മരണാർത്ഥം നഗരസഭ പഴശ്ശിയിൽ ഒരു സ്മൃതിമന്ദിരം നിർമ്മിച്ച് തുറന്ന് കൊടുക്കുന്ന ഘട്ടത്തിലാണ് ഈ ഗ്രന്ഥത്തിന്റെ രചയിതാവായ ഭാസ്കരൻ മാസ്റ്റർ നേതൃത്വം കൊടുക്കുന്ന ഭരണസമിതി മട്ടന്നൂരിന്റെ പ്രാദേശികചരിത്ര രചന നടത്താനുള്ള ഒരു തീരുമാനവുമായി മുന്നോട്ട് വന്നത്. അത്തരമൊരു ഉദ്യമത്തിന് മുതിരുന്ന വേളയിൽ ഞാനും ആ ഭരണസമിതിയ്ക്കകത്ത് സ്റ്റാന്റിംഗ് കമ്മിറ്റി ചെയർമാനായി സേവനം അനുഷ്ഠിക്കുകയായിരുന്നു. ചരിത്രരചനയ്ക്കായി പ്രഗത്ഭമതികളുടെയും ഇതിനായി താല്പര്യമുള്ളവരുടെയും ഒരു ജനകീയ സമിതിയ്ക്ക് രൂപം കൊടുക്കുകയും ചെയ്തു. ഒരുഘട്ടം വരെ വിവരശേഖരണം നടത്തിയും കുറിപ്പുകൾ തയ്യാറാക്കിയും ഈ കമ്മറ്റി പ്രവർത്തിക്കുകയും ചെയ്തു. എന്നാൽ പലവിധ കാരണങ്ങളാൽ കമ്മിറ്റിയുടെ

പ്രവർത്തനം തുടർന്ന് കൊണ്ടുപോവാനായില്ല. കഴിഞ്ഞ ഭരണസമിതിയുടെ കാലാവധി കഴിഞ്ഞതോടെ നഗരസഭാ അധ്യക്ഷപദവിയിൽ നിന്നിറങ്ങിയ ഗ്രന്ഥകാരൻ മിക്കവാറും വ്യക്തിപരമായ ഒരുത്തരവാദിത്തമായി ഈ ചരിത്രരചന മുന്നോട്ടുകൊണ്ടുപോവുകയായിരുന്നു. നിരവധി അധ്യായങ്ങളിലായി സാമാന്യം മികവാർന്ന മട്ടന്നൂരിന്റെ പൂർവ്വകാല ചരിത്ര ഗ്രന്ഥം നഗരസഭക്ക് പ്രകാശനം ചെയ്യാനാകും എന്നുതന്നെയാണ് പ്രതീക്ഷിക്കുന്നത്.

മട്ടന്നൂരിന്റെ ആരാധനാചരിത്രമാണ് ഈ ഗ്രന്ഥം സാമാന്യമായി വിശദീകരിക്കുന്നത്. ആരാധനയിലും ഈശ്വരചിന്തയിലും മനുഷ്യൻ അഭിരമിക്കുന്നതെങ്ങനെയെന്ന് ചരിത്രപരമായി വിശകലനം ചെയ്തുകൊണ്ടാണ്, മട്ടന്നൂരിന്റെ ചുറ്റുവട്ടത്തുമുള്ള ഒന്നിനൊന്ന് വ്യത്യസ്തങ്ങളായ അറുപതിൽപരം ബ്രാഹ്മണക്ഷേത്രങ്ങളെയും അബ്രാഹ്മണ സമുദായങ്ങളെയും, ഭഗവതിക്കോട്ടങ്ങളെയും മടപ്പുരകളെയുമെല്ലാം പ്രത്യേകം പ്രത്യേകമായ വിശകലനത്തിന് വിധേയമാക്കുന്നത്. ഇവിടെ ആരാധനാലയങ്ങളുടെ നടത്തിപ്പിലും ഭരണത്തിലും ഓരോ സമുദായവും നിർവഹിക്കുന്ന പങ്ക് വിശദമായി പരിശോധിക്കുന്നുണ്ട്. ആചാരാനുഷ്ഠാനങ്ങളും വിശ്വാസപ്രമാണങ്ങളും പലതരം സാമുദായികച്ചടങ്ങുകളും വിശദമായിത്തന്നെ പ്രതിപാദിക്കുന്നുണ്ട്.

ഒന്നിനൊന്ന് വ്യത്യസ്തങ്ങളായ ആരാധനാ സ്ഥാപനങ്ങലെക്കുറിച്ച് പഠിക്കാൻ ഗ്രന്ഥകാരൻ പലവിധ ആധികാരികഗ്രന്ഥങ്ങളെ മാത്രമല്ല, നിരവധിയായ ആളുകളോട് സമയമെടുത്ത് നടത്തിയ അഭിമുഖങ്ങളെയും ആശ്രയിച്ചിട്ടുണ്ട്. താൻ നടത്തിയ ഗവേഷണപരമായ അന്വേഷണങ്ങൾ ഈ പുസ്തകത്തിന്റെ രചന അത്യന്തം വിജയകരമാവുന്നതിൽ സഹായിച്ചിട്ടുണ്ട്. ഇതിനകം പ്രസിദ്ധീകരിച്ചു കഴിഞ്ഞിട്ടുള്ള തന്റെ കഥാസമാഹാരങ്ങളിൽ കാണാവുന്ന അനായാസ രചനയുടെ ഭാഷയുടെ സൗന്ദര്യവും ലാളിത്യവും, ഇതൊരു ചരിത്ര ഗ്രന്ഥമാണെങ്കിൽപോലും ഇതിനകത്തും നന്നായി ദർശിക്കാനാവും.

പ്രസിദ്ധീകരിക്കാനിരിക്കുന്ന ആ ചരിത്രഗ്രന്ഥത്തിലെ സവിശേഷമായൊരദ്ധ്യായമാണ് “മട്ടന്നൂരിന്റെ ആരാധനാ വഴികൾ” എന്നപേരിൽ ഈ ഗ്രന്ഥത്തിൽ ഉൾപ്പെടുത്തിയിരിക്കുന്നത്. മട്ടന്നൂരിലെ ആരാധനാലയങ്ങളിൽ, അനുദിനം നൂറുകണക്കിനാളുകൾ ദർശനം നടത്താൻ എത്തിച്ചേരുന്ന നഗരകേന്ദ്രത്തിലെ ശ്രീ മഹാദേവക്ഷേത്രം, പെരിഞ്ചേരി വിഷ്ണുക്ഷേത്രം, നായ്ക്കാലി ദുർഗ്ഗാക്ഷേത്രം തുടങ്ങിയ ബ്രാഹ്മണക്ഷേത്രങ്ങളെ അതിന്റെ ചരിത്രവും നടത്തിപ്പ് വിശേഷങ്ങളുമായി ഈ ഗ്രന്ഥത്തിൽ വിശദമായി പ്രതിപാദിക്കുന്നുണ്ട്. ഓരോ സമുദായത്തിന്റെയും അവകാശങ്ങളുടെ ഭാഗമായി കണക്കാക്കി പോരുന്ന ബ്രാഹ്മണേതര ആരാധനാകേ

ന്ദ്രങ്ങൾ നാടുനിറയെ ചിതറിക്കിടക്കുന്നുണ്ട്. അവയുടെ പേരുകളും സവിശേഷതകളും സമ്പ്രദായങ്ങളും, ഈ പുസ്തകത്തിലുള്ളതുകൊണ്ട് ആവർത്തിക്കുന്നില്ല. എന്നാൽ വാർഷിക ഉത്സവവേളകളിൽ ആയിരങ്ങൾ ഒത്തുകൂടുന്നതും, ജനജീവിതത്തിൽ ഏറിയതല്ലാത്ത പങ്ക് വഹിക്കുന്നതുമായ സ്ഥാപനങ്ങളാണ് ഇവയെല്ലാം. ഒരു നാടിന്റെ ജീവിതക്രമം ചിട്ടപ്പെടുത്തുന്നതിൽ ഈ കാവുകളും അവിടുത്തെ രീതികളും ചെറുതല്ലാത്ത പങ്ക് വഹിച്ചിട്ടുണ്ട്.

കൂടുതൽ വിശദീകരണങ്ങളിലേയ്ക്കൊന്നും കടക്കുന്നില്ല. പ്രാദേശികചരിത്ര രചനാ സംരംഭത്തിൽ മട്ടന്നൂരിന്റെ ആദ്യത്തെ ചുവടുവയ്പാണ് ഈ ഗ്രന്ഥം. ഇന്നുവരെ ആരും കൈവച്ചിട്ടില്ലാത്ത ഒരു മേഖലയിലേക്കാണ് ഗ്രന്ഥകാരൻ നമ്മളെ കൂട്ടിക്കൊണ്ടുപോവുന്നത്. മട്ടന്നൂരിന്റെ ചരിത്രവും പാരമ്പര്യവും സംസ്കാരവും മനസ്സിലാക്കുന്നതിൽ ഈ ഗ്രന്ഥം ഒരു പ്രവേശികയായിരിക്കും. അങ്ങേയറ്റം അഭിമാനത്തോടെയാണ് ഏവരുടെയും മുമ്പിൽ മട്ടന്നൂർ നഗരസഭാ ഭരണസമിതി ഈ പ്രഥമോദ്യമം സമർപ്പിക്കുന്നത്. എല്ലാവരുടെയും പിൻതുണയും സഹകരണവും ഉണ്ടാവണമെന്നഭ്യർത്ഥിക്കുന്നു.

സാദരം, സാഭിമാനം

അനിതാ വേണു

ചെയർപേഴ്സൺ, മട്ടന്നൂർ നഗരസഭ

ആരാധനാരീതികൾ പരിചയപ്പെടാം

മട്ടന്നൂരിലെയും പരിസരപ്രദേശങ്ങളിലെയും ഹൈന്ദവാരാധനലയങ്ങളെ, അവയുടെ ചരിത്രവും, വിശ്വാസാചാരങ്ങളും അനുഷ്ഠാനങ്ങളും പരിചയപ്പെടുത്തിക്കൊണ്ട് "മട്ടന്നൂരിന്റെ ആരാധനാവഴികൾ" എന്ന ഗ്രന്ഥം വായനക്കാരുടെ മുമ്പിലേക്ക് എത്തിച്ചേരുകയാണ്. ബ്രാഹ്മണക്ഷേത്രങ്ങളും, ബ്രാഹ്മണേതര സമുദായങ്ങളുടെ കാവുകളും കോട്ടങ്ങളും മടപ്പുരകളും എല്ലാമായി അറുപതിനടുത്ത് ആരാധനാ സ്ഥാനങ്ങളെക്കുറിച്ച് ഗ്രന്ഥകാരൻ വായനക്കാർക്ക് താല്പര്യജനകമായ രീതിയിൽ ഇവിടെ രേഖപ്പെടുത്തിയിട്ടുണ്ട്.

ഏതൊരു നാടിന്റെയും സാമൂഹ്യജീവിതത്തിൽ ഇന്നുള്ളതിനേക്കാൾ വലിയ പ്രാധാന്യമാണ് ആരാധനാലയങ്ങൾക്ക് മുമ്പുകാലത്ത് ഉണ്ടായിരുന്നത്. നമ്മുടെ സംസ്കാരവും ജീവിതമര്യാദകളും രൂപപ്പെടുത്തുന്നതിൽ ഈ സ്ഥാപനങ്ങൾ വൻതോതിൽ ഇടപെട്ടു. മനുഷ്യന്റെ ജീവിതപ്രതിസന്ധികളിൽ വിശ്വാസികളായ ജനങ്ങൾക്ക് ഇവിടത്തെ മൂർത്തികൾ ആശ്വാസവും പ്രതീക്ഷയും പ്രദാനം ചെയ്തു.

മട്ടന്നൂർ കടന്നുവന്ന വഴികളെക്കുറിച്ച് വിശദമാക്കുന്ന ഒരു ചരിത്രഗ്രന്ഥം തയ്യാറാക്കാൻ ഏഴുവർഷങ്ങൾക്കുമുമ്പ് കൈക്കൊണ്ട തീരുമാനത്തിന്റെ ഭാഗമായി അതുമായി ബന്ധപ്പെട്ട് ഒരുപാട് കാര്യങ്ങൾ രേഖപ്പെടുത്തിവെക്കാൻ ഇതിനകം സാധിച്ചിട്ടുണ്ട്. പൂർണ്ണമായിട്ടില്ല എന്നേയുള്ളൂ. ഈ പുസ്തകത്തിന്റെ രചയിതാവായ മുൻനഗരസഭാധ്യക്ഷൻ ശ്രീ. കെ. ഭാസ്കരൻ മാസ്റ്റർ തന്നെയാണ് ആ ഉത്തരവാദിത്തം നിർവ്വഹിക്കുന്നത്. കഴിയുന്നതും വേഗം അത് സാർത്ഥകമാവും എന്ന് ഈ പുസ്തകത്തിന്റെ മുഖമൊഴിയിൽ അദ്ദേഹം വാഗ്ദത്തം ചെയ്തിരിക്കയാണ്. മട്ടന്നൂരിന്റെ ബൃഹത്തായ ആ ചരിത്രഗ്രന്ഥത്തിന്റെ ഒരു ഭാഗമായിട്ടാണ് ഈ പുസ്തകം എഴുതിയിട്ടുള്ളത്.

മട്ടന്നൂരിലെ എല്ലാ ഹൈന്ദവ ആരാധനാസ്ഥാനങ്ങളും ഇതിനകത്ത് ഉൾപ്പെട്ടുകഴിഞ്ഞിട്ടുണ്ടോ എന്ന കാര്യം സംശയമാണ്. സൂക്ഷ്മാർത്ഥത്തിൽ പരിശോധിക്കുമ്പോൾ ചിലത് ഒഴിവായിപ്പോയി എന്നു കാണാം. ഗ്രന്ഥകാരൻ തന്നെ അത് സമ്മതിക്കുകയും, ഇപ്പോൾ ഒഴിവായിപ്പോയത്, ഇത് ഒന്നുകൂടെ സമഗ്രമാക്കിക്കൊണ്ട്, അടുത്ത പതിപ്പ് പുറത്തിറ

ക്കുന്ന അവസരത്തിൽ പോരായ്മ പരിഹരിക്കുമെന്ന് വ്യക്തമാക്കുന്നുണ്ട്.

ഈ ഗ്രന്ഥത്തിന്റെ മറ്റൊരു പരിമിതി ഇതിൽ ഹൈന്ദവസമുദായത്തിന്റെ ആരാധനാസ്ഥാനങ്ങൾ മാത്രമേ കാണാനാകുന്നുള്ളൂ എന്നതാണ്. മട്ടന്നൂരിന്റെ പല ഭാഗത്തുമായി സവിശേഷങ്ങളായ ചരിത്രമുള്ള മുസ്ലീം സമുദായത്തിന്റെയും, ഒരു ചെറു ന്യൂനപക്ഷമായ ക്രൈസ്തവരുടെയും ആരാധനാകേന്ദ്രങ്ങൾ ഇവിടെ ഉൾപ്പെടുത്തിയിട്ടില്ല. ഗ്രന്ഥകർത്താവുമായി സംസാരിച്ചതിൽ ഈ ജനതകളുടെ ചരിത്രമാണ് ഇനി എഴുതാനുള്ളതെന്നും ഇക്കൂട്ടത്തിൽ അവരുടെ പള്ളികളെയും ചർച്ചുകളെയും കൂടി അപ്പോൾ അറിയാനാവും എന്ന് മനസ്സിലാക്കാനായിട്ടുണ്ട്. അതോടെ ആ കുറവുകൾക്ക് പരിഹാരമാവുക തന്നെ ചെയ്യും.

എന്തെല്ലാം കുറവുകളുണ്ടെങ്കിലും ഈ പുസ്തകം നമ്മുടെ നാടിന്റെ പിന്നിട്ട വഴികളിലേക്ക് കൂട്ടിക്കൊണ്ടുപോകുന്നുണ്ട്. ഭക്തരും വിശ്വാസികളുമായ ഗണ്യമായ ഒരു ജനവിഭാഗം നമുക്ക് ചുറ്റുമുണ്ട്. അവർ പ്രതീക്ഷാനിർഭരമായ ചിന്തകളുമായിട്ടാണ് തങ്ങളുടെ ആരാധനാമൂർത്തികൾക്കുമുമ്പിൽ ദർശനം നടത്താനായി അമ്പലങ്ങളിലും കാവുകളിലുമെത്തുന്നത്. അവർക്കെല്ലാം ഈ ഗ്രന്ഥം നന്നായി ഇഷ്ടപ്പെടുമെന്നാണ് പ്രതീക്ഷിക്കുന്നത്. ഭക്തർക്കും വിശ്വാസികൾക്കും മാത്രമല്ല ഈ നാടിന്റെ ചരിത്രം അറിയാനാഗ്രഹിക്കുന്നവർക്കും ഇത് താൽപര്യജനകമായിരിക്കും.

വികസനപ്രവർത്തനങ്ങൾ നിർവ്വഹിക്കുന്നതിൽ മാത്രമല്ല നാടിന്റെ സാംസ്കാരികവും, ചരിത്രപരവും, സാമൂഹികവുമായ എല്ലാവിധ സർഗ്ഗാത്മക പ്രവർത്തനങ്ങളിലും മട്ടന്നൂർ നഗരസഭാ ഭരണാധികാരികൾ താല്പര്യപൂർവ്വം ഇടപെടുന്നു എന്നതിന്റെ നല്ല അടയാളമാണ് ഈ സംരംഭം. അഭിമാനത്തോടെയും സന്തോഷത്തോടെയും നഗരസഭ ഈ പുസ്തകം വായനക്കാർക്കായി സമർപ്പിക്കുന്നു.

ആശംസകളോടെ,

പി. പുരുഷോത്തമൻ

വൈസ് ചെയർമാൻ,

മട്ടന്നൂർ നഗരസഭ

ആശംസ

ആരാധനാകേന്ദ്രങ്ങളുടെ പുരാവൃത്തം ഇതിവൃത്തമാവുന്നത് അപൂർവ്വമല്ല. ഈ ദിശയിൽ ലഘുകൃതികളും ബൃഹദ്ഗ്രന്ഥങ്ങളും ഉണ്ടായിട്ടുണ്ട്. പരിഗണനാർഹമായ സ്ഥലത്തിന്റെ വലുപ്പം ചെറുതാകുമ്പോഴാണ് പ്രാദേശികചരിത്രരചന സമഗ്രമാവുന്നത്. ചെറിയൊരു പ്രദേശത്തെ പ്രധാനവും അപ്രധാനവുമായ അമ്പത്തിയാറ് ആരാധനാലയങ്ങളെ വസ്തുനിഷ്ഠമായി അവതരിപ്പിക്കുകയാണ് ഈ ഗ്രന്ഥത്തിൽ കെ. ഭാസ്കരൻമാസ്റ്റർ. പൊതുപ്രവർത്തനരംഗത്തും ഭരണരംഗത്തും ഏറെക്കാലം നിറഞ്ഞുനിന്ന ഗ്രന്ഥകാരന്റെ കാഴ്ചപ്പാടുകൾ സ്വാഭാവികമായും കൃത്യമായും പ്രതിഫലിക്കുന്നുണ്ട്. ഐതിഹ്യങ്ങളുടെ അവ്യക്തതകളും ചരിത്രസംഭവങ്ങളുടെ സാക്ഷ്യവും ഗവേഷണബുദ്ധ്യാ രേഖപ്പെടുത്തുകയാണ്. ആരാധനാമൂർത്തികളേയും ആരാധനാകേന്ദ്രത്തിന്റെ ഗതകാലവും അവതരിപ്പിക്കുന്നതോടൊപ്പം ഒരു കാലത്തിന്റെ സമൂഹം പുനരാവിഷ്കരിക്കുന്നു. സാമൂഹികബന്ധങ്ങൾ, തൊഴിൽ ആചാരങ്ങൾ, നാട്ടുവഴക്കങ്ങൾ, ജാതിവ്യവസ്ഥ, ജന്മിവ്യവസ്ഥ തുടങ്ങിയവ വായനക്കാർക്ക് ലഭിക്കുന്ന അധികവിവരങ്ങളായിരിക്കും. പ്രാദേശികചരിത്രരചനയുടെ ഭാഷാലാളിത്യവും ചരിത്ര ശാസ്ത്രത്തിന്റെ ഗൗരവവും ഇടകലർന്ന രചനാരീതിയാണ് ഭാസ്കരൻമാസ്റ്റർ പിന്തുടർന്നത്. വിശ്വാസികൾക്കും വിദ്യാർത്ഥികൾക്കും വിജ്ഞാനകുതുകികൾക്കും ഉപകരിക്കുമെന്ന ഉറപ്പോടെയാണ് മട്ടന്നൂരിന്റെ ആരാധനാവഴികൾ എന്ന ഈ പുസ്തകം പ്രകാശിതമാവുക. കാലത്തിന്റെ കരിയില മൂടിയ ഇടങ്ങളിൽ ഇനിയുമേറെയുണ്ടാവാം ആരാധനാവഴികൾ. പുരാവൃത്തത്തിന്റെ പൊരുൾതേടി ആ വഴികളിൽ പുതിയ രചനകൾ ഇനിയും ഉണ്ടാകുമെന്ന പ്രതീക്ഷയോടെ, വായനക്കാരിലേക്ക്...

കൃഷ്ണകുമാർ കണ്ണോത്ത്

ചരിത്രവഴിയിൽ

നഗരസഭാ ചെയർമാനായിരിക്കെയാണ് ചരിത്രസവിശേഷതകളുടെ നിരവധി ശേഷിപ്പുകൾകൊണ്ട് സമ്പന്നമായ മട്ടന്നൂരിന്റെ പ്രാദേശികരചന നടത്തണമെന്ന തീരുമാനമുണ്ടായത്. വ്യക്തിപരമായ ഉത്തരവാദിത്തമെന്നതിൽ കവിഞ്ഞ് അതൊരു ജനകീയപ്രവർത്തനമായിരിക്കണമെന്ന നിലയിൽ വിദഗ്ധരും തൽപരരുമായവരെ കൂട്ടിച്ചേർത്ത് കമ്മിറ്റിയും നിലവിൽ വന്നു. വിവിധ വിഷയതലക്കമ്മിറ്റികൾ നാട്ടിലിറങ്ങി വിവരശേഖരണം നടത്തുകയും ചില കുറിപ്പുകൾ തയ്യാറാക്കുകയും ചെയ്തു. ഉത്തേജനം നൽകാൻ ചരിത്രസെമിനാറുകളും നടന്നു. വിവിധ ഉത്തരവാദിത്തങ്ങൾ ശിരസ്സിലേറ്റി മുന്നോട്ടുപോകുന്നവർക്ക് ചരിത്രരചന ഉദ്ദേശിച്ചതുപോലെ മുന്നോട്ടുപോകുന്നില്ലെന്ന് വന്നപ്പോൾ ആദ്യനാളുകളിലുണ്ടായ ഉത്സാഹത്തിന് ഭംഗം വന്നു. ആരെയും കുറ്റപ്പെടുത്താനാകുമായിരുന്നില്ല.

2017ൽ ചെയർമാൻ പദവിയിൽനിന്നിറങ്ങിയപ്പോൾ മട്ടന്നൂരിന്റെ ചരിത്രം തയ്യാറാക്കുന്ന ഉത്തരവാദിത്തം ആരുടെ പ്രേരണയുമില്ലാതെ വ്യക്തിപരമായി ഏറ്റെടുക്കുകയായിരുന്നു. ചരിത്രത്താളുകളും രേഖകളും പരിശോധിക്കുകയും നൂറ്കണക്കിനാളുകളുമായി അഭിമുഖം നടത്തുകയും ചെയ്തുകൊണ്ട് നടത്തിയ വിവരശേഖരണപ്രവർത്തനം വിജ്ഞാനപ്രപഞ്ചത്തിൽ ഇനിയുമെത്രയോ ആർജ്ജിക്കാനുള്ള കേവലമൊരു ശിശുമാത്രമാണെന്നൊരു തോന്നലിലാണെത്തിച്ചേർന്നത്. എങ്കിലും അനുഭവജ്ഞരുടെ വാമൊഴിയറിവിലും ചരിത്രപണ്ഡിതരുടെ പുസ്തകത്താളുകളിലും അല്പമെല്ലാം വ്യാപരിക്കാനായതോടെ ചരിത്രരചനയിൽ വലുതല്ലാത്തൊരു പങ്ക് നിർവ്വഹിക്കാനാവുമെന്നൊരു തോന്നൽ വന്നുകൂടിയിട്ടുണ്ട്.

മട്ടന്നൂരിന്റെ ചരിത്രരചനാ വഴികളിലൂടെ വർഷം നാലഞ്ചു കടന്നുപോയി. ഇപ്പോഴും പൂർത്തിയാക്കാനായില്ല. മഹാമാരി ഒരു വലിയ മാർഗ്ഗതടസമായി. ഒരു ചെറുവൃത്തത്തിൽ മാത്രമാണെങ്കിലും ഏൽപ്പിച്ച രാഷ്ട്രീയചുമതലകൾ നിർവഹിക്കേണ്ടിവരുമ്പോൾ ചരിത്രരചനക്ക് അവധി നൽകേണ്ടി വന്നു.

എങ്കിലും ബഹുദൂരം മുന്നോട്ടുപോയിട്ടുണ്ട്. അച്ചടിച്ചു വന്നാൽ ആയി

രത്തിനടുത്ത് പേജുകളെങ്കിലും വേണ്ടിവരുന്നത്രയും രേഖപ്പെടുത്തപ്പെട്ടിട്ടുണ്ട്. മട്ടന്നൂരിന്റെ ചരിത്രവികാസത്തിലെ വിവിധ ഘട്ടങ്ങൾ, ഭരണവികാസചരിത്രം, കാർഷികജീവിതം, പുലയർ, വണ്ണാൻമാർ, മലയർ, തച്ചുശാസ്ത്രവിശാരദർ, ക്ഷേത്രോപജീവ സമുദായങ്ങൾ, ബ്രാഹ്മണമേധാവിത്തത്തിന്റെ കാലഘട്ടം, തീയ്യർ, നമ്പ്യാർ തുടങ്ങി പഴമയിൽ നിന്നാരംഭിച്ച് ആധുനികതയിലെത്തിയ ഈ നാട്ടിലെ ജനതയുടെ വികാസ പരിണാമചരിത്രം എഴുതിക്കഴിഞ്ഞു.

സമീപകാല ചരിത്രത്തിലേക്കെത്തിച്ചേരുന്നതിനു തുടക്കം കുറിക്കുന്ന ദേശീയപ്രസ്ഥാനത്തിന്റെ പ്രവർത്തനങ്ങൾ, കർഷക പ്രസ്ഥാനത്തിന്റെ ചരിത്രം, 1940 സപ്തംബർ 15ന്റെ മട്ടന്നൂർ സംഭവം, മട്ടന്നൂരിന്റെ ഗതാഗതം, വ്യാപാരം എന്നീമേഖലകളിലെല്ലാം ചരിത്രരചന സഞ്ചാരം നടത്തിത്തീർത്തിട്ടുണ്ട്.

കോളനിവിരുദ്ധ പോരാട്ടങ്ങളിൽ മട്ടന്നൂരിന്റെ അഭിമാനവും ആവേശവുമായ വീരകേരളവർമ്മ പഴശ്ശിരാജയുടെ ഈസ്റ്റിന്ത്യാക്കമ്പനിക്കെതിരെ നടന്ന പോരാട്ടങ്ങൾ കോട്ടയം രാജവംശത്തിന്റെ ചരിത്രപശ്ചാത്തലത്തിൽ പ്രത്യേകം രേഖപ്പെടുത്താനായി.

മട്ടന്നൂരിന്റെ ഏറെ പഴയതല്ലാത്ത ചരിത്രത്തിൽ ഒരു സുപ്രധാന സംഭവമാണ് പ്രമുഖജന്മി മങ്ങേരി കേശവൻ തങ്ങൾക്കെതിരെ മാപ്പിള കർഷകക്കലാപകാരികൾ 1852 ജനുവരി 4ന് നടത്തിയ കടന്നാക്രമണങ്ങളും മനുഷ്യക്കുരുതിയും. പുതിയ തലമുറക്ക് ഏറെ കേട്ടുകേൾവിയില്ലാത്ത ഈ ചരിത്രസംഭവത്തെ ലഭ്യമായ ചരിത്രവസ്തുതകളുടെ അടിസ്ഥാനത്തിൽ യഥാതഥമായി രേഖപ്പെടുത്തിക്കഴിഞ്ഞിട്ടുണ്ട്.

ഈ നാട്ടിലെ ജനജീവിതത്തിൽ പ്രമുഖ പങ്കു വഹിക്കുന്ന ഇസ്ലാം സമുദായത്തിന്റെ ചരിത്രംകൂടി എഴുതിത്തീർക്കാൻ കഴിഞ്ഞാൽ ഒരു മട്ടന്നൂർ മാമ്വലായി നഗരസഭ ആഗ്രഹിച്ച ചരിത്രകചന നാടിന് സമർപ്പിക്കാനാവും. ഇത് ചുരുങ്ങിയ നാളുകൾക്കകം സാർത്ഥകമാക്കാനാവും എന്നതാണ് ഈ ലേഖകന്റെ വിശ്വാസം. ഏതാണ്ട് ഇരുപത്തെട്ടോളം അധ്യായങ്ങൾ ഉള്ള ഒരു ബൃഹത്ഗ്രന്ഥമായിരിക്കും പ്രസിദ്ധീകരണത്തിന് തയ്യാറെടുക്കുന്നത്. ഇതെല്ലാം ഒരു പുസ്തകത്തിനകത്ത് ഒതുക്കണമോ, അതോ വ്യത്യസ്ത വോള്യങ്ങളായി പ്രസിദ്ധീകരിക്കണമോ എന്നെല്ലാം ഒരാലോചനക്ക് വിഷയീഭവിക്കേണ്ട കാര്യങ്ങളാണ്.

മട്ടന്നൂരിന്റെ ചരിത്രത്തിലെ ഒരധ്യായമാണ് ഇവിടത്തെ ആരാധനാലയങ്ങളെയും, വിശ്വാസങ്ങളെയും, അനുഷ്ഠാനങ്ങളെയും മറ്റും പ്രതിപാദിക്കുന്ന ഈ പ്രത്യേക പുസ്തകം. ഇത് പ്രസിദ്ധീകരിക്കാനിരിക്കുന്ന മട്ടന്നൂരിന്റെ ബൃഹദ്ചരിത്രത്തെ നാട്ടുകാർ എങ്ങനെ സ്വീകരിക്കും എന്നറിയാനുള്ള ലിറ്റ്മസ് പേപ്പറായിട്ടാണ് ലേഖകൻ കണക്കാക്കുന്നത്. അനു

ഷ്ഠാനപരമായ നിരവധിയായ വിശ്വാസാചാരങ്ങളിലൂടെയാണ് ഏതൊരു ജനതയും ആധുനികജീവിതത്തിലേക്ക് കടന്നുവന്നിട്ടുള്ളത്. ഈ ആചാരവിശ്വാസങ്ങൾ തികച്ചും ആത്മീയവാദപരമാണെന്നും, മനുഷ്യസമൂഹമുൾപ്പെടെ ചുറ്റുമുള്ള സർവതും വികസിച്ചുവെന്നതും നിലനിൽക്കുന്നതും ആത്മീയേതരമായ ഭൗതികയാഥാർത്ഥ്യങ്ങളുടെയും തജ്ജന്യമായ വൈരുദ്ധ്യങ്ങളുടേയും അവയുടെ സംഘർഷങ്ങളുടെയും അടിസ്ഥാനത്തിലാണെന്നും കൃത്യമായൊരു ദർശനം വെച്ചുപുലർത്തുന്ന ആളാണ് ഈ ലേഖകൻ. എന്നാൽ ആശയവാദപരമായ നിലപാടുകളോടെ ജീവിച്ചുപോരുന്നവരാണ് ജനസഞ്ചയത്തിലെ ഭൂരിപക്ഷവും. ആ നിലപാടുകളോട് യോജിപ്പില്ലെങ്കിൽ പോലും അത്തരക്കാരുടെ വിശ്വാസപ്രമാണങ്ങളോട് തികഞ്ഞ ആദരവ് സൂക്ഷിക്കുകയും ചെയ്യുന്നു. ഈ പുസ്തകത്തിൽ ആരാധനാലയങ്ങളിലെയും അവയോരോന്നുമായി ബന്ധപ്പെട്ട ആചാരങ്ങളെയും പ്രതിപാദിക്കുമ്പോൾ എഴുത്തുകാരന്റെ ദാർശനികപക്ഷപാതിത്വം എവിടെയും പ്രകടമാവാതിരിക്കാൻ നല്ലതുപോലെ ശ്രദ്ധിച്ചിട്ടുണ്ട്.

ഈ രചനയുടെ പോരായ്മയിലേക്കോ, പരിമിതിയിലേക്കോ, ഗ്രന്ഥകർത്താവ് ഒരു സ്വയം വിമർശനം നടത്തട്ടെ. ഭൂരിപക്ഷ മതവിഭാഗത്തിൽപെട്ടവരുടെ ആരാധനാലയത്തെക്കുറിച്ച് മാത്രമേ ഇവിടെ പരിശോധിക്കുന്നു എന്നതാണത്. മട്ടന്നൂരും പരിസരപ്രദേശത്തും ഒരു പ്രബല ജനവിഭാഗമാണ് മുസ്ലീം ജനത. അപൂർവ്വമായിട്ടാണെങ്കിലും ക്രൈസ്തവരുമുണ്ട്. അവർക്കിവിടെ അവരുടേതായ ആരാധനാലയങ്ങളുമുണ്ട്. ഈ രണ്ടു വിഭാഗങ്ങളുടെയും ചരിത്രം പരിശോധിക്കുന്നുണ്ട്. ആ ഘട്ടത്തിൽ തീർച്ചയായും അവരുടെ ആരാധനാലയങ്ങളെക്കുറിച്ചും വായനക്കാർക്കറിയാനാകും.

നഗരസഭയുടെ തീരമാനപ്രകാരമാണ് ഈ ചരിത്രരചന നടന്നത്. അതുകൊണ്ടുതന്നെ ഇത് പ്രകാശിതമാക്കുന്നത് നഗരസഭയുടെ ഇന്നത്തെ ഭരണാധികാരികളാണ്. ഇതുവഴി കേരളത്തിന്റെ ഒരു നഗരസഭക്കും കൈവരിക്കാത്ത നേട്ടമാണ് അവരിലേക്കെത്തുന്നത്.

ഈ ലേഖകന്റെ ശുഷ്കപ്രാധാന്യം മാത്രമുള്ള ഈ ഗ്രന്ഥം നിഷ്കർഷിച്ച് വായിച്ച് നന്നായി നിരൂപണം ചെയ്ത് നല്ലൊരവതാരിക എഴുതിത്തന്ന് ഈ പ്രവൃത്തിയെ പ്രോത്സാഹിപ്പിച്ച എഴുത്തുകാരനും ചിത്രകാരനും പ്രഭാഷകനുമൊക്കെയായ ബഹുമുഖപ്രതിഭ ശ്രീ. കെ.കെ. മാരാർക്ക് എന്റെ മനസ്സിലെ സ്ഥാനം എന്നും പ്രമുഖമായിരിക്കും എന്നേ പറയാനുള്ളൂ.

മട്ടന്നൂരിന്റെ ചരിത്രം തയ്യാറാക്കുവാൻ എനിക്കിരിപ്പിടം തന്നത് വിശാലമായ നഗരസഭാ ഗ്രന്ഥപ്പുരയിലാണ്. എന്റെ സുഹൃത്തും ലൈബ്രേറി

യനുമായ ശ്രീ രമേശ്ബാബു ഈ ചരിത്രരചനയിലെ എന്റെ സഹയാത്രികനാണ്. എഴുതുന്നതൊക്കെയും വായിച്ചു കേട്ട് ആവശ്യമായ തിരുത്തലുകൾ നൽകുകയും ചെയ്തത് ഈ ഗ്രന്ഥരചനയെ അങ്ങേയറ്റം സമ്പുഷ്ടമാക്കി. ഇനി നന്ദി പറയേണ്ടത് നഗരസഭയിലെ വനിതാറിസോർസ് സെന്റർ കോഓർഡിനേറ്ററായി നിശ്ചയിച്ച ശ്രീമതി രജനിയോടാണ്. എഴുതിയ ചരിത്രഭാഗങ്ങളിൽ ഏറിയകൂറും ഞാൻ വാമൊഴിയായി പറയുന്നത് അക്ഷരത്തെറ്റ് കൂടാതെ രേഖപ്പെടുത്തിത്തരുകയായിരുന്നു. ഇന്നത്തെ വിദ്യാസമ്പന്നർ എന്നവകാശപ്പെടുന്നവരിൽ പലർക്കും ഇല്ലാത്ത ഭാഷാപരമായ നൈപുണികൾ അവർ സ്വായത്തമാക്കിയത് ഈ രേഖപ്പെടുത്തലുകൾക്ക് വായനാപരത നൽകുന്നതിന് സഹായിച്ചിട്ടുണ്ടെന്നാണ് ഞാൻ കരുതുന്നത്.

ആരധനാലയങ്ങളെക്കുറിച്ചുള്ള അറിവുകൾ നേടി ഒട്ടേറെ പേരോട് അഭിമുഖം നടത്തിയിട്ടുണ്ട്. എന്നിട്ടും ഈ രചനഅന്യൂനമാണെന്ന് ഞാൻ അവകാശപ്പെടുന്നില്ല. എന്നുമാത്രമല്ല അന്വേഷണത്തിലെ നോട്ടപ്പിശകുകൾകൊണ്ട് ചില ആരാധനാകേന്ദ്രങ്ങളെങ്കിലും വിട്ടുപോയിട്ടുണ്ടാവണം. അത് സ്ഥിതിചെയ്യുന്ന ചുറ്റുവട്ടത്തുള്ള ജനങ്ങൾക്ക് അതെല്ലാം വളരെ പ്രധാനപ്പെട്ടവയായിരിക്കുമെന്നതിൽ ആർക്കും തർക്കമുണ്ടാവില്ല. അത്തരത്തിൽ ഉൾപ്പെടുത്തേണ്ടവയുണ്ടെങ്കിൽ അടുത്ത തവണ അച്ചടിക്കുമ്പോൾ അതുകൂടി ഉൾപ്പെടുത്തുവാൻ ശ്രദ്ധിക്കുന്നതായിരിക്കും.

കാവുകളും അമ്പലങ്ങളും സംബന്ധിച്ച ലഭ്യമായ വിവരങ്ങളാണ് ചേർത്തിട്ടുള്ളത്. സമഗ്രമാവണമെന്നില്ല. അതും വായനക്കാർക്ക് ചൂണ്ടിക്കാണിക്കാം. ഇത് പുസ്തകമാക്കാൻ സന്നദ്ധത കാണിച്ച കൈരളി ബുക്സിന്റെ മാനേജിംഗ് ഡയറക്ടർ അശോക്കുമാറിനോടും നന്ദിപറയുന്നു. ഇതിന്റെ പ്രൂഫ് വായ നടത്തിയ ശ്രീ സുകുമാരൻ പെരിയച്ചൂർ മാഷ് അഭിനന്ദിച്ചുപറഞ്ഞ നല്ല വാക്കുകൾ എന്നിലെ ആത്മവിശ്വാസം പതിന്മടങ്ങ് വർദ്ധിക്കാനിടയായി എന്നതും ഇവിടെ പരാമർശിക്കാതിരിക്കാനാവില്ല. ആരാധനാലയങ്ങളുടെ ചിത്രങ്ങൾ എടുത്തുതന്ന് ഈ ഗ്രന്ഥരചനയോട് ഏറെ താൽപര്യപൂർവ്വം സഹകരിച്ച മട്ടന്നൂർ സിനി സ്റ്റുഡിയോ രാമദാസിനോടും സ്നേഹം പങ്കുവെക്കുന്നു. ഈ രചനയിൽ സഹകരിച്ച എല്ലാവരോടും എന്റെ സ്നേഹാദരങ്ങൾ അറിയിക്കട്ടെ.

വിനയാന്വിതനായി

കെ. ഭാസ്കരൻ മാസ്റ്റർ

അവതാരിക

ഒരു ദേശത്തിന്റെ ഭരണാധികാരം വഹിച്ച വ്യക്തി സ്വന്തം ദേശച രിത്രം ഗവേഷണബുദ്ധിയോടെ അന്വേഷിക്കുകയും പഠിക്കുകയും ഗ്രന്ഥ രൂപത്തിൽ അത് രേഖപ്പെടുത്തുകയും ചെയ്യുന്നത് പൊതുവെ അത്യപൂർവ്വ മായ കാര്യമാണ്, കേരളത്തെ സംബന്ധിച്ചിടത്തോളമെങ്കിലും.

എന്നാൽ മട്ടന്നൂർ നഗരസഭയുടെ അധ്യക്ഷനായിരുന്ന ശ്രീ ഭാസ്ക രൻ മാസ്റ്റർ തന്റെ നാടിന്റെ പൂർവ്വചരിത്രം ഏറെ ആഴത്തിൽ അന്വേഷിച്ച് പഠിക്കുകയും അവ മുഴുവൻ ഗ്രന്ഥരൂപത്തിൽ രേഖപ്പെടുത്തുകയും ചെയ്തുകൊണ്ടിരിക്കുന്നു എന്നതാണ് ഇവിടെ വേറിട്ട് ശ്രദ്ധേയമാവുന്ന ത്.

സമ്പന്നമായ ഒരു രാഷ്ട്രീയചരിത്രത്തിന്റെയും സാംസ്കാരികപൈ തൃകത്തിന്റെയും ഉടമസ്ഥരാണ് മട്ടന്നൂർ നഗരസഭയടെ കീഴിലുള്ള എല്ലാ പ്രദേശങ്ങളും. ആദ്യം മൂഷികവംശത്തിൽ നിന്നുദയംചെയ്ത കോലത്തിരി രാജാക്കന്മാരുടെയും പിന്നീട് പുറൈകീഴ്നാട്ടരചന്മാർ എന്നുകൂടി പേരുള്ള കോട്ടയം രാജവംശത്തിന്റെയും അധീനതയിയായിരന്നു ഈ പ്രദേശങ്ങളെല്ലാം തന്നെ. ബ്രിട്ടീഷ് ഭരണാധികാരികൾക്കെതിരെ പോരാടി വീരമൃത്യവരിച്ച ധീര വിപ്ലവകാരി പഴശ്ശി വീരകേരളവർമ്മ രാജാവിന്റെ സ്വന്തം കോവിലകം സ്ഥിതിചെയ്തിരുന്നതും ഈ നഗരസഭക്കകത്തുത ന്നെയായിരുന്നു. 1796ൽ ലഫ്. ജയിസ് ഗോർഡൻ പഴശ്ശിയിലെ കൊട്ടാരം വളഞ്ഞ് സർവ്വതും കൊള്ളയടിച്ചതോടെയാണ് പഴശ്ശി സമരം അതിന്റെ തീവ്രാവസ്ഥയിലേക്ക് മാറിയത്. സൂര്യനസ്തമിക്കാത്ത ബ്രിട്ടീഷ് സാമ്രാ ജ്യത്തിന്റെ ഉറക്കം കെടുത്തിയ പോരാട്ടങ്ങളായിരുന്നു. പിന്നീടുള്ള ഒൻ പത് വർഷങ്ങളിൽ നടന്നത്. തലശ്ശേരിയിൽനന്നും മട്ടന്നൂരിലേക്ക് ബ്രിട്ടീ ഷുകാർ റോഡ് പണിഞ്ഞത് പഴശ്ശിയിലെ പടിഞ്ഞാറേ കോവിലകത്തിന്റെ ഇടനെഞ്ച് ഇടിച്ചുതകർത്തിട്ടാണ്. പക്ഷേ കർമ്മധീരനായ പഴശ്ശിരാജാ വെന്ന പോരാളി ഇന്നും ഇവിടത്തെസാധാരണ മനുഷ്യരുടെ നെഞ്ചക ങ്ങളിൽ ഒരു പോറലുമേൽക്കാതെ ജീവിക്കന്നുണ്ട്.

കോവിലകത്തിന്റേതായി അവശേഷിക്കുന്ന പഴയ കുളത്തിൽ നഗര സഭ നേരത്തെതന്നെ ഒരു സ്മാരകം പണിതിരുന്നു. പഴശ്ശിരാജയുടെ പൂർണകായ ദാരുശില്പം പ്രതിഷ്ഠിച്ച് ശേഷം പഴശ്ശിയുടെ പോരാട്ട

ചരിത്രം ഈ സ്മാരകച്ചുമരുകളിൽ കേരളീയ മ്യൂറൽ ശൈലിയിൽ ആലേഖനം ചെയ്യാൻ ശ്രീ ഭാസ്കരൻ മാസ്റ്റർ മുൻകൈയെടുത്തു നടത്തിയ പ്രവർത്തനങ്ങൾക്ക് ഞാൻ സാക്ഷിയാവന്നു. ഒരു നഗരാധിപൻ ചരിത്രാന്വേഷകൻ കൂടിയാകുന്നത് എത്ര നന്നായിരിക്കുമെന്ന ഓർക്കാൻ ലഭിച്ച അസുലഭ സന്ദർഭമായിരുന്നു അത്. ഇപ്പോഴിതാ അത്തരം മറ്റൊരു സന്ദർഭം കൂടി ഉരുത്തിരിഞ്ഞ് വന്നിരിക്കുന്നു.

തന്റെ നാടിന്റെ ബൃഹദ്ചരിത്രരചനയിൽ വ്യാപകമായ അദ്ദേഹം അതിലെ പൈതൃകആരാധനാ കേന്ദ്രങ്ങളെ പരിചയപ്പെടുത്തുന്ന ഭാഗം ഒരു പ്രത്യേകം ഗ്രന്ഥമായി പ്രസിദ്ധീകരിക്കയാണ്.

മട്ടന്നൂരിലെ ഹൈന്ദവ ആരാധനാകേന്ദ്രങ്ങളും അവയുടെ ചരിത്രവും അനുഷ്ഠാന വൈവിധ്യങ്ങളുടെയും, പുരാവൃത്തങ്ങളുടെയും ഐതിഹ്യങ്ങളുടെയുമെല്ലാം അകമ്പടിയോടെയാണ് ഇവിടെ രേഖപ്പെടുത്തുന്നത്.

ഇന്ന് കാണുന്ന കേരളീയ ക്ഷേത്ര വാസ്തുവിദ്യാശൈലി രൂപപ്പെട്ട ക്രിസ്തുവർഷം 8-ാം നൂറ്റാണ്ടുമുതലുള്ള ക്ഷേത്രപ്രാകാരങ്ങൾ, ഉത്തര കേരളത്തിന്റെ സ്വന്തം അനുഷ്ഠാനകലാവിശേഷമെന്ന് പ്രശസ്തമായ തെയ്യാരാധനയുടെ വൈവിധ്യമാർന്ന ദേവസ്ഥാനങ്ങൾ, പൗരാണികമായ ശാസ്താരാധനയുടെയും നാഗാരാധനയുടെയും വനസമാനമായ കാവുകൾ എന്നിവയെല്ലാം പരിചയപ്പെടുത്തുമ്പോൾ ദേശചരിത്രവും വംശീയ ചരിത്രവും രാഷ്ട്രീയസാമൂഹ്യകഥകളും പുരാവൃത്തങ്ങളും ഐതിഹ്യങ്ങളുമെല്ലാം ചേർത്തുകൊണ്ട് അതിന് ആധികാരികതയുടെ കരുത്തും സൂക്ഷ്മതയും പകരാൻ ഗ്രന്ഥകർത്താവ് പ്രത്യേകം ശ്രദ്ധ കാണിക്കുന്നുണ്ട്.

പരിയാരം സുബ്രഹ്മണ്യക്ഷേത്രത്തെ വളരെ വിശദമായിതന്നെയാണ് ശ്രീ ഭാസ്കരൻമാസ്റ്റർ രേഖപ്പെടുത്തുന്നത്. കേരളീയ ക്ഷേത്രനിർമ്മാണ ശൈലിയുടെ ദ്വിതീയഘട്ടത്തെ പ്രതിനിധാനം ചെയ്യുന്ന പരിയാരം ക്ഷേത്രത്തിലെ പ്രാചീന ചുമർചിത്രങ്ങൾ കണ്ടെടുക്കപ്പെട്ട കേരളീയ ചുമർചിത്രശൈലികളിൽനിന്ന് ഏറെ ഭിന്നവും പ്രത്യേകം ശ്രദ്ധാർഹവുമാണ്.

ക്രിസ്തുവിന് മുൻപ് 2-ാം നൂറ്റാണ്ടുമുതൽ ക്രിസ്തുവർഷം 7-ാം നൂറ്റാണ്ടുവരെ രചിക്കപ്പെട്ട അജന്താഗുഹാചിത്രങ്ങളുമായി പരിയാരം ചിത്രങ്ങളിലെ ചില രൂപഭാഗങ്ങളിലെ സമാനതകളാണ് ഇവയെ പ്രത്യേകം ശ്രദ്ധേയമാകുന്നത്. അവസാനകാല അജന്താ ചിത്രങ്ങളേക്കാൾ അഞ്ചോ ആറോ നൂറ്റാണ്ടു കാലമെങ്കിലും പ്രായക്കുറവുള്ളതാണ് പരിയാരം ചിത്രങ്ങൾ. എങ്കിലും കേസരി എ. ബാലകൃഷ്ണപിള്ളയുടെ അജന്താചിത്രപഠനങ്ങളിൽ കാണുന്ന സ്രഷ്ടാക്കളെക്കുറിച്ചുള്ള പരാമർശം സാധൂകരിക്കാൻ ഇവയെ പഠനവിധേയമാക്കാവുന്നതാണ്.

ചായനിർമ്മിതിയെയും അവയുടെ പ്രയോഗവിദ്യകളേയും കുറിച്ചെല്ലാമുള്ള ആധികാരിക ശാസ്ത്രീയപഠനങ്ങൾ ഇനിയും നടക്കേണ്ടതായുണ്ട്. എങ്കിൽ മാത്രമേ പരിയാരം ചിത്രങ്ങളുടെ കൃത്യമായ കാലനിർണ്ണയവും പ്രയോഗിക്കപ്പെട്ട സാങ്കേതികവിദ്യകളുടെ അറിവുമെല്ലാം ഉറപ്പിക്കാൻ പറ്റുകയുള്ളൂ.

ഉത്തരേന്ത്യയിൽ പിറന്ന വിഷ്ണുധർമ്മോത്തര പുരാണത്തിലെ "ചിത്രസൂത്ര"ത്തെയാണോ, ദക്ഷിണേന്ത്യൻ ശൈലിയെ പ്രതിപാദിക്കുന്ന അഭിലാഷിതാർത്ഥചിന്താമണിയെന്ന മാനസോല്ലാസത്തിലെ "ചിത്രലക്ഷണ"ത്തെയാണോ അതല്ല, സ്രാംഗണസൂത്രമടക്കം അനേകം വരുന്ന ഇത്തരം മറ്റേതെങ്കിലും ഗ്രന്ഥത്തിൽ കാണുന്ന രചനാവിദ്യകളെയാണോ ഇവടെ അവലംബമാക്കിയതെന്ന് കൃത്യമായി കണ്ടെത്തണമെങ്കിൽ ശാസ്ത്രീയ രാസപരിശോധന അനിവാര്യമാണ്.

ദക്ഷിണേന്ത്യൻ ചിത്രകാരന്മാർ കൂടുതലും മാനസോല്ലാസത്തെയാണ് അവലംബമാക്കിയതെന്ന ഡോ. അശോക് ഭട്ടാചാര്യയുടെ നിഗമനവും പ്രഗത്ഭയായ പ്രിയാബാലാ ഷായുടെ മാനസോല്ലാസപഠനങ്ങളും പരിയാരം ചിത്രങ്ങളുടെ രാസപരിശോധനാ ആവശ്യത്തെ ഉറപ്പിക്കുന്നുണ്ട്. ക്ഷേത്രചരിത്രത്തിലേക്കും ചുമർചിത്രപ്രത്യേകതകളിലേക്കും ശ്രദ്ധയാകർഷിച്ചുകൊണ്ട് ശ്രീ ഭാസ്കരൻ മാസ്റ്ററുടെ പരിയാരം ലേഖനം ഈ ഗ്രന്ഥത്തിന് ഒരു മുതൽക്കൂട്ട് തന്നെയാണ്.

ഉത്തരകേരളത്തിൽ ചുമർചിത്രങ്ങളാൽ സമ്പന്നമായിരുന്നതും സഹസ്രാബ്ദത്തിന്റെ പഴക്കമുള്ളതുമായ വേറെയും സുബ്രഹ്മണ്യക്ഷേത്രങ്ങളുണ്ട്. എന്നാൽ ഇവയിൽ ഭൂരിഭാഗവും അവഗണനക്കോ ആക്രമണങ്ങൾക്കോ ഇരയാവുകയും ചെയ്തിട്ടുണ്ട് എന്നത് ചരിത്രാന്വേഷികൾക്ക് പഠനവിഷയമാക്കാവുന്ന വസ്തുതയാണ്.

മട്ടന്നൂരിന്റേയും പ്രാന്തപ്രദേശങ്ങളുടെയും പൊതു ആരാധനാ സമ്പ്രദായങ്ങളെ മുഴുവൻ പ്രത്യക്ഷത്തിൽതന്നെ ഈ ഗ്രന്ഥം പരിചയപ്പെടുത്തുന്നുണ്ട്. പരോക്ഷമായി അവ പഴയകാല ജാതിവ്യവസ്ഥകൾ, ആരാധനാവൈവിധ്യങ്ങൾ, ഐതിഹ്യങ്ങൾ, പുരാവൃത്തങ്ങൾ, സ്ഥലനാമപുരാണങ്ങൾ, സാമൂഹ്യപ്രശ്നങ്ങൾ തുടങ്ങി സംസ്കൃതിയുടെ എല്ലാ മേഖലകളിലേക്കും വെളിച്ചം വീശുന്നുണ്ട്.

നായിക്കാലി, മുള്ള്യം, ഒഴക്കരിമോലോം, പുലിപ്പശുക്കാവ് തുടങ്ങി പല ക്ഷേത്രദേശങ്ങളുടേയും സ്ഥലനാമ ചരിത്രം ഗ്രന്ഥത്തിന് അറിവും രസവും ഒരുപോലെ പകരുന്നുണ്ട്.

ഭൂമിയുടെ അവകാശം ദേവസ്വങ്ങൾക്കായിരുന്ന ഒരു പഴയകാലമുണ്ടായിരുന്നു. അത്തരം പ്രധാന സവർണ്ണക്ഷേത്രങ്ങളുടെ അധികാരികളായിരുന്ന 'തങ്ങൾ'മാരുടെ പ്രഭാവം മട്ടന്നൂർ ചരിത്രത്തിന്റെ ഒരു ഭാഗമാണ്.

കോലത്തിരിമാരുടേയും കോട്ടയം രാജാക്കന്മാരുടെയും ഭരണകാലത്ത് ഭൂ ഉടമസ്ഥരായ ദേവസ്വങ്ങളുടെ ഊരാളസ്ഥാനികരായും സൈനികപരിശീലകരായും നിയോഗിക്കപ്പെട്ട നമ്പൂതിരി ബ്രാഹ്മണരായിരുന്നു തങ്ങൾമാർ. അഭ്യാസപടുക്കളായ ഇവർ ദേവസ്വം സ്വത്തുക്കളുടേയും വരുമാനത്തിന്റെയും കൈകാര്യകർത്താക്കളും ആയോധനക്കളരികളുടെ അധിപന്മാരുമായിരുന്നു.

വേങ്ങാട് ക്ഷേത്ര അധിപന്മാരായ കൊട്ടാരത്തിൽ തങ്ങളെ ശ്രീ ഭാസ്കരൻ മാസ്റ്ററുടെ ഈ ഗ്രന്ഥത്തിൽ കാണാം. തിരുവങ്ങാട് ശ്രീരാമസ്വാമി ക്ഷേത്രത്തിന്റെ ഊരാളരും 'നുമ്പിൻ' സ്ഥാനികനുമായിരുന്നു പൊന്ന്യത്ത് കൊട്ടാരത്തിൽ തങ്ങൾ. കോട്ടയം രാജവംശത്തിന്റെ സൈനികപരിശീലകൻ കൂടിയായിരുന്ന പൊന്ന്യത്ത് തങ്ങളുടെ ഏഴരക്കണ്ടം പടക്കളരിയായിരുന്നു തച്ചോളി ഒതേനനും കതിരൂർ ഗുരുക്കളും തമ്മിൽ നടന്ന ചരിത്രപ്രസിദ്ധമായ അങ്കപ്പോരിന്റെ വേദി. മട്ടന്നൂർ ക്ഷേത്രചരിത്രത്തിൽ ഭൂമിയുടെ കൈകാര്യകർത്താക്കളായിരുന്ന തങ്ങൾമാരുടെ നല്ലതും കൊള്ളരുതാത്തതുമായ ഗതകാല ചെയ്തികളെ കൃത്യമായിത്തന്നെ ഗ്രന്ഥകാരൻ രേഖപ്പെടുത്തുന്നുണ്ട്.

വേറിട്ട വ്യക്തിത്വത്തിന് ഉടമയായ മട്ടന്നൂർ മധുസൂദനൻ തങ്ങൾ ആ പ്രദേശത്തിന്റെ സാംസ്കാരികചരിത്രത്തിൽ ഒഴിച്ചുകൂടാനാവാത്ത ഒരു വ്യക്തിയായിരുന്നു. 1803ൽ ബ്രിട്ടീഷുകാർ നിരോധിച്ച കളരിപയറ്റെന്ന ആയോധനവിദ്യക്ക് പുനർജീവനം നൽകിയ സി.വി.എൻ. കളരിയുടെ സ്ഥാപകപ്രസിഡണ്ട് എന്ന നിലയിലും സമസ്തകേരള സാഹിത്യപരിഷത്തിന്റെ സംഘാടകനെന്ന നിലയിലും പ്രത്യേകം ശ്രദ്ധിക്കപ്പെട്ടിരുന്നു അദ്ദേഹം. ശ്രീ. ഭാസ്കരൻ മാസ്റ്റർ പരിചയപ്പെടുത്തിയ പൗരാണികമായ ശാസ്താക്ഷേത്രങ്ങൾ തീർച്ചയായും പുരാശാസ്ത്രപഠനത്തിൽ തല്പരരായവർക്ക് ഏറെ ഉപകാരമായേക്കും, ഏളന്നൂർ, അയ്യല്ലൂർ, പൂങ്ങോട്ടുകാവ് തുടങ്ങിയ ശാസ്താക്ഷേത്രങ്ങൾ പ്രാചീനമായ വനശാസ്താരാധനയുടെ കേന്ദ്രങ്ങളായിരുന്നു. അവിടുന്ന് കണ്ടെത്തിയതായി അദ്ദേഹം രേഖപ്പെടുത്തിയ 'ടെറാകോട്ട' മൃഗശില്പങ്ങൾ നമ്മുടെ ആരാധനാ സമ്പ്രദായങ്ങളുടെ പ്രാഗ്രൂപത്തിലേക്കും വനംസ്കൃതിയിലേക്കും വെളിച്ചം പകരുന്നവയാണ്.

മാത്രമല്ല, ആവർത്തനവിരസമായ മൺപാത്രനിർമ്മാണമേലയിൽ നിന്ന ഇടക്കൊക്കെ സ്വയം വിമുക്തമായി തങ്ങളുടെ സൃഷ്ടിപരമായ ശില്പചാതുര്യം പുറത്തെടുത്തുകൊണ്ട് വിചിത്രരൂപങ്ങളെ രചിച്ച കുലാലവംശീയരായ കലാകാരന്മാരുടെ കഴിവിന്റെ നിദർശനം കൂടിയാണ് അവയെല്ലാം.

തെയ്യംതിറകളുമായി ബന്ധപ്പെട്ട ആരാധനാകേന്ദ്രങ്ങളാണ് ഗ്രന്ഥ

ത്തിലെ മറ്റൊരു പ്രധാനവിഷയം. ഉത്തരകേരളത്തിന്റെ സ്വന്തവും, പ്രാചീനവും, വൈവിദ്ധ്യമാർന്നതുമായ അനുഷ്ഠാനകലാരൂപമാണ് തെയ്യംതിറകൾ. അതിസമ്പന്നമായ ഈ ദ്രാവിഡ അനുഷ്ഠാനത്തിന്റെ പല മേഖലകളെക്കുറിച്ചും ഈ ഗ്രന്ഥം അറിവ് പകരുന്നുണ്ട്.

കാവുകൾ, താനങ്ങൾ, കോട്ടങ്ങൾ, മടപ്പുരകൾ, മുണ്ട്യ, പതികൾ തുടങ്ങി വ്യത്യസ്തമായ നാമധാരികളും വിഗ്രഹപ്രതിഷ്ഠകളില്ലാത്തതുമായ ഈ ദ്രാവിഡ ആരാധനാകേന്ദ്രങ്ങൾ പലതും ബ്രാഹ്മണവൽക്കരിക്കപ്പെട്ട് ക്ഷേത്രങ്ങളായി മാറുന്ന കാഴ്ചകളാണ് ഇപ്പോൾ കണ്ടുവരുന്നത്.

അതുകൊണ്ട് തന്നെ ഭാവിക്ക് വേണ്ടി പൂർവ്വികസത്യവും സ്വത്വവും രേഖപ്പെടുത്തുകയെന്ന ചരിത്രനീതികൂടി ഈ ഗ്രന്ഥം നിർവഹിക്കുന്നുണ്ട്. അതിനായി ജാതിവ്യവസ്ഥയുമായി ബന്ധപ്പെട്ട് ഓരോ ആരാധനാസ്ഥാനത്തിലേക്കും അവയുടെ ഉല്പത്തിയെക്കുറിച്ചും ദേവതകളുടെ പുരാവൃത്തത്തിലേക്കും ഗ്രന്ഥകാരൻ വായനക്കാരെ കൊണ്ടുപോകുന്നു. മാതൃ ആരാധന, വീരാരാധന, പൂർവ്വികാരാധന, പുരാണകഥാപാത്രങ്ങളുടെ ആരാധന തുടങ്ങി വൈവിധ്യമാർന്നതും കലാസമ്പുഷ്ടമായ ആഹാര്യമുദ്രകളും നൃത്തവാദ്യവിശേഷങ്ങളും എല്ലാം ചേർന്ന അനുഷ്ഠാനകലാരൂപങ്ങളാണ് തെയ്യംതിറകൾ. ദേവവിഗ്രഹപ്രതിഷ്ഠയുള്ള ക്ഷേത്രങ്ങളിലെ പുരോഹിതന്മാർ ബ്രാഹ്മണരാണ്. എന്നാൽ തെയ്യം തിറകളിൽ ദൈവക്കോലധാരികൾ മുഴുവൻ കേരളത്തിലെ ജാതിശ്രേണിയിൽ ഏറ്റവും പിന്നോക്കസ്ഥാനം വിധിക്കപ്പെട്ടവരാണ്.

മലയൻ, വണ്ണാൻ, വേലൻ (മുന്നൂറ്റാൻ, അഞ്ഞൂറ്റാൻ), മാവിലൻ (ചിങ്കത്താൻ), കരിമ്പാലൻ, കോപ്പാളൻ, പുലയ തുടങ്ങിയ ജന്മാരികളായ ഈ കോലധാരികളുടെ അസാധാരണമായ കലാപാടവവും അർപ്പണബോധവും അറിവുമെല്ലാം ഈ അനുഷ്ഠാനത്തെ അതിസമ്പന്നമാക്കുന്നുണ്ട്.

മലയാള ബ്രാഹ്മണരായ നമ്പൂതിരിമുതൽ താഴോട്ട് സവർണ്ണാവർണ്ണ ഭേദമില്ലാതെ എല്ലാവരും തെയ്യാരാധകാരണെന്നത് പഴയ കോലത്ത്നാടിന്റെ വേറിട്ട മഹത്വത്തെയാണ് കാണിക്കുന്നത്. ഉത്തരകേരളത്തിലെ പ്രശസ്തമായ എല്ലാ നമ്പൂതിരി ഇല്ലങ്ങൾക്കും സ്വന്തം തെയ്യങ്ങളും ആരാധനാസ്ഥാനങ്ങളുമുണ്ട്. ഇന്നും തെയ്യക്കാവുകളോടൊപ്പം അവയുടെ സാമൂഹ്യപ്രസക്തിയേയും ഈ ഗ്രന്ഥം പരിചയപ്പെടുത്തുന്നുണ്ട്. കെട്ടിയാടപ്പെടുന്ന തെയ്യംതിറകളുടെ പുരാവൃത്തങ്ങളുടെ സംക്ഷിപ്ത വിവരണങ്ങൾ സാധാരണ വായനക്കാർക്ക് ഏറെ സഹായകമായിരിക്കും. പ്രാദേശികചരിത്രത്തിന്റെ വിലകൂടിയ ഏടുകളാണ് അവയിൽ പലതും. വിശ്വകർമ്മസമുദായത്തിന്റെ കുലദൈവമായ “ബാലി”ക്ക്

പകരം മട്ടന്നൂർ പ്രദേശത്ത് ശാസ്തപ്പനാണ് ആ ഉപരിസ്ഥാനമെന്നത് ഉൾപ്പെടെയുള്ള പല അറിവുകളും ഫോക്‌ലോർ പഠിതാക്കൾക്കും ഉപകാരപ്രദമാവുന്നതാണ്.

പഞ്ചവർണ്ണപ്പൊടികൾകൊണ്ട് കളംചിത്രങ്ങൾ രചിച്ച് കളംപാട്ടും, ഖഡ്ഗനൃത്തവുമായിരുന്ന "തെയ്യമ്പാടി"യെന്ന അനുഷ്ഠാനത്തിന്റെ വടക്കൻ ശൈലീഭേദത്തെ കാത്തുസൂക്ഷിക്കുന്നത് മട്ടന്നൂർ മരുതായിയും പുന്നാടുമാണ്. കഴിഞ്ഞ തലമുറയിലെ കളമെഴുത്ത് ആചാര്യനും ഉപാസകനുമായിരുന്ന കൊട്ടാത്ത് കൃഷ്ണൻ നമ്പ്യാരുടെ സ്വന്തം തട്ടകമായിരുന്നു ഈ പ്രദേശങ്ങൾ.

ചരിത്രപരമായ പല ഓർമ്മകൾക്കും വഴിതുറക്കാൻ സഹായകമാണ് ആരാധനാ വൈവിധ്യത്തെക്കുറിച്ചുള്ള ഇത്തരം ഗ്രന്ഥങ്ങളെല്ലാം. പരിയാരം സുബ്രഹ്മണ്യക്ഷേത്രത്തെക്കുറിച്ചും ശാസ്താരാധനെക്കുറിച്ചും പറയുമ്പോൾ ഉത്തരകേരളത്തിലെ ബുദ്ധമതകാലത്തെകൂടിയുള്ള പരാമർശങ്ങൾക്ക ഏറെ സാംഗത്യമുണ്ട്. ഏറെ അകലെയല്ലാത്ത ധർമ്മപട്ടണം (ധർമ്മടം) പ്രദേശങ്ങൾ, തൊടീക്കളം ക്ഷേത്രത്തിന് മുന്നിലെ ശിലാവിഗ്രഹം, ശാസ്താരാധനയുടെ മൂലരൂപങ്ങൾ, അവർണ്ണസമുദായങ്ങളുടെ വൈദ്യവൃത്തി തുടങ്ങിയവയെല്ലാം ഈ പരാമർശങ്ങൾക്ക് ഏറെ സാധുത നൽകുന്നുണ്ട്.

ഒരു നാട്ടിലെ ആരാധനാവൈവിധ്യങ്ങളേയും അവയുടെയെല്ലാം അനുഷ്ഠാനകേന്ദ്രങ്ങളെയും ഒന്നൊഴിയാതെ അന്വേഷിച്ച് കണ്ടെത്തുകയും അവയെ കൃത്യമായി രേഖപ്പെടുത്തുകയും ചെയ്യുകയെന്നത് അധ്വാനമേറിയ കാര്യമാണ്. കേരളത്തിന്റെ പ്രാദേശിക ചരിത്രനിർമ്മിതിയിലെ വിലപ്പെട്ട കർമ്മഭാഗവുമാണത്. അത്തരം ഒരു ദൗത്യത്തിന്റെ ഫലമാണ് ഈ ഗ്രന്ഥം. ചില ഗ്രന്ഥങ്ങൾക്ക് നൂറ്റാണ്ടുകൾക്കപ്പുറവും ആവശ്യക്കാരുണ്ടാകും. വലുപ്പത്തേക്കാളേറെ ഉള്ളടക്കത്തിന്റെ മൂല്യമാണതിന് കാരണമായിത്തീരുന്നത്.

ചരിത്രവും വർത്തമാനവും ഒരുപോലെ സമ്മേളിച്ച് വെളിച്ചം വിതറുന്ന ഈ "ആരാധനാചരിത്ര"വും അത്തരം ഒരു ഗ്രന്ഥമാണ്. അതുകൊണ്ടുതന്നെ ഭാവിക്കുവേണ്ടികൂടി ഇതൊരു സചിത്രഗ്രന്ഥം കൂടിയായെങ്കിൽ എന്ന് ഞാൻ ആഗ്രഹിച്ചുപോവുന്നു. ഗ്രന്ഥത്തിനും ഗ്രന്ഥകാരനും ഭാവുകങ്ങൾ നേർന്നുകൊണ്ട്

കെ.കെ. മാരാർ

തലശ്ശേരി

ആരാധനാകേന്ദ്രങ്ങൾ, വിശ്വാസങ്ങൾ, ആചാരങ്ങൾ, അനുഷ്ഠാനങ്ങൾ, ഐതിഹ്യങ്ങൾ

മട്ടന്നൂർ വ്യത്യസ്ത രീതിയിലുള്ള ആരാധനാകേന്ദ്രങ്ങളാലും വൈവിധ്യമാർന്ന വിശ്വാസപ്രമാണങ്ങളാലും, ഭൗതിക ജീവിതത്തിന്റെ മേന്മ ഉറപ്പിക്കുവാനെന്ന പേരിൽ സ്വീകരിച്ചുവരുന്ന അനുഷ്ഠാനങ്ങളാലും അങ്ങേയറ്റം സമ്പന്നമായൊരു പ്രദേശമാണ്.

മനുഷ്യൻ ഈശ്വരചിന്തയിലേക്കും, ആരാധനയിലേക്കും മാറിയതെങ്ങനെ എന്നുള്ളതിന് ചരിത്രപരമായൊരു വിശദീകരണമുണ്ട്. പുരാതന മനുഷ്യൻ ജീവസന്ധാരണത്തിനായി പ്രകൃതിയുമായി മല്ലിട്ട് മുന്നോട്ടു പോവുന്ന അവസരത്തിൽ പ്രകൃതി പ്രതിഭാസങ്ങൾ കാണാനാവുന്നു. കൊടുങ്കാറ്റ്, പേമാരി, കടലാക്രമണം, വെള്ളപ്പൊക്കം, കാട്ടുതീ, ഇടിമിന്നിൽ, വന്യമൃഗങ്ങളുടെ ആക്രമണം, ഭൂമികുലുക്കം, അഗ്നിപർവ്വതം, രോഗങ്ങൾ, മരണം എന്നിങ്ങനെ അവന് നിയന്ത്രിക്കാനോ കീഴടക്കാനോ വിശദീകരിക്കാനോ കഴിയാത്ത ഒട്ടേറെ പ്രതിഭാസങ്ങളെ ആകുലതയോടെയും, ഭയത്തോടെയുമാണ് അവൻ വീക്ഷിച്ചത്. തനിക്കുമീതെ ഏതോ തരത്തിലുള്ള ഒരു അദൃശ്യശക്തിയുണ്ടെന്നും അതിന്റെ ഇഷ്ടക്കേടിന് പാത്രമാകുന്നതുകൊണ്ടാണ് തങ്ങൾക്ക് ഇങ്ങനെയുള്ള പ്രതിസന്ധികളെ നേരിടേണ്ടിവരുന്നതെന്നും പ്രാചീനമനുഷ്യൻ കരുതി. ഈ പ്രതിഭാസങ്ങളെ നിസ്സഹായതയോടെ കണ്ട അവൻ അവരെ വരുതിയിൽ കൊണ്ടുവരാൻ കണ്ട ഉപായം അവയുടെയെല്ലാം മുമ്പിൽ ഭയഭക്തി ബഹുമാനത്തോടെ ആരാധിക്കുക എന്നതാണ്. അങ്ങനെ അഗ്നിയെയും, കാറ്റിനെയും, ജലത്തേയും, സൂര്യചന്ദ്രന്മാരെയും, നാഗങ്ങളെയും, വൃക്ഷങ്ങളെയും ആരാധിക്കാൻ തുടങ്ങി. ആരാധനക്ക് വിധേയമാവുന്നതെല്ലാം ദൈവമായി കരുതി. ചിലർ മുകളിൽ പറഞ്ഞവക്കെല്ലാം മുക

ളിലായി ഒരദൃശ്യശക്തി രൂപമുള്ളവയും അല്ലാത്തവയുമായി സങ്കല്പ്പിക്കുകയും ചെയ്തു. രസകരമായൊരു വസ്തുത ചിലർ ഈ അദൃശ്യശക്തിക്ക് പ്രത്യേക രൂപമില്ലെന്ന് അവകാശപ്പെട്ടു. മറ്റ് ചിലരാകട്ടെ ഇത്തരം ശക്തികളുടെ പ്രതിപുരുഷന്മാരായി മനുഷ്യരുടെ ഇടയിൽ നിന്നുള്ളവരെ തന്നെ കണ്ടെത്തി ഈശ്വരതുല്യമായ സ്ഥാനം നൽകി. ഇനി ചിലർ ഈശ്വരരൂപത്തിന് പക്ഷികളുടെയും മൃഗങ്ങളുടെയും മറ്റ് ജീവജാലങ്ങളുടെയും രൂപമാണ് നൽകിയത്.

ദേവപ്രീതിക്കായി ആരാധനാ സമ്പ്രദായങ്ങളും, ആചാരാനുഷ്ഠാനങ്ങളും രൂപപ്പെടുത്തി. അൽപ്പം കൂടി കഴിഞ്ഞപ്പോൾ പൂജകളും യാഗങ്ങളും, നേർച്ചകളും വഴിപാടുകളും കാണിക്കകളുമായി ഒട്ടേറെ പരിഹാരമാർഗ്ഗങ്ങളും ആവിഷ്ക്കരിച്ചു. ക്രമേണ ദേവപ്രീതിക്കായി ആരാധനാക്രമങ്ങൾ അനുഷ്ഠിക്കുന്ന പ്രത്യേക കൂട്ടായ്മകൾ, വ്യത്യസ്ത രൂപത്തിലുള്ള പുരോഹിതവർഗ്ഗങ്ങൾ മനുഷ്യസമുദായത്തിൽ ഉടലെടുത്തു. ദൈവത്തോട് ഏറ്റവും അടുത്തു നിൽക്കുന്നവരെന്ന രീതിയിൽ ഈ പുരോഹിത വർഗ്ഗത്തിന് സമുദായത്തിലെ മറ്റ് വിഭാഗങ്ങൾ പ്രത്യേക പരിഗണനയും ആദരവും ഔന്നത്യവും നൽകി. ഇതാണ് ലഘുവായി വിശദീകരിക്കാവുന്ന ഈശ്വരചിന്തയുടെ ചരിത്രം.

ഇതോടൊപ്പം സ്വസമുദായത്തിലെ പരേതാത്മാക്കളോട് ആദരവും ആരാധനയും രേഖപ്പെടുത്തുന്നതിനായി ഒട്ടേറെ സമ്പ്രദായങ്ങൾ മറ്റെവിടെയുമെന്നതുപോലെ നമ്മുടെ നാട്ടിലും ഉണ്ടായിട്ടുണ്ട്. ഉദാഹരണത്തിന് കേരളത്തിൽ ക്രിസ്തുവിന് 5000 വർഷങ്ങൾക്ക് മുമ്പാണ് മനുഷ്യവാസം പ്രബലമായത് എന്ന് കരുതുന്നു. ഇത് നവീനശിലായുഗത്തിന്റെ കാലഘട്ടമാണ്. ഇക്കാലത്ത് പരേതരുടെ ആത്മാവിനോടുള്ള ബഹുമാനസൂചകമായി ഭൗതികശരീരം ചെങ്കല്ല് മുറിച്ചെടുത്ത ഭൂമിക്കടിയിലെ മുനിയറകളിൽ സംസ്ക്കരിക്കുകയും അവിടെ ഭക്ഷണസാധനങ്ങളും പരേതന് ഉപയോഗിക്കാനായി ഉപകരണങ്ങളും ആഭരണങ്ങളും ഒക്കെ സ്ഥാപിച്ചതായി കാണുന്നുണ്ട്. കാലം മുന്നോട്ടു പോകെ കുടക്കല്ലുകൾ, നന്നങ്ങാടികൾ തുടങ്ങിയ പേരുകളിലുള്ള ശവക്കല്ലറകളിൽ ഇരുമ്പുകൊണ്ടുള്ള ഉപകരണങ്ങൾ മനുഷ്യൻ ഉപയോഗിക്കാൻ തുടങ്ങി എന്നതിന്റെ തെളിവായി, അവയ്ക്കകത്ത് ഇത്തരം ഉപകരണങ്ങൾ ഭൗതികശരീരത്തോടൊപ്പം അടക്കം ചെയ്തതായും കണ്ടുകിട്ടിയിട്ടുണ്ട്.

മട്ടന്നൂരിന്റെ ചില ഭാഗങ്ങളിൽ പ്രത്യേകിച്ച് പഴശ്ശി, മരുതായി, പയ്യപ്പറമ്പ്, പെരിഞ്ചേരി തുടങ്ങിയ ഭാഗങ്ങളിൽ ഇത്തരം മുനിയറകളുടെയും നന്നങ്ങാടികളുടെയും ഒട്ടേറെ അവശിഷ്ടങ്ങൾ ചെങ്കൽ പണകൾക്കായും കെട്ടിടങ്ങൾ നിർമ്മിക്കാനായും മണ്ണ് നീക്കുന്ന അവസര

ത്തിൽ കാണാനായിട്ടുണ്ട്. പഴശ്ശിയിലെ ഒരു പറമ്പിന്റെ പേര് 'ചാമ്പയ്ക്കും പറമ്പ്' എന്നാണ്. ശവം വെക്കും പറമ്പായിരിക്കണം ചാമ്പയ്ക്കും പറമ്പായത്. ഇവിടെ നിന്ന് കൽപ്പണ നീക്കുന്ന അവസരത്തിൽ ഒട്ടേറെ നന്നങ്ങാടികളാണ് ലഭിച്ചത്. ഈ നന്നങ്ങാടികൾ മണ്ണ് കൊണ്ടുള്ള കൂറ്റൻ ഭരണികളാണ്. മണ്ണ് കൊണ്ടുള്ള പാത്രങ്ങൾ പ്രാചീനകാലത്ത് നിർമ്മിക്കാനറിയാവുന്ന മനുഷ്യർ ഇവിടെയുണ്ടായിരുന്നു എന്നതിന്റെ തെളിവ് കൂടിയാണിത്. ഈ നന്നങ്ങാടികളിൽ നിന്ന് മനുഷ്യാസ്ഥികളും ചെറിയ മുട്ടി, കൊടിൽ തുടങ്ങിയ ലഘുവായ ഉപകരണങ്ങളും കണ്ടെത്താനായിട്ടുണ്ട്. പ്രാചീന മനുഷ്യൻ പരേതരെ എത്രത്തോളം ആദരവോടെയാണ് കണ്ടതെന്ന് ഈ ആചാരങ്ങളിൽ നിന്ന് നമുക്ക് മനസ്സിലാക്കാം.

ആരാധനാലയങ്ങളുടെ ചരിത്രത്തിലേക്ക് പ്രവേശിക്കുമ്പോൾ കേരളത്തിലെവിടെയുമുള്ളതെന്നപോലെ നമ്മുടെ നാട്ടിലും ഒരു ബൗദ്ധപ്രഭാവകാലഘട്ടം ഉണ്ടായിരുന്നു എന്നത് നിസ്തർക്കമായ സംഗതിയാണ്. അശോകന്റെ ശിലാശാസനങ്ങളിൽ കേരളപുത്രത്തിലേക്ക് ബുദ്ധദർശനങ്ങളുടെ പ്രചാരണത്തിനായി സംഘഭിക്ഷുക്കളെ അയച്ചതായി ചരിത്രകാരന്മാർ പറയുന്നുണ്ട്. മാത്രമല്ല എ.ഡി 8-ാം നൂറ്റാണ്ടിനുശേഷം കേരളത്തിലെത്തിയ ബ്രാഹ്മണർ ബൗദ്ധരോട് ഏറ്റുമുട്ടിയാണ് ഇവിടെ തങ്ങളുടെ മേധാവിത്വം സ്ഥാപിച്ചതെന്ന് എല്ലാ ചരിത്രകാരന്മാരും സമ്മതിക്കുന്നുണ്ട്.

ബുദ്ധമതം കേരളത്തിൽ പ്രാബല്യത്തിൽ ഉണ്ടായതിനെ തുടർന്ന് ഒട്ടേറെ ബുദ്ധവിഹാരങ്ങളും ശാസ്താക്ഷേത്രങ്ങളും അവർ സ്ഥാപിച്ചതായി കരുതപ്പെടുന്നു. അമരകോശത്തിൽ ബുദ്ധന്റെ പര്യായമാണ് ശാസ്താവ് എന്ന് പറയപ്പെടുന്നുണ്ട്. ശാസ്താവ് അയ്യപ്പനാണല്ലോ. ശാസ്താക്ഷേത്രങ്ങളിലെ പ്രധാന നിവേദ്യം കറുത്ത പട്ടാണ്. മണ്ണ് കൊണ്ടുള്ള നായ്ക്കളുടെയും ചെന്നായ്ക്കളുടെയും രൂപങ്ങളുണ്ടാക്കി അയ്യപ്പക്ഷേത്രങ്ങളിൽ സമർപ്പിക്കുന്ന പതിവും ഉണ്ട്. അയ്യപ്പന്റെ വാഹനമായ പുലിക്കുള്ള തീറ്റ എന്ന നിലയിലായിരിക്കണം അക്കാലത്ത് ഭക്തർ ഇത്തരത്തിലൊരു നിവേദ്യം നൽകിയിട്ടുണ്ടാവുക. മട്ടന്നൂരിലെ പ്രാചീനമായ ക്ഷേത്രങ്ങൾ അയ്യപ്പക്ഷേത്രങ്ങളാണ് എന്നുള്ളത് സംശയരഹിതമായ കാര്യമാണ്. പൂങ്ങോട്ടുകാവിലെ വനശാസ്താവ് പഴയ കാലത്തെ ഒരു അയ്യപ്പക്ഷേത്രമാവണം. അയ്യല്ലൂർ, പരിയാരം സുബ്രഹ്മണ്യക്ഷേത്രത്തിന്റെ മുമ്പിൽ, ഏളന്നൂർ എന്നിവിടങ്ങളിലെല്ലാമുള്ള അയ്യപ്പക്ഷേത്രങ്ങൾ ഇക്കാലത്ത് ഉണ്ടായതായിരിക്കണം. മണക്കായിയിലെ പുലിപ്പശു ക്ഷേത്രവും ശാസ്താക്ഷേത്രം തന്നെ. ഇവിടങ്ങളി

ലെല്ലാം പോയ കാലത്തെ ഭക്തജനങ്ങൾ നിവേദ്യമായി നൽകിയ നായയുടെയും ചെന്നായയുടെയും രൂപങ്ങൾ ധാരാളമായി കാണുന്നുണ്ട്. ബ്രാഹ്മണമേധാവിത്തം ശക്തിപ്പെട്ടതോടെ ബുദ്ധവിഹാരങ്ങളും ആ കാലഘട്ടത്തിലെ ക്ഷേത്രങ്ങളുമെല്ലാം ബ്രാഹ്മണക്ഷേത്രങ്ങളിലായി മാറുകയുണ്ടായി. ഇത് മട്ടന്നൂരിലെ ക്ഷേത്രങ്ങൾക്കും ബാധകംതന്നെ. പരിയാരം സുബ്രഹ്മണ്യക്ഷേത്രത്തിലെ ചുമർചിത്രങ്ങൾ പരിശോധിച്ചാൽ അക്കൂട്ടത്തിൽ ശ്രീബുദ്ധന്റെ ചിത്രങ്ങളും കാണാനാകും. ബുദ്ധപ്രഭാവം നിലനിൽക്കുന്ന ഒരു കാലഘട്ടത്തിലായിരിക്കണം അത്തരം ചിത്രങ്ങൾ അവിടെ സ്ഥാനം പിടിച്ചത്. പരിയാരം സുബ്രഹ്മണ്യക്ഷേത്രം ഒരുകാലത്ത് ബുദ്ധവിഹാരമോ അവരുടെ ക്ഷേത്രമോ ആയിരുന്നു എന്നാണ് ഗവേഷകരുടെ അഭിപ്രായം. മിക്ക ക്ഷേത്രങ്ങളുടെയും സ്ഥാപിതകാലഘട്ടം ആർക്കും പറയാനാകുന്നില്ല എന്നുള്ളതാണ്.

മട്ടന്നൂരിലെ ആരാധനാലയങ്ങളെ ഹൈന്ദവരുടേത് ബ്രാഹ്മണക്ഷേത്രങ്ങൾ, ബ്രാഹ്മണേതര ആരാധനാ സ്ഥാനങ്ങൾ, മുസ്ലീം ആരാധനാലയങ്ങൾ, ക്രൈസ്തവ ആരാധനാലയങ്ങൾ എന്നിങ്ങനെ നാലായി തരംതിരിക്കാം.

ബ്രാഹ്മണക്ഷേത്രങ്ങൾ നമ്പൂതിരിമാർ ഊരാളന്മാരായിട്ടുള്ളതും, മട്ടന്നൂരിനെ സംബന്ധിച്ചിടത്തോളം പഴയ കോട്ടയം രാജവംശത്തിന്റെ ഭാഗമായതുകൊണ്ട് അവർ ബ്രാഹ്മണർക്ക് നീർവീഴ്ത്തി നൽകിയതുമാണത്രെ. ഇങ്ങനെ ക്ഷേത്രങ്ങൾ മാത്രമല്ല നൽകിയത്. ക്ഷേത്ര നടത്തിപ്പിന് വരുമാനമുണ്ടാക്കുക എന്ന ലക്ഷ്യംവെച്ചുകൊണ്ട് ഒട്ടേറെ ഭൂസ്വത്തുക്കളും അവർക്ക് നൽകി. ഇങ്ങനെ ലഭിച്ച ഭൂസ്വത്തുക്കൾ നമ്പൂതിരിമാർ നേരിട്ട് ചാർത്തിക്കൊടുത്തവയ്ക്ക് ദേവസ്വമെന്നും പറയുന്നു. ബ്രഹ്മസ്വമായാലും ദേവസ്വമായാലും ഊരാളന്മാർ കൃഷി നേരിട്ട് നടത്തുന്നില്ല. കാണം, കുഴിക്കാണം എന്നീ പേരുകളിലുള്ള കൈവശങ്ങളനുവദിച്ച് അവർണ്ണ ജാതിക്കാരായിട്ടുള്ള ആളുകൾക്ക് ഭൂമി നൽകി. ഇവർക്ക് കീഴിലുള്ള അടിയാള വർഗ്ഗങ്ങളായ പണിയാളരും കൂടിച്ചേർന്ന് കൃഷി ചെയ്തുണ്ടാക്കുന്ന ഉൽപ്പന്നങ്ങൾ പാട്ടം എന്ന പേരിൽ ഊരാളന്മാരുടെ പങ്കായി സമർപ്പിക്കുകയും ചെയ്തു. ക്ഷേത്രങ്ങളുടെ നിലനിൽപിന് ഇതായിരുന്നു അടിസ്ഥാനം. നാട്ടിലെ സമ്പന്നരായിട്ടുള്ള ഭൂവുടമസ്ഥരും ക്ഷേത്രനടത്തിപ്പിനായി ദേവസ്വത്തിലേക്ക് ഭൂമി വിട്ടുകൊടുത്തത് പൊതുവേ കേരളചരിത്രത്തിൽ കാണാം.

ക്ഷേത്രനടത്തിപ്പിൽ അതിപ്രധാനമായ പങ്ക് വഹിക്കുന്ന ഒരു വിഭാഗമാണ് അമ്പലവാസികൾ. മാരാർ, വാര്യർ, നമ്പീശൻ, നമ്പ്യാർ, പൊതുവാൾ എന്നീ വിഭാഗക്കാരാണ് ഈ രീതിയിൽ ക്ഷേത്രോപജീവനം നട

ത്തിയിരുന്നത്. ക്ഷേത്രങ്ങൾ അടിച്ചുതളിക്കുക, പൂജക്ക് പൂക്കളൊരുക്കുക, മാല കോർക്കുക, വാദ്യഘോഷങ്ങൾ നടത്തുക, ക്ഷേത്രവരുമാനവും ചെലവും സംബന്ധിച്ച കണക്ക് തയ്യാറാക്കുകയും, സൂക്ഷിക്കുകയും ചെയ്യുക തുടങ്ങിയ ജോലികളാണ് അമ്പലവാസികൾ ചെയ്യുന്നത്. ഈ ജോലി ഭംഗിയായി നിർവഹിക്കുന്നതിന് ഊരാളന്മാർ ക്ഷേത്രപരിസരത്ത് തന്നെ 'വിരുത്തി' എന്ന പേരിൽ ഇവർക്ക് ഭൂമി നൽകുന്നുണ്ട്. ക്ഷേത്രത്തിലെ പൂജാദികർമ്മങ്ങൾ നിർവ്വഹിക്കുന്നതിന് യജുർവേദികളായ നമ്പൂതിരി കുടുംബങ്ങളെയാണ് ചുമതലപ്പെടുത്തിയിരുന്നത്. മട്ടന്നൂരിലെ ക്ഷേത്ര ഊരാളന്മാരിൽ പഴശ്ശി ശ്രീകൃഷ്ണക്ഷേത്രത്തിന്റേത് ക്ഷത്രിയന്മാരായ പഴശ്ശി കോവിലകം തമ്പുരാക്കന്മാരാണ്. മട്ടന്നൂർ മഹാദേവക്ഷേത്രം, കല്ലൂർ വിഷ്ണുക്ഷേത്രം എന്നിവയുടെ ഊരാളന്മാർ ഋഗ്വേദികളായ ബ്രാഹ്മണരായിട്ടാണ് കാണപ്പെടുന്നത്. ക്ഷേത്രങ്ങളുടെ ഏറ്റവും പവിത്രമായ സ്ഥാനം ശ്രീകോവിലാണ്. ശ്രീകോവിലിൽ പ്രവേശിക്കാനും പുഷ്പമാല്യങ്ങൾ അർപ്പിക്കാനും എമ്പ്രാന്തിരിക്കുമാത്രമേ അർഹതയുള്ളൂ. മിക്കവാറും ക്ഷേത്രങ്ങളിൽ ബലിക്കല്ല്, ചുറ്റുമതിൽ, നാലമ്പലം, കൊടിമരം, ഊട്ടുപുര, പടിപ്പുര, കൂത്ത്, കഥകളി പോലുള്ള കലാരൂപങ്ങളവതരിപ്പിക്കാനുള്ള കൂത്തമ്പലങ്ങൾ എന്നിവയെല്ലാം ഉണ്ടായിരിക്കും.

ശ്രീകോവിലിന്റെ ചുറ്റുമുള്ള പുറംചുമരിൽ കൃഷ്ണശിലയിൽ ചില ക്ഷേത്രങ്ങളിൽ പലവിധ കൊത്തുപണികളും കാണുന്നുണ്ട്. പുരാതന കഥകളിലെ കഥാമുഹൂർത്തങ്ങളാണ് ഇങ്ങനെ കൊത്തിവച്ചിരിക്കുന്നത്. ദേവീദേവന്മാരുടെ രതിക്രീഡകൾക്കും, മൈഥുനരംഗങ്ങൾക്കും ഇങ്ങനെയുള്ള കൊത്തുപണികളിൽ വലിയ സ്ഥാനമാണ് കൽപ്പിച്ചുകാണുന്നത്. ശ്രീകോവിലിന്റെ മേൽപ്പുരയിൽ വ്യാളീമുഖം, ഗജമസ്തകം, ഗരുഡൻ, പത്തിവിടർത്തിയാടുന്ന നാഗങ്ങൾ എന്നിവയെല്ലാം കൊത്തിവെച്ചതായി കാണാം.

ബ്രാഹ്മണക്ഷേത്രങ്ങളിൽ ചാതുർവർണ്യവ്യവസ്ഥ പ്രകാരമുള്ള നാല് ജാതിക്കാർക്കും അർദ്ധബ്രാഹ്മണരായ അമ്പലവാസികൾക്കും മാത്രമേ ഒരുകാലത്ത് ആരാധനക്കുള്ള സ്വാതന്ത്ര്യവും പ്രവേശനവും ഉണ്ടായിരുന്നുള്ളൂ. ഉത്തരേന്ത്യയിൽ നിന്ന് വ്യത്യസ്തമായി കേരളത്തിൽ ചാതുർവർണ്യവ്യവസ്ഥയിലെ ശൂദ്രജാതിക്കാരായി കണക്കാക്കിയിരുന്നത് നമ്പ്യാർ, നായർ സമുദായങ്ങളെയാണ്. ഇവരെല്ലാം ചേർന്നതാണ് കേരളത്തിലെ സവർണവിഭാഗം.

സവർണസമുദായത്തിന് പുറത്തുള്ള ഹൈന്ദവജാതിയിൽപ്പെട്ടവർക്കും അന്യമതസ്ഥർക്കും ബ്രാഹ്മണക്ഷേത്രങ്ങളിൽ പ്രവേശനം നിഷേധിച്ചു. ഹൈന്ദവരെന്ന് കണക്കാക്കപ്പെടുന്ന ക്ഷേത്രപ്രവേശനം

നിഷേധിക്കപ്പെട്ട അവർണജാതിക്കാർക്ക് തീയ്യർ, വാണിയർ, ചാലിയർ, ഐങ്കുടി കമ്മാളർ, (കൊല്ലൻ, തട്ടാൻ, ആശാരി, മൂശാരി, കുശവൻ), പെരുവണ്ണാൻ, വണ്ണാൻ, മലയർ, പുലയർ, പണിയർ, കണിയാൻ, ചക്ലിയൻ തുടങ്ങിയ അടിയാളർക്ക് ക്ഷേത്ര ചുറ്റുമതിലിനകത്ത് മാത്രമല്ല, ക്ഷേത്രപരിസരത്തും പ്രവേശനം ഉണ്ടായിരുന്നില്ല. അമ്പലക്കുളങ്ങളിൽ ഇവർ കുളിക്കുന്നത് നിഷിദ്ധമായി കരുതി.

20-ാം നൂറ്റാണ്ടിലെ ആദ്യപാദം തൊട്ട് കേരളത്തിലാരംഭിച്ച നവോത്ഥാന പ്രസ്ഥാനത്തിന്റെ ഭാഗമായി രൂപംകൊണ്ട ക്ഷേത്രപ്രവേശനത്തിന് വേണ്ടിയുള്ള പ്രസ്ഥാനം അത്ര തീവ്രതയോടുകൂടി അല്ലെങ്കിലും മട്ടന്നൂരിലും നടക്കുകയുണ്ടായി. ഇക്കാലത്ത് അവർണസമുദായത്തിലെ ചില ചെറുപ്പക്കാർ പെരിഞ്ചേരി കുളത്തിനകത്ത് കർഷകസംഘത്തിന്റെ നേതൃത്വത്തിൽ വിലക്ക് ലംഘിച്ചുകൊണ്ട് കുളിച്ചത് വലിയ കോളിളക്കമുണ്ടാക്കിയ സംഭവമായിരുന്നു. വാഗ്ഭടാനന്ദസ്വാമികളുടെയും മറ്റും അടുപ്പംകൊണ്ട് നവോത്ഥാന ചിന്തകളോട് അടുപ്പം കാണിച്ച മട്ടന്നൂർ മധുസൂദനൻ തങ്ങൾ ഒരു സമ്മർദ്ദവുമില്ലാതെ തന്നെ സ്വാഭീഷ്ടപ്രകാരം തന്റെ ഊരായ്മയിലുള്ള മട്ടന്നൂർ ശ്രീ മഹാദേവക്ഷേത്രം നാനാജാതിക്കാരായ ഹൈന്ദവർക്ക് തുറന്നുകൊടുക്കുകയുണ്ടായി. ഇന്ന് മട്ടന്നൂരിലെവിടെയും ക്ഷേത്രാരാധനക്കും പ്രവേശനത്തിനും അവർണജാതിക്കാരായ ഹൈന്ദവർക്ക് വിലക്ക് നേരിടേണ്ടിവരുന്നില്ല.

മട്ടന്നൂരിലെ ക്ഷേത്രങ്ങൾ പ്രധാനമായും വിഷ്ണുക്ഷേത്രം, ശിവക്ഷേത്രം, സുബ്രഹ്മണ്യക്ഷേത്രം, അയ്യപ്പക്ഷേത്രം തുടങ്ങിയ ഗണങ്ങളിലാണ് പെടുന്നത്. ശിവക്ഷേത്രങ്ങൾ കിളിയങ്ങാട് വൈരിഘാതകൻ ക്ഷേത്രം പോലെ മറ്റ് പേരുകളിലും അറിയപ്പെടുന്നുണ്ട്. വിഷ്ണുക്ഷേത്രങ്ങൾ, ശ്രീകൃഷ്ണക്ഷേത്രം, നരസിംഹമൂർത്തീക്ഷേത്രം, പാർത്ഥസാരഥി ക്ഷേത്രം എന്നിങ്ങനെയെല്ലാം കാണുന്നുണ്ട്. അയ്യപ്പന് സ്വന്തമായി ക്ഷേത്രങ്ങളുള്ളപ്പോൾ തന്നെ ചിലയിടങ്ങളിൽ ഉപദേവതാസ്ഥാനം കൽപ്പിച്ച് ആരാധിച്ചുപോരുന്നുണ്ട്. പരിയാരം സുബ്രഹ്മണ്യക്ഷേത്രത്തോടനുബന്ധിച്ച് അയ്യപ്പക്ഷേത്രം കാണുന്നുണ്ട്. മട്ടന്നൂർ മഹാദേവക്ഷേത്രത്തോട് അനുബന്ധിച്ചും ഇതുപോലെ ഒന്ന് കാണാം.

ഹിന്ദുക്കളുടെ പ്രധാന ആരാധനാമൂർത്തിയാണ് ഗണപതി എങ്കിലും ഈ ഗജമുഖനെ പല ക്ഷേത്രങ്ങളിലെയും ഉപദേവതയായിട്ടാണ് ആരാധിച്ചുവരുന്നത്. ഗണപതി തടസ്സങ്ങൾ നീക്കുന്നതിനുള്ള വിഘ്നേശ്വര മൂർത്തിയാണ്. എന്നാൽ അമ്പലങ്ങളിൽ മാത്രമല്ല ഹൈന്ദവഭവനങ്ങളിലും ഗണനായകനെ പ്രത്യേകം പൂജിച്ചുവരുന്നതായി കാണാം. പരശുരാമൻ, ധന്വന്തരി, ആദിത്യൻ, ബ്രഹ്മാവ്, ഹനുമാൻ, സരസ്വതി, ഗരു

ഡൻ, നവഗ്രഹങ്ങൾ എന്നിങ്ങനെയുള്ള മൂർത്തികൾക്ക് പല ക്ഷേത്രങ്ങളിലും ഉപദൈവപദവി കൽപ്പിച്ചുപോന്നതായി കാണുന്നുണ്ട്.

ഗണപതിക്ക് അർഘ്യപദാർത്ഥങ്ങളായി അവൽ, മലർ, കൊട്ടത്തേങ്ങ, ശർക്കര, പഴം, എള്ള്, മുന്തിരി, കൽക്കണ്ടം, കരിമ്പ്, മാതളനാരങ്ങ എന്നിവയെല്ലാം പൂജയുടെയും ഹോമത്തിന്റെയും ഘട്ടത്തിൽ നിവേദിക്കുന്നു. നമ്പൂതിരിമാർക്ക് പുറമെ വീടുകളിലും മറ്റും നടക്കുന്ന ഗണപതിഹോമം കണിയാൻ, മലയൻ, ആശാരിമാർ, നമ്പ്യാർ എന്നിവരും നടത്തിവരുന്നതായി കാണാം.

ക്ഷേത്രാങ്കണത്തിൽ വലിയ പ്രാധാന്യത്തോടുകൂടി അരയാൽ, കൂവളം, തുളസി എന്നിവ നട്ടുവളർത്തുന്നുണ്ട്. ക്ഷേത്രാങ്കണത്തിലുള്ള അരയാലിനെ ഭക്തർ ആരാധിക്കുന്ന പതിവുണ്ട്. ശിവന് അർപ്പിക്കുന്ന മാല കൂവളത്തിന്റെ ഇല കോർത്തുണ്ടാക്കിയതാണ്. എല്ലാ ക്ഷേത്രങ്ങളിലും ചന്ദനക്കുഴമ്പ് ഒരു പ്രത്യേക അർഘ്യപദാർത്ഥമാണ്. വിഗ്രഹത്തിൽ ചാർത്താനും ഭക്തജനങ്ങൾക്ക് പ്രസാദമായി കൊടുക്കാനും ഈ ചന്ദനം ഉപയോഗിക്കുന്നു. കൃഷ്ണവിഗ്രഹത്തിൽ തുളസിമാല ചാർത്തുന്നു. ഊട്ടമ്പലത്തിൽ ക്ഷേത്രത്തിലേക്കാവശ്യമായിട്ടുള്ള നിവേദ്യച്ചോറും പായസവും ഉണ്ടാക്കുന്നത് ബ്രാഹ്മണന്മാരായ നമ്പൂതിരിമാരാണ്. പടച്ചോറ് നിവേദ്യവും പ്രസാദവുമാണ്.

മിക്ക ക്ഷേത്രങ്ങളോടും അനുബന്ധിച്ച് നാഗസ്ഥാനങ്ങളും നാഗാരാധനാകേന്ദ്രങ്ങളും ഉണ്ട്. അമ്പലങ്ങളോട് ചേർന്നുള്ള ഒരു കൊച്ചുവനമായി സംരക്ഷിച്ചുവരികയാണ്. ചില ഭൂപ്രഭുക്കളായ നായർ കുടുംബങ്ങളിലും നമ്പൂതിരി ഭവനങ്ങളിലും നാഗസ്ഥാനമുണ്ട്. അയ്യല്ലൂർ കണ്ണോത്ത് താഴത്തുവീട്ടിൽ ഒരു നാഗസ്ഥാനം നമുക്ക് കാണാൻ കഴിയും.

നമ്പൂതിരിയുടെ അന്ത്യയഷ്ടിക്കും ശ്രാദ്ധകർമ്മങ്ങൾക്കും ദർഭപ്പുല്ല്, തുളസിയില, ചെറൂള എന്നിവ അനിവാര്യമായ ഘടകങ്ങളാണ്.

എല്ലാ ക്ഷേത്രങ്ങളിലും നവരാത്രികാലങ്ങളിൽ പ്രത്യേക സരസ്വതീപൂജ നടത്തുന്നു. സരസ്വതി വിദ്യാദേവതയാണ്. ഗ്രന്ഥപൂജ, ആയുധപൂജ തുടങ്ങിയവയ്ക്ക് ശേഷം വിജയദശമി നാളിൽ കുട്ടികളെ എഴുത്തിനിരുത്തുന്നു. അവലും മലരും പഴം നുറുക്കിയതും ചേർന്ന നിവേദ്യമാണ് വാണീദേവിക്ക് അർപ്പിക്കുന്നത്. ഇതിന് ത്രിമധുരം എന്നാണ് പറയുന്നത്. ഇതോടൊപ്പം തേനും, പഞ്ചസാരയും നെയ്യും ചേർന്ന മറ്റൊരു മധുരവും ഉണ്ട്. അമ്പലങ്ങളിലെ പൂജക്ക് വെള്ളം, പുഷ്പം, ചന്ദനം, കർപ്പൂരം, ഭസ്മം ഇവയാണ് ഉപയോഗിക്കുന്നത്. ചെമ്പരത്തി, ചെത്തി, ചെമ്പകം, കുങ്കുമം എന്നിവയാണ് അർഘ്യപുഷ്പങ്ങളായി ഉപയോഗിക്കുന്നത്. ക്ഷേത്രദർശനത്തിനെത്തുന്നവർ വൃത്തിയും വെടിപ്പു

മുള്ളവരായിരിക്കണം എന്ന നിഷ്കർഷയുണ്ട്. മാസമുറക്കാരായ സ്ത്രീകൾക്ക് അമ്പലത്തിൽ പ്രവേശനമുണ്ടായിരുന്നില്ല. ഗണപതി ക്ഷേത്രങ്ങളിലെയും അയ്യപ്പ ക്ഷേത്രങ്ങളിലെയും പ്രധാനപ്പെട്ട ഒരു ചട ങ്ങാണ് തേങ്ങ ഉടക്കൽ. ക്ഷേത്രോത്സവങ്ങളോടനുബന്ധിച്ച് വിഗ്രഹം എഴുന്നള്ളത്ത്, തിടമ്പ് നൃത്തം എന്നീ ചടങ്ങുകളുണ്ട്.

ക്ഷേത്രങ്ങളിലെ വാർഷിക ഉത്സവങ്ങളോടനുബന്ധിച്ച് മൂന്നുദിവസം, ഏഴ് ദിവസം എന്നിങ്ങനെ വലിയ ആഘോഷപരിപാടികൾ സംഘടിപ്പി ച്ചുവരുന്നുണ്ട്. പഴയകാലത്തുനിന്നും വ്യത്യസ്തമായി ക്ഷേത്രനടത്തി പ്പിൽ നിന്ന് ഊരാളന്മാരായ നമ്പൂതിരിമാരുടെ സ്ഥാനം നഷ്ടപ്പെടുകയും ജനകീയ കമ്മിറ്റികൾ ക്ഷേത്രനടത്തിപ്പിന് നേതൃത്വം നൽകുകയും ചെയ്തതോടെ ക്ഷേത്രങ്ങളിൽ പരിമിതമായ തോതിലെങ്കിലും ഒരു ജനാ ധിപത്യസ്വഭാവം കൈവന്നിട്ടുണ്ട്. എങ്കിലും വിശ്വാസികളുടെയാകെ പങ്കാ ളിത്തത്തോടുകൂടി ക്ഷേത്രങ്ങളുടെ നടത്തിപ്പ് സംഘടിപ്പിക്കാനായാൽ മാത്രമേ ജനകീയ സ്വഭാവം കൈവരിക്കാനാവൂ. മലബാർ ദേവസ്വം ബോർഡ് രൂപീകരിച്ചതോടെ പെരിഞ്ചേരി മഹാവിഷ്ണുക്ഷേത്രം അവർ ഏറ്റെടുത്തിരിക്കുകയാണ്. അതോടെ ഇവിടത്തെ പൂജാരിയുടെയും മാലകെട്ടുന്നവരുടെയും അടിച്ചുതളിക്കാരുടെയും വേതനം കൃത്യമാവു കയും സേവനവേതന വ്യവസ്ഥകൾ മെച്ചപ്പെടുകയും ചെയ്തിട്ടുണ്ട്. മട്ടന്നൂരിലെ പല ക്ഷേത്രങ്ങളും അവയുടെ നിത്യനിദാന ചെലവുകൾ നിർവ്വഹിക്കുന്നതിന് വളരെയേറെ പ്രയാസപ്പെടുന്നുണ്ട്. എല്ലാ ക്ഷേത്ര ങ്ങളും മലബാർ ദേവസ്വം ബോർഡിന്റെ നിയന്ത്രണത്തിൽ കൊണ്ടുവ ന്നാൽ അവരുടെ പരാധീനതകൾ പരിഹരിക്കാൻ സാധിക്കും.

ഈ രചന തയ്യാറാക്കുന്ന സമയത്ത് മട്ടന്നൂർ മഹാദേവക്ഷേത്രവും മലബാർ ദേവസ്വം ബോർഡിന്റെ നിയന്ത്രണത്തിൽ വന്നുകഴിഞ്ഞു.

അവർണരുടെ ആരാധനാ സമ്പ്രദായങ്ങൾ

മട്ടന്നൂരിലെ എല്ലാ ഭാഗങ്ങളിലും ഹൈന്ദവസമുദായത്തിലെ അവർണജാതിക്കാരായിരുന്ന തീയ്യർ, വാണിയർ, തട്ടാൻ, കൊല്ലൻ, ചാലിയൻ എന്നിങ്ങനെ വിവിധ സമുദായ കൂട്ടായ്മകളുടെ ആരാധനാ മൂർത്തികളായ തെയ്യങ്ങളെ കെട്ടിയാടിക്കുന്ന ദൈവസ്ഥാനങ്ങളെ കാണാനാകും. ബ്രാഹ്മണ ക്ഷേത്രങ്ങളിൽ നിന്നും വിഭിന്നമാണ് ഇവ. അവർണരെന്ന് മുദ്രകുത്തപ്പെട്ട സ്വന്തമായ ദേവതാ സങ്കല്പങ്ങളും ആരാധനാ കേന്ദ്രങ്ങളുമാണിത്. അസ്പൃശ്യരും പ്രാന്തവൽക്കരിക്കപ്പെട്ടവരുമായ ദളിത് സമൂഹത്തിന് ഒരു കാലത്ത് അസ്തിത്വം നൽകാൻ അവർണരെന്ന് മുദ്രകുത്തപ്പെട്ടവർ തീയ്യർ, മണിയാണി അല്ലെങ്കിൽ യാദവൻ, ചാലിയൻ, വാണിയൻ, ആശാരി, മൂശാരി, കൊല്ലൻ, തട്ടാൻ, കണിയാൻ, കുശവൻ, വണ്ണാൻ, വണ്ണത്താൻ, കാവുതീയ്യൻ, വളിഞ്ചിയൻ (വിളക്കിത്തല നായർ) എന്നിവരായിരുന്നു. ഈ ജാതിശ്രേണിയിൽ മേൽപ്പറഞ്ഞവർക്ക് കീഴെ അധമസമുദായങ്ങളായി കണക്കാക്കപ്പെട്ടവരാണ് പുലയൻ, പണിയൻ, വണ്ണാൻ, കരിമ്പാലൻ, മലയൻ തുടങ്ങിയവർ.

ബ്രാഹ്മണർ, പിന്നോക്ക സമുദായക്കാരും അവർണരുമായ ഹൈന്ദവർ, ദളിതർ എന്നീ മൂന്ന് വിഭാഗക്കാരുടെയും ആരാധനാമൂർത്തികളും അനുഷ്ഠാനങ്ങളും വിഭിന്നങ്ങളാണ്. ബ്രാഹ്മണക്ഷേത്രങ്ങളെപ്പോലെ തന്നെ അവർണരുടെയും ദളിതരുടെയും ആരാധനാ കേന്ദ്രങ്ങളെ ആരാധനാലയങ്ങളായി പരിഗണിക്കപ്പെടുന്നു. അവർണസമുദായങ്ങളുടെ മൂർത്തി തെയ്യം അല്ലെങ്കിൽ തിറ എന്ന പേരിലാണറിയപ്പെട്ടിരുന്നത്. തെയ്യാട്ടം അരങ്ങേറുന്ന സങ്കേതങ്ങളെ പൊതുവെ കാവുകൾ എന്നാണ് വിളിച്ചിരുന്നത്. ഈ കാവുകളും തെയ്യങ്ങളും സമൂഹത്തിന്റെ ആശ്വാസകേന്ദ്രങ്ങളായിട്ടാണ് കരുതപ്പെടുന്നത്. സങ്കടക്കണ്ണീരുമായി

എത്തുന്ന ഭക്തന്റെ മുന്നിൽ 'തൊണ്ണൂറ്ററ് മഹാവ്യാധിക്ക് നൂറ്റിയെട്ട് ഔഷധങ്ങളായും ധന്വന്തരിയായും ഞാൻ എടത്തും വലത്തും നില നിന്ന് നിന്നോളാം' എന്ന് തെയ്യം ഉരിയാടി അനുഗ്രഹം ചൊരിയു മ്പോൾ മുന്നിലെത്തിയ ഭക്തന്റെ മനസ്സിലെ സംതൃപ്തിയും ആനന്ദവും അനിർവചനീയമാണ്. ഓരോ ജാതിക്കാരുടെയും ഈ ആരാധനാ സങ്കേതങ്ങൾക്ക് വ്യത്യസ്ത പേരുകളാണ് കൽപ്പിച്ചു നൽകിയിട്ടുള്ള ത്. പള്ള്യറ, അറമുണ്ട്യ, കഴകം, കോട്ടം, കളരി, കൂലകം, മതിലകം, ഇടം, മാടം, വാതിൽമാടം, ഗോപുരം ഇങ്ങനെ പല പേരുകളുണ്ടെന്ന് തെയ്യങ്ങളെ കുറിച്ച് പഠനം നടത്തിയിട്ടുള്ള ശ്രീ. ആർ.സി. കരിപ്പത്ത് പറയുന്നു.

നിശ്ചിത ആരാധനാ സങ്കേതത്തിലല്ലാതെ ചില അവസരങ്ങളിൽ നേർച്ചകളും മറ്റും നടത്തിയതിന്റെ ഭാഗമായി തറവാട്ട് മുറ്റങ്ങളിലും പൊതുസ്ഥലങ്ങളിലും തെയ്യാട്ടം നടത്താറുണ്ട്. ചില പ്രത്യേക കാല ങ്ങളിൽ കൊയ്തൊഴിഞ്ഞ വയലുകളിലും പറമ്പുകളിലും താൽക്കാ ലികമായി പതി (പള്ളിയറ) കെട്ടി തെയ്യക്കോലം കെട്ടാറുണ്ട്. കടവ ങ്കോട് മാക്കം ഇങ്ങനെ കെട്ടിയാടുന്ന തെയ്യത്തിന് ഉദാഹരണമാണ്. ഇക്കാലത്ത് ഗൃഹപ്രവേശനത്തിന്റെയും മറ്റും ഭാഗമായി മുത്തപ്പന്റെ തിരുവപ്പനയും വെള്ളാട്ടവും വീട്ടുമുറ്റങ്ങളിൽ പലയിടങ്ങളിലും കെട്ടി യാടുന്നുണ്ട്. തീയ്യ സമുദായത്തിന്റെ കാവുകളെ കഴകം എന്നും വാണിയ സമുദായത്തിന്റെ തെയ്യാട്ടകേന്ദ്രങ്ങളെ മുച്ചിലോട്ട് ഭഗവതി ക്കാവുകളായും പറയപ്പെടുന്നു. യാദവവിഭാഗത്തിന്റെ കണ്ണങ്കാട്ട് കാവു കളും ഉണ്ട്. ഇവിടങ്ങളിൽ നടക്കുന്ന ഉത്സവങ്ങൾക്ക് കൊല്ലംതോറും ഉള്ളതിന് കളിയാട്ടം എന്നും പന്തീരാണ്ട് കൂടുമ്പോൾ നടക്കുന്നതിന് പെരുങ്കളിയാട്ടം എന്നും പറയുന്നു. ചിത്രമെഴുത്തും നൃത്തവും സംഗീ തവും വാദ്യവൈവിധ്യങ്ങളും സമന്വയിക്കുന്നതാണ് തെയ്യക്കോലങ്ങൾ. ചൊക ചൊക മിന്നി തിളങ്ങുന്ന ആടയാഭരണങ്ങൾ ഒരലൗകിക പരി വേഷമാണ് തെയ്യത്തിന് നൽകുന്നത്. ഇത് ഒരാരാധനാമൂർത്തി എന്നു ള്ളതിൽനിന്ന് വ്യത്യസ്തമായി പ്രകൃതിയോട് ഇണങ്ങുന്ന പാരമ്പര്യ കലയുടെ ആത്മീയവൽക്കരിച്ച രൂപമാണ് എന്നതിൽ സംശയമില്ല. ഇത് കേരളത്തിന്റെ തികച്ചും വടക്കേ മലബാറിന്റെ പൈതൃകവും ഗ്രാമീണ ജനജീവിതത്തിന്റെ ഊഷ്മളതയും കൃത്യമായി പ്രതിഫലി പ്പിക്കുന്ന ഒരു ആരാധനാ സമ്പ്രദായമാണ്.

തെയ്യാട്ടസ്ഥാനങ്ങളുടെ ശിൽപ്പപരമായ പ്രത്യേകത ബ്രാഹ്മണക്ഷേ ത്രങ്ങളുടെ പാരമ്പര്യത്തിൽ നിന്നും തികച്ചും വ്യത്യസ്തമാണ്.

ബ്രാഹ്മണ ആധിപത്യംകേരളത്തിൽ രൂപംകൊള്ളുന്നതിന് മുമ്പ് കേരളത്തിൽ ഉണ്ടായിരുന്ന ജനതയുടെ അതിസവിശേഷമായ ദ്രാവിഡരൂപത്തിലുള്ള ആരാധനാ സമ്പ്രദായം കൂടിയാണിത്.

എന്നാൽ ആധുനിക സമൂഹത്തിന്റെ ഇന്നത്തെ കാലത്ത് കാണാനാകുന്നത് പിന്നോക്ക ദളിത് വിഭാഗങ്ങളുടെ ഈ കാവുകളെ ബ്രാഹ്മണവൽക്കരിക്കാനുള്ള വലിയ ശ്രമം നടക്കുന്നു എന്നുള്ളതാണ്. ഇതിനായി താംബൂലപ്രശ്നവും സ്വർണ്ണപ്രശ്നവും, കഴകക്കാരായി ആരാധനയർപ്പിച്ച സ്ഥാനത്ത് നമ്പൂതിരിമാരെ പൂജാരിമാരായി നിശ്ചയിക്കുകയും ബ്രാഹ്മണക്ഷേത്രങ്ങളുടെ മാതൃകയിൽ പൂജകളും മറ്റും നടത്തുകയും ചെയ്യുന്നു. ഇത് നാടിന്റെ യഥാർത്ഥ പാരമ്പര്യത്തേയും പൈതൃകത്തേയും അട്ടിമറിച്ച് എല്ലാറ്റിനെയും സവർണ്ണവൽക്കരിക്കാനുള്ള നീക്കമായി തന്നെ കാണണം.

കാവിന്റെ പ്രധാനപ്പെട്ട സ്ഥാനം പള്ളിയറയാണ്. കാവിനകത്ത് ഒരു ചെറുകെട്ടിടമാണ് പള്ളിയറയായി കണക്കാക്കുന്നത്. ഒന്നോ രണ്ടോ പേർക്ക് കർമ്മം നടത്താനുള്ള ഇടമേ അതിനകത്തുള്ളൂ. ബ്രാഹ്മണക്ഷേത്രങ്ങളെ പോലെ ബിംബപ്രതിഷ്ഠ ഇല്ല. സദാ നിറഞ്ഞുകത്തുന്ന ദീപം, അതിനരികിൽ ഒരു 'പള്ളിപീഠം', പീഠത്തിൽ വിരിച്ചൊരു 'കോലാര്യൻ പട്ട്', അതിൽ വെച്ചിട്ടുള്ള ഓരോ തെയ്യത്തിനും കൽപ്പിച്ചിട്ടുള്ള തിരുവായുധങ്ങൾ ഇത്രയുമേ പള്ളിയറക്കകത്തുള്ളൂ. തിരുവായുധങ്ങൾക്കും പ്രത്യേകതയുണ്ട്. അവയ്ക്ക് കടുത്തില, നാരുകം, പള്ളിവാൾ, ത്രിശൂലം എന്നെല്ലാം പറയുന്നുണ്ട്. ഇതിലേതെങ്കിലും ഒന്നുമാത്രമേ ഓരോ പള്ളിയറക്കകത്തും ആരാധനക്കായി വെച്ചിട്ടുള്ളൂ. ചില കാവുകളിൽ ദേവതാ സങ്കൽപ്പം തിടമ്പുകളുടെ രൂപത്തിലാണ് സങ്കൽപ്പിച്ചിട്ടുള്ളത്. പള്ളിയറയുടെ മുഖ്യകവാടത്തിൽ മുകളിൽ മരത്തിൽ കൊത്തിയെടുത്ത പുറത്തേക്ക് തള്ളിയ കണ്ണുകളോടെ കോമ്പല്ലുകൾക്കിടയിലൂടെ ചോരയൊഴുകുന്നതും പുറത്തേക്ക് നീട്ടിയ രക്തവർണ്ണമുള്ള നീളൻ നാക്കും ഇരുപുറത്തേക്കും നീട്ടിപ്പിടിച്ച കൈകളുംഉള്ള ഒരു 'കിംപുരുഷ'രൂപമുണ്ട്. കാവുകളുടെ പ്രവേശന കവാടത്തിൽ ഒരു പടിപ്പുര കാണാനുണ്ട്. കാവുകൾക്കകത്ത് തേങ്ങ എറിഞ്ഞുടുക്കാനുള്ള തോങ്ങാക്കല്ലും ഒരു ചെറുകിണറും (മണിക്കിണർ) കലശത്തറയും ഉണ്ടായിരിക്കും.

ജനുവരി മാസം മുതൽ മെയ്മാസം വരെയാണ് വടക്കേമലബാറിലെ തെയ്യാട്ടസ്ഥാനങ്ങളിൽ തെയ്യം കെട്ടിയാടിക്കുന്നത്. ഇതോടെ ഗ്രാമങ്ങൾ ഉണരുകയായി. വാദ്യസംഘങ്ങളും കോലധാരികളും മുഖ

ത്തെഴുത്ത് വിദഗ്ധരും തോറ്റംപാട്ടിൽ പ്രാവീണ്യം നേടിയവരും ചെണ്ട വാദ്യത്തിലും ഓലച്ചമയത്തിലും കഴിവുനേടിയവരും അടങ്ങിയ തെയ്യ സംഘങ്ങൾ കാവുകളിലേക്ക് എത്തിച്ചേരുകയായി. മലയാളമാസ ത്തിലെ വർഷംതോറുമുള്ള നിശ്ചിത തിയ്യതികളിലായിരിക്കും തെയ്യം കെട്ടിയാടുന്നത്. ഇക്കാലത്ത് തെയ്യാട്ടസംഘങ്ങൾക്ക് വിശ്രമമുണ്ടാകി ല്ല. മലയൻ, വണ്ണാൻ, അഞ്ഞൂറ്റാൻ, മുന്നൂറ്റാൻ എന്നീ സമുദായക്കാ രാണ് തെയ്യം കെട്ടിയാടുന്നത്. ഓരോ ആരാധനാമൂർത്തിയുടെയും വീരചരിതം ഗാനമായി ആലപിക്കുന്നതാണ് തോറ്റങ്ങൾ. മുഖത്തെ ഴുത്ത് നടത്തുന്ന അവസരത്തിൽ ആരംഭിക്കുന്ന തോറ്റംപാട്ട് കോല ധാരിയെ ദൈവമായി ആവേശംകൊള്ളിക്കാനുള്ള ഒന്നായാണ് കരു തപ്പെടുന്നത്.

തെയ്യാട്ടസംഘം കാവിൽ പ്രവേശിച്ച് മുഖത്തെഴുത്ത് നടത്തി തെയ്യം പുറപ്പെടുന്നതിനുമുമ്പ് നടത്തുന്ന ചടങ്ങിന് 'തിടങ്ങൽ' എന്നാണ് പറയുന്നത്. ആരംഭം എന്നർത്ഥമുള്ള തുടങ്ങൽ തന്നെ. തെയ്യാട്ടം തുടങ്ങുകായി എന്ന അറിയപ്പിന് ചെണ്ടവാദ്യം മുഴക്കുക യാണിവിടെ. ഇതോടെ പ്രവേശിക്കുന്ന തെയ്യത്തിന് കാവിലെ കോമരം അരിയും പൂവും നൽകുന്നു. തെയ്യം അത് വാങ്ങി പള്ളിപീഠത്തിനും തിരുവായുധത്തിനും നേരെനിന്ന് 'അരിയിട്ട് വന്ദിക്ക' എന്നുറക്കെ സ്തുതിച്ച് പള്ളിയറയിലെ ദീപത്തിന് നേരെ അരിയും പൂവും നീട്ടി യെറിയുന്നു. തെയ്യം കെട്ടുന്ന സമുദായക്കാർക്ക് ഓരോ കാവിലെ ഓരോ തെയ്യവും കെട്ടിയാടാൻ പണ്ടേ അവകാശം കൽപ്പിച്ച് നൽകി യിട്ടുണ്ട്. ഈ അവകാശത്തിന് 'ജന്മാരി' അല്ലെങ്കിൽ 'ചെറുജന്മം' എന്നാണ് പറയുന്നത്. ഓരോ കാവിലും അന്തിത്തിരിയൻ എന്നൊരാ ളുണ്ട്. ഇദ്ദേഹമാണ് കാവിലെ പ്രധാന പൂജാരി. ഏത് സമുദായത്തിന്റെ കാവാണോ ആ സമുദായത്തിൽ നിന്ന് നിയോഗിക്കപ്പെടുന്ന അംഗ മാണ് കാവിലെ അന്തിത്തിരിയൻ. ഇദ്ദേഹമാണ് പള്ളിയറക്കുള്ളിലും തേങ്ങാക്കല്ലിലും കലശത്തറയിലും അന്തിക്ക് തിരി കൊളുത്തുന്നത്.

ഓരോ ജാതിക്കാർക്കും ഓരോ കുലദേവതയുണ്ട്. വാണിയന്മാർക്ക് അത് മുച്ചിലോട്ട് ഭഗവതിയാണ്. യാദവർക്ക് കണ്ണങ്കാട്ട് ഭഗവതിയാ ണ്. തീയ്യരുടെ കാവുകൾക്ക് കഴകം, അറ, മടപ്പുര, മുണ്ട്യ എന്നെല്ലാം പറയുന്നു. തെയ്യം ഓരോ സമുദായക്കാരെയും ഓരോ ഭാഷയിലാണ് അഭിസംബോധന ചെയ്യുന്നത്. ഉദാഹരണത്തിന് 'എട്ടില്ലം കരുമന ക്കാരെ' എന്നാണ് തീയ്യരെ വിളിക്കുന്നത്.

നായന്മാർക്കും മറ്റ് ശൂദ്രവിഭാഗങ്ങൾക്കും തെയ്യസ്ഥാനങ്ങൾ കള

രി, മതിലകം, കൂലകം, മഠം എന്നിങ്ങനെയാണ്. ആശാരിമാർക്കും ചാലിയന്മാർക്കും അത് കോട്ടങ്ങളാണ്. പുലയർക്ക് നാഗസ്ഥാനങ്ങളും കോട്ടങ്ങളുമുണ്ട്.

പണ്ടൊരു കാലത്ത് ജനായത്ത ഭരണമോ വ്യവസ്ഥാപിതമായ നിയമപരിപാലനസംവിധാനങ്ങളോ ഇല്ലാത്ത കാലത്ത് കാവുകൾ നീതി നൽകുന്ന അധികാരകേന്ദ്രങ്ങളായി ജനങ്ങളുടെ ഇടയിൽ വലിയ സ്ഥാനം പിടിച്ചു. കാവുകളിൽ അതാത് സമുദായക്കാർ വഴക്കുകളും അവകാശതർക്കങ്ങളും കുടുംബപ്രശ്നങ്ങളും പരിഹരിക്കാൻ മാർഗ്ഗങ്ങളാരാഞ്ഞ് എത്തിച്ചേർന്നു. മോഷണം, വ്യഭിചാരം പോലുള്ള കുറ്റങ്ങൾക്ക് ഇവിടെവെച്ച് തീർപ്പുണ്ടായി. കാവിൽ സ്വസമുദായത്തിലെ ക്രമവും സമാധാനവും പാലിക്കാൻ ചുമതലപ്പെടുത്തിയവരെ ആചാരക്കാർ എന്നാണ് വിളിച്ചിരുന്നത്. വാദിയും പ്രതിയും പറയുന്നതു കേട്ട് ആചാരക്കാർ അന്യായങ്ങൾക്കും ആവലാതികൾക്കും തീർപ്പുണ്ടാക്കി. കുറ്റവാളികളെന്ന് തെളിയിക്കപ്പെട്ടാൽ കാവിന്റെ മുമ്പിൽ കുളിച്ചീറനായി നിൽക്കുക, അഗ്നിശുദ്ധിവരുത്തുക എന്നീ ശിക്ഷകളും ഏർപ്പെടുത്തി. ഭക്തന്മാരുടെ വിളിപ്പുറത്ത് തെയ്യം ഓടിയെത്തുന്നതും രക്ഷപ്പെടുത്തുന്നതും ദുഷ്ടത കാട്ടിയവരെ ശിക്ഷിക്കുകയും ചെയ്യുന്ന എത്രയോ കഥകൾ പ്രചാരത്തിലുണ്ടായിരുന്നു. ഈ ഒരു പശ്ചാത്തലത്തിൽ വേണം മട്ടന്നൂരിലെ ബ്രാഹ്മണക്ഷേത്രങ്ങളുടെയും തെയ്യക്കാവുകളുടെയും അവസ്ഥയും ചരിത്രവും പരിശോധിക്കാൻ.

പരിയാരം സുബ്രഹ്മണ്യക്ഷേത്രം
– ചുമർചിത്രം

ചിത്രരചനയ്ക്കും ചിത്രകലയ്ക്കും ഏതാണ്ട് മനുഷ്യോല്പത്തിയോളം തന്നെ പഴക്കമുണ്ട്. പാശ്ചാത്യദേശത്ത് അൾട്ടാമിറ, ലാസ്കോക്സ് തുടങ്ങിയ ശിലായുഗ ഗുഹകളിലെ ചിത്രങ്ങളും വയനാട്ടിലെ എടയ്ക്കൽ ഗുഹയിലെ രേഖാചിത്രങ്ങളും ഇതിന് ഉദാഹരണമാണ്. ബി.സി. രണ്ടാം നൂറ്റാണ്ടിനും എ.ഡി. നാലാം നൂറ്റാണ്ടിനും ഇടയിൽ നിർമ്മിക്കപ്പെട്ടിട്ടുള്ള രൂപങ്ങളും ദൃശ്യങ്ങളും ഇന്നും അത്ഭുതം ജനിപ്പിക്കുന്നു. കേവ് നമ്പർ ഒന്നിൽ ഉള്ള ബോധിസത്വ പത്മപാണിയും, വജ്രപാണിയും (രണ്ട് വ്യക്തിത്വരേഖാ ചിത്രീകരണം) ലോകത്തിലേക്ക് തന്നെ ഏറ്റവും വിലപിടിച്ച പെയിന്റിംഗുകൾ ആയി കണക്കാക്കപ്പെട്ടിരിക്കുന്നു. ഭാരതത്തിൽ ക്ഷേത്രച്ചുവരുകളിൽ അതത് ദേവന്റെ അവതാര, ഭാവ, സ്വഭാവ വൈശിഷ്ട്യവുമായി ബന്ധപ്പെട്ട ശില്പ ചിത്രാവിഷ്ക്കാരങ്ങൾ കാണുക എന്നത് സർവ്വസാധാരണമാണ് എങ്കിലും അജന്തയിലെ വാസ്തുശില്പ ചിത്രകല ചരിത്രപരമായ പ്രത്യേകത കൊണ്ടും കാലപ്പഴക്കം കൊണ്ടും രചിക്കപ്പെട്ടിട്ടുള്ള വ്യത്യസ്തമായ ശൈലികൊണ്ടും മറ്റ് കലാസൃഷ്ടികളിൽ നിന്നും മാറി നിൽക്കുന്നു. ഒരുവേള ഭാരതത്തിൽ അതുപോലുള്ള കലാസൃഷ്ടി വേറൊരിടത്തും കാണാൻ സാധിച്ചിട്ടും ഇല്ല.

ഇവിടെയാണ് മട്ടന്നൂർ പരിയാരം സുബ്രഹ്മണ്യ ക്ഷേത്രത്തിന്റെ പ്രസക്തി. വളരെയധികം കാലപ്പഴക്കം ചെന്ന ശ്രീകോവിലിന്റെ പുറം ചുമരിൽ ആലേഖനം ചെയ്തിട്ടുള്ള ചിത്രങ്ങളിൽ എഴുപത്തിയഞ്ച് ശതമാനം നശിച്ചുപോയെങ്കിലും ഇപ്പോഴും നശിക്കാതെ ബാക്കി നിൽക്കുന്ന ചിത്രങ്ങൾ കേരളീയ ചുമർചിത്രരചനാശൈലിയിൽനിന്നും വ്യത്യസ്തമായി അജന്താ ശൈലിയോട് ബന്ധം പുലർത്തിയിരിക്കുന്നു. പ്രത്യക്ഷദർശനത്തിൽ കേരളീയ മ്യൂറൽ ശൈലിയായി തോന്നു

മെങ്കിലും സൂക്ഷ്മമായി നിരീക്ഷിക്കുമ്പോൾ കേരളീയ ശൈലിയിൽനിന്ന് വിഭിന്നമായി പല പ്രകാരത്തിലും അജന്താഗുഹാ ചിത്രങ്ങളുമായി സാമ്യത പുലർത്തുന്നു. (തമിഴ്നാട്ടിലെ തിരുനന്ദിക്കര ഗുഹാചിത്രങ്ങ ളിലും ഈ സാമ്യത കാണാം.)

കേസരി ബാലകൃഷ്ണപ്പിള്ള നടത്തിയ റിസർച്ച് പ്രകാരം വളരെ മുമ്പ് തുളുനാട്ടിൽ നിന്നും (പശുകൊങ്കണനാട് എന്നറിയപ്പെടുന്ന നാട്ടിൽനിന്നും) ചിത്രകാരന്മാർ അജന്തയിൽ പോയിരുന്നു എന്നും അവിടെ ചിത്രരചന നടത്തിയിരുന്നു എന്നും മനസ്സിലാക്കാം (കേസരി ബാലകൃഷ്ണപ്പിള്ളയുടെ പ്രസിദ്ധീകരിക്കപ്പെട്ട പുസ്തകപ്രകാരം).

കേരളത്തിൽ പ്രത്യേകിച്ചും കണ്ണൂർ ജില്ലയിൽ പല മഹാക്ഷേത്ര ങ്ങളിലും ചുമർചിത്രങ്ങൾ കാണാം. തളിപ്പറമ്പ് രാജരാജേശ്വര ക്ഷേത്രം, തൃച്ഛംബരം ശ്രീകൃഷ്ണക്ഷേത്രം (14-16 എ.ഡി.) തൊടീ ക്കളം ശിവക്ഷേത്രം (15-ാം നൂറ്റാണ്ട്) മുതലായവ ഇതിൽ പ്രധാനപ്പെ ട്ടതും കേരളീയ ചുമർചിത്രകലയുടെ ഏറ്റവും നല്ല ഉദാഹരണവും ആണ്. ക്ഷേത്രത്തിന്റെ വലിപ്പവുമായി താരതമ്യം ചെയ്യുമ്പോൾ പരി യാരം ക്ഷേത്രം വളരെ ചെറുതാണെങ്കിലും ശ്രീകോവിലിന്റെ പുറം ചുമരിൽ എഴുതപ്പെട്ട ചിത്രത്തിന്റെ വൈശിഷ്ട്യം കൊണ്ട് വളരെയ ധികം പ്രാധാന്യം അർഹിക്കുന്നു.

വളരെ ചെറിയ ശ്രീകോവിൽ സാധാരണയായി പല്ലവരാജവംശ ത്തിന്റെ പ്രത്യേകതയാണെങ്കിലും ഉറപ്പിച്ച് പറയാൻ തക്ക പ്രത്യേക തകൾ കാലപ്പഴക്കത്താൽ കൈമോശം വന്ന നിലയിൽ ആണ്. മഹാ ക്ഷേത്രങ്ങളിൽ മാത്രം കാണപ്പെടുന്ന വലിയ ബലിക്കല്ലും ശ്രീകോ വിലിന്റെ പുറംചുമരിൽ (പാദം) മുകൾഭാഗത്തായി ഭംഗിയായി നിറം കൊടുത്ത ഭൂതമാലയും പരിയാരം ക്ഷേത്രത്തിൽ ഉണ്ട്. പ്രതിഷ്ഠക്ക് അഭിമുഖമായി വരുന്ന പുറം കഴുക്കോലിൽ തുമ്പിക്കൈ നെറ്റി യിൽവെച്ച് തൊഴുത് നിൽക്കുന്ന തടിയിൽ കൊത്തിയ ചെറിയ ഗജമ സ്തകം പ്രസ്തുത ക്ഷേത്രം ചക്രവർത്തിയാലോ/ചക്രവർത്തി തുല്യ നായ വ്യക്തിയാലോ നിർമ്മിതമായിരിക്കാനുള്ള സാധ്യത വെളിപ്പെടു ത്തുന്നു. (ഇന്ത്യൻ ശിൽപ്പകലയിൽ ആന സ്വതവേ ചക്രവർത്തിയേയും കുതിരരാജാവിനെയും പ്രതിനിധാനം ചെയ്തുകാണാറുണ്ട്). പല രംഗ ങ്ങളിലും ചക്രവർത്തിയുടെ പ്രതിനിധിയായി ആനയെ ചിത്രീകരിക്കാ റുണ്ട്.

ക്ഷേത്രശ്രീകോവിലിന്റെ പത്മഉപാന (തറയ്ക്ക് ചുറ്റും ചെറിയ കന ത്തിൽ കാണുന്ന ഭാഗം) അധിഷ്ഠാന (തറ) മുതലായവ താരതമ്യേന

ഉയരം കുറഞ്ഞതായാണ് കാണപ്പെടുന്നത്. (പല്ലവരാജവംശങ്ങളുടെ നിർമ്മിതിക്ക്/ശൈലിക്ക് വിഭിന്നമാണ് ഇത്) മഹാക്ഷേത്രങ്ങളുടെ നിർമ്മിതിയിൽ ഏറ്റവും കട്ടികൂടിയ കരിങ്കല്ല് ആണ് പത്മ ഉപാനയുടെ നിർമ്മിതിക്കും അധിഷ്ഠാനത്തിന്റെ നിർമ്മിതിക്കും ഉപയോഗിക്കാറ്. എന്നാൽ പരിയാരം ക്ഷേത്രനിർമ്മിതിയിൽ മലബാർ ദേശങ്ങളിൽ സാധാരണയായി കാണുന്ന ചെങ്കല്ല് ആണ് ഉപയോഗിച്ചിരിക്കുന്നത്. പക്ഷേ, സമീപപ്രദേശങ്ങളിൽ കാണപ്പെടുന്ന കല്ലിന്റെ സ്വഭാവവുമായി ക്ഷേത്രനിർമ്മിതിക്ക് ഉപയോഗിച്ച ശിലയുടെ സ്വഭാവം വ്യത്യാസപ്പെട്ടിരിക്കുന്നു. എ.ഡി. 12-ാം നൂറ്റാണ്ടിനുശേഷം ക്ഷേത്രനിർമ്മാണകലയിൽ അനുവർത്തിച്ചുപോരുന്ന പല നിയമാവലികളും പരിയാരം ക്ഷേത്രത്തിൽ കാണാൻ കഴിയുന്നില്ല. അതുകൊണ്ട് തന്നെ എ.ഡി. 12-ാം നൂറ്റാണ്ടിന് മുമ്പ് നിർമ്മാണം പൂർത്തിയായി എന്ന് അനുമാനിക്കേണ്ടിവരും.

ശ്രീകോവിലിന്റെ ചുമർ പരിശോധിച്ചപ്പോൾ സാധാരണയായി ക്ഷേത്രനിർമ്മിതിയിൽ കാണാറുള്ള സുർക്കി/ചുണ്ണാമ്പ് കൂട്ട് ഉപയോഗിച്ചുള്ള ശിലാബന്ധനം കാണാൻ സാധിച്ചിട്ടില്ല. കല്ലുകൾ ഉരസിച്ചേർത്ത് ബന്ധിപ്പിക്കുന്ന രീതിയാണ് ഇവിടെ അവലംബിച്ചിരിക്കുന്നത്. ഇത് എ.ഡി. 9-ാം നൂറ്റാണ്ടിനും 11-ാം നൂറ്റാണ്ടിനും ഇടയിലാവാം നിർമ്മാണം നടന്നിരിക്കുക എന്ന് സംശയം ജനിപ്പിക്കുന്നു.

ഇന്ന് കേരളത്തിൽ നാം കാണുന്ന തരത്തിൽ ഉള്ള ക്ഷേത്രനിർമ്മാണ ശൈലി രൂപം കൊള്ളുന്നത് എ.ഡി. 9-ാം നൂറ്റാണ്ടിന്റെ അവസാന കാലത്താണ്. (കുലശേഖരവർമ്മയുടെയും സ്ഥാണു രവിവർമ്മയുടെയും കാലഘട്ടത്തിൽ) ഈ ശൈലിയിൽ നിന്നുംഅൽപ്പം മാത്രം വികസിച്ച രീതിയിലാണ് പരിയാരം ക്ഷേത്രത്തിന്റെ നിർമ്മാണം. ഇന്ന് കാണുന്ന പുറംമതിലും നാലമ്പലമതിലും (അവശിഷ്ടങ്ങൾ) പിന്നീട് നിർമ്മിക്കപ്പെട്ടതാണെന്ന് നിർമ്മാണരീതിയിലെ ശൈലീ വ്യത്യാസത്തിൽ നിന്നും മനസ്സിലാക്കാം.

എ.ഡി. 15-16 നൂറ്റാണ്ടിനിടയിൽ ചിത്രം എഴുതപ്പെട്ട തൊടീക്കളം ശിവക്ഷേത്രത്തിൽ കലാസൃഷ്ടിയായി താരതമ്യം ചെയ്യുമ്പോൾ പരിയാരം ക്ഷേത്രത്തിലെ ചിത്രങ്ങൾ പതിന്മടങ്ങ് മികച്ചതായി അനുഭവപ്പെടുന്നു. ഒരുകൂട്ടം കലാകാരന്മാർ അവരുടെ സ്വയം സമർപ്പണത്തിനായി ക്ഷേത്രം തെരഞ്ഞെടുത്തു എന്ന് തോന്നിക്കുമാറാണ് ശൈലി.എവിടെയും പിരിമുറുക്കമോ ഏച്ചുകെട്ടലോ ആവർത്തന വിരസതയോ മടുപ്പോ കള്ളപ്പണിയോ കാണാൻ സാധിക്കുകയില്ല. എല്ലാ

രൂപങ്ങളിലും അഭൗമമായ സൗന്ദര്യവും കലാകാരന്റെ ആവിഷ്ക്കാര സ്വാതന്ത്ര്യവും കാണാൻ സാധിക്കുന്നു. കേരളീയ ചുമർചിത്ര ശൈലിയിൽ ശാലീനതയ്ക്കും ലാളിത്യത്തിനും ഒപ്പം പരിയാരം ക്ഷേത്രത്തിൽ കലാകാരന്റെ മനോധർമ്മത്തിനും വ്യത്യസ്തമായതും ഏറെ വ്യക്തമായതുമായ മുഖഭാവങ്ങൾക്കും പ്രാധാന്യം നൽകിയിരിക്കുന്നു. കണ്ണുകളിൽ ഭാവങ്ങൾക്ക് അനുസരിച്ച വർണ്ണവ്യത്യാസവും പ്രകാശബിന്ദുവും നൽകിയിരിക്കുന്നതായി കാണാം. ഭയപ്പാടോടെ നോക്കുന്ന കണ്ണുകൾ ഇപ്പോഴും പടിഞ്ഞാറ് വടക്ക് മൂലയിൽ വ്യക്തമായി കാണാം. ഇന്ത്യൻ ശില്പശാസ്ത്രത്തിൽ ഏറെ ശ്രദ്ധിക്കപ്പെട്ട തൃഭംഗ പോസ്റ്ററിന്റെ ഭംഗിയായ ആവിഷ്കാരവും കാണാം. പുറംചുമരിൽ കുമ്മായക്കൂട്ടിൽ നിർമ്മിതമായ ഭൂതമാല (സേവാസ്) കലാകാരന്റെ ആത്മസമർപ്പണത്തിന്റെയും പരിപൂർണ്ണ സ്വതന്ത്ര്യത്തിന്റെയും തെളിവാണ്. അജന്തയിലെ ചിത്രങ്ങളിൽ കാണാൻ കഴിയുന്ന ചിത്രങ്ങളുടെ (പലതിന്റെയും) 3ഡി ആവിഷ്ക്കാരം പരിയാരം ക്ഷേത്രച്ചുമരിൽ കാണാം. (രണ്ട് കുരങ്ങിന്റെ ശരീരവും ഒരുതലയും) ക്ഷേത്രത്തിൽ എവിടെയും മൈഥുനരംഗങ്ങൾ ചിത്രീകരിക്കപ്പെട്ടിട്ടില്ല എന്നതും പ്രത്യേകതയാണ്. (തൊടീക്കളം ക്ഷേത്രത്തിലെ ഗോവർദ്ധനോദ്ധാരി-കൃഷ്ണചിത്രത്തിന്റെ കാൽക്കീഴിൽ രതിക്രീഡയിൽ ഏർപ്പെട്ടിരിക്കുന്ന പശുക്കളെ കാണാം). ഇത് ആ കാലഘട്ടത്തിൽ ഉണ്ടായിരുന്ന സംസ്കാരത്തേയും കലയോടുള്ള സമീപനത്തെയും ക്ലാസിക് കാലഘട്ടത്തിന്റെ പ്രത്യേകതയേയും ഒരുകൂട്ടം കലാകാരന്മാർ നിർദ്ദേശാനുസരണമല്ലാതെ സമർപ്പണമായി ചെയ്തിരിക്കാനുള്ള സാധ്യതയേയും പ്രകടമാക്കുന്നു.

കേരളീയ ചുമർചിത്രരചനാ സമ്പ്രദായത്തിൽ പ്രകടമായി കാണാറുള്ള കണ്ണ് വരക്കുന്ന ശൈലികളായ മൽസ്യോദാരം, ഉൽപ്പലപത്രം, പത്മപത്രം, ശംഖാകൃതി എന്നിവയിൽ നിന്ന് വ്യത്യസ്തമായി പരിയാരം ക്ഷേത്രത്തിൽ അജന്താ ചിത്രങ്ങളിൽ അവലംബിച്ചിട്ടുള്ള കണ്ണെഴുത്ത് ശൈലിയായ ചാപാകൃതിയാണ് എല്ലാ ചിത്രങ്ങൾക്കും നൽകിയിരിക്കുന്നത്. താഴ്ച്ചുണ്ട് പൂർണ്ണമായും നിറംകൊടുത്ത് മേൽച്ചുണ്ട് രേഖകൾകൊണ്ട് ചിത്രീകരിക്കുന്ന ശൈലിയും അജന്ത ശൈലിയെ ഓർമ്മിപ്പിക്കുന്നു. നിറങ്ങളുടെ പരസ്പരസംയോജനത്തിന് ഉപയോദിച്ചിരിക്കുന്ന രീതിയും ഉയരംകൂടിയ കഥാപാത്ര ചിത്രീകരണവും മൂക്ക്, കണ്ണ്, പുരികക്കൊടി, കീഴ്താടി, കൈവിരലുകൾ എന്നിവയുടെ ചിത്രീകരണവും തീർത്തും കേരളീയ ചുമർചിത്രകലയിൽ നിന്ന് വിഭിന്നമാണ്. ഉയരംകൂടിയ ചന്ദ്രക്കലാധാര ചിത്രവും തെക്ക് പടിഞ്ഞാറ്

മൂലയിൽ ഉള്ള മുഖവും, അതിന് മുകളിലെ ഉയരംകൂടിയ ചിത്രപ്പണികളാൽ അലംകൃതമായ കിരീടവും അതിന് നിറം പകരാൻ അവലംബിച്ച ശൈലിയും അജന്താശൈലിയുടെ സ്വാധീനം വെളിവാക്കുന്നു.

തെക്കുവശത്ത് കുഞ്ഞിന് മുലകൊടുക്കുന്ന ഭദ്രകാളി(ദേവിസങ്കൽപം) ശില്പം ഏറെ പ്രത്യേകതകൾ നിറഞ്ഞതും കൗതുകമുണർത്തുന്നതും ആണ്.

എ.ഡി. 9-ാം നൂറ്റാണ്ടുവരെ കേരളത്തിൽ പ്രബലമായിരുന്ന ബുദ്ധിസത്തിന്റെ ഒരു സ്വാധീനം ക്ഷേത്രകോവിലിന്റെ തെക്ക് പടിഞ്ഞാറെ മൂലയിൽ കാണാം. ധ്യാനാവസ്ഥയിൽ ഉള്ള യോഗിക്ക് പോസ്റ്റർ ആണ് വളരെ ചെറുതായി വരച്ച് ചേർത്തിരിക്കുന്നത്. ഉഷ്ണിശ പ്രകടമായി കാണാൻ സാധിക്കുന്നതുകൊണ്ട് തന്നെ അത് ബുദ്ധനാണെന്നും ഈ ക്ഷേത്രനിർമ്മാണ കാലഘട്ടത്തിൽവരെ ചെറിയ തോതിൽ എങ്കിലും കേരളത്തിൽ പ്രധാനമായും മട്ടന്നൂർ-പരിയാരം ഭാഗങ്ങളിൽ ബുദ്ധിസ്റ്റ് തത്വചിന്തകൾ പാലിച്ചിരുന്നവർ ഉണ്ടായിരുന്നു എന്നുവേണം അനുമാനിക്കാൻ.

രാജാവിനോ ചക്രവർത്തിക്കോ വേണ്ടി രചന നടത്തുമ്പോൾ സാധാരണയായി ചിത്രീകരിക്കാറുള്ള വർണ്ണനകൾ പരിയാരം ക്ഷേത്രത്തിൽ എവിടെയും കാണാൻ സാധിച്ചിട്ടില്ല. ക്ഷേത്രച്ചുമരിൽ മൂന്ന് അടുക്കുകളായി ചിത്രീകരണം നടത്തിയത് കാണാൻ സാധിച്ചതുകൊണ്ട് തന്നെ പലപ്പോഴായി റീവർക്കുകൾ നടന്നിട്ടുണ്ട് എന്ന് മനസ്സിലാക്കാം. ചിലപ്പോൾ വരച്ചതിൽ ഉള്ള തെറ്റ് തിരുത്താനായി പ്രധാന ചിത്രകാരൻ പാലും എണ്ണക്കരിയും ചേർത്ത മിശ്രിതംഉപയോഗിച്ച് ആദ്യം വരച്ച രേഖാചിത്രത്തിന് മുകളിൽ വേറൊരു പ്രതലം സൃഷ്ടിച്ച് അതിന് മുകളിൽ കുമ്മായക്കൂട്ട് കൊണ്ട് പ്രതലമൊരുക്കി അടുത്ത ചിത്രീകരണം നടത്തിയതും ആവാം.

ശരീരത്തിലെ ആടയാഭരണങ്ങൾക്ക് കൊടുത്ത വർണ്ണത്തിന്റെ കടും വർണ്ണം കൊണ്ട് രേഖാചിത്രം/ഔട്ട്ലൈൻ കൊടുത്തിരിക്കുന്നു എന്നതും ആടയാഭരണങ്ങളുടെ ഡിസൈനും കേരളീയ ശൈലിയിൽ നിന്ന് വ്യത്യസ്തമായി അജന്താശൈലിയെ ഓർമ്മപ്പെടുത്തുന്നു.

ഇന്നത്തെ നഗരപ്രദേശത്തിൽനിന്ന് ഏറെ ഉൾവലിഞ്ഞ് നിർമ്മിച്ച ഈ ചെറുക്ഷേത്രത്തെ അതിഗംഭീരമായി ചിത്ര, ശില്പങ്ങളാൽ അലംകൃതമാക്കി എന്നത് ഏറെ ചിന്തിക്കേണ്ടതും പഠനവിധേയമാക്കേണ്ടതുമായ വസ്തുത ആണ്. കേരളീയ ചുമർചിത്രകലയ്ക്ക് മുമ്പുള്ള (ശൈലിക്ക്) പരീക്ഷണ കാലഘട്ടത്തിലേക്കാണ് പരിയാരം ക്ഷേത്ര

ത്തിലെ ചുമർചിത്രം വിരൽ ചൂണ്ടുന്നത്. അക്കാലത്ത് നേരിട്ട് ചക്രവർത്തിയുമായോ മഹാരാജാവുമായോ ബന്ധപ്പെട്ടതുകൊണ്ടായിരിക്കാം ചെറുതെങ്കിലും പരിയാരത്തെ ക്ഷേത്രം ചിത്രശില്പങ്ങളാൽ അലംകൃതമാക്കിയിരുന്നത്. പ്രധാന ശ്രീകോവിലിനോട് ചേർന്ന് കിടക്കുന്ന ഉപദേവക്ഷേത്രവും (വിഷ്ണു) പൂർണ്ണമായും ചുമർചിത്രങ്ങളാൽ അലങ്കരിക്കപ്പെട്ടിരുന്നു എന്നതിൽ സംശയം ഇല്ല. എന്നാൽ അത് മുഴുവൻ നശിച്ച് കഴിഞ്ഞു. പുറംചുമരിലെ കുമ്മായക്കൂട്ടിന്റെ അവശിഷ്ടം മാത്രമേ ഇന്ന് കാണാൻ സാധിക്കുന്നുള്ളൂ.

ഇന്നത്തെ ഊരായ്മക്കാരായ മാനേട്ടേരി ഇല്ലക്കാർക്ക് കോട്ടയം രാജാക്കന്മാരിൽനിന്നും ഈ ക്ഷേത്രം ലഭിക്കുന്നതിന് മുമ്പ് കോട്ടയം രാജാക്കന്മാർക്ക് എപ്പോൾ, എവിടെനിന്ന്, എങ്ങനെ ആരാൽ കിട്ടി/ നിർമ്മിച്ചു എന്നത് പഠനവിഷയമാവേണ്ട കാര്യമാണ്. (പറഞ്ഞുകേട്ട അറിവുകൾ പ്രകാരം മനാട്ടേരിക്കാർക്ക് കോട്ടയം രാജാക്കന്മാർ നൽകി.)

ഇന്ന് കേരളത്തിൽ ജീവിച്ചിരിക്കുന്ന ചുമർചിത്രകലയിലെ ഗുരുവായ കെ.കെ. വാര്യരുടെയും കെ.കെ. മാരാരുടെയും അഭിപ്രായ പ്രകാരം ഈ ചിത്രങ്ങൾക്ക് ആയിരം വർഷത്തേക്കാൾ പഴക്കം ഉണ്ട്. വിശദമായ ശാസ്ത്രീയ പഠനത്തിന് ഈ ഭൂമിയും ക്ഷേത്രവും വിധേയമാക്കാൻ സാധിക്കുകയാണെങ്കിൽ ഒരുവേള മട്ടന്നൂരിന്റെ ചരിത്രം മുമ്പ് സ്വർണ്ണലിപികളാൽ എഴുതപ്പെട്ടിരിക്കുന്നു എന്ന് മനസ്സിലാകും.

ചുമർചിത്രകലാ ഭിത്തിനിർമ്മാണം:-

മൂന്ന് തരത്തിലുള്ള (പരുക്കൻ, ഇടത്തരം, മിനുസം) ഇഷ്ടികപ്പൊടി അതിന്റെ മൂന്നിൽ ഒരു ഭാഗം കളിമണ്ണോട് ചേർക്കുന്നു. ഇതിൽ ഗുഗ്ഗുലം, തേൻ, മെഴുക്, കുന്തിരിക്കം, ശർക്കര, എണ്ണയിൽ കുതിർത്ത കുങ്കുമപ്പൂവ് എന്നിവ ഒരേ അളവിൽ ചേർക്കുന്നു. ശേഷം രണ്ടുകൂട്ടും ചേർത്തതിന്റെ മുക്കാൽഭാഗം ചുട്ട ചുണ്ണാമ്പ് പൊടിയും കൂവളപ്പഴത്തിന്റെ കുഴമ്പും എണ്ണക്കരിയും ചേർക്കുന്നു. ബാക്കി കാൽഭാഗം മണൽ ചേർക്കുന്നു. (ഇത് കലാകാരന്റെ അനുഭവമനുസരിച്ച് മാറാം)

മുകളിൽ പറഞ്ഞ പ്രകാരം ലഭിച്ച കൂട്ട് മൺപാത്രത്തിൽ വെള്ളവും കൂട്ടി ഒരു മാസത്തോളം വെക്കുന്നു. ഇങ്ങനെ ലഭിക്കുന്ന പശപോലെയുള്ള കൂട്ട് സമർത്ഥമായി ഭിത്തിയിൽ തേച്ച് പിടിപ്പിക്കുന്നു.

ഇത് നല്ലവണ്ണം ഉണങ്ങിയതിന് ശേഷം മിനുസവും തിളക്കവും ലഭിക്കാൻ എണ്ണമയവും സർജരസവും ഇല്ലാത്ത കളിമണ്ണ് എണ്ണക്കരിയും ചേർത്ത് പൂശി പാലുകൊണ്ട് ഉപരിതലം നനച്ച് ഉരസി മിനുസ

പ്പെടുത്തുന്നു. ഇങ്ങനെ ലഭിക്കുന്ന പ്രതലത്തിലാണ് പ്രകൃതിവർണ്ണങ്ങൾ ഇലഞ്ഞിമരത്തിന്റെ പശയോ കരുവേല പശയോ ചേർത്ത് പൂശുന്നത്. (കടപ്പാട് ചിത്രസൂക്തം)

എ.ഡി. 500-ാം നൂറ്റാണ്ടിൽ രചിക്കപ്പെട്ടു എന്ന് വിശ്വസിക്കപ്പെടുന്ന വിഷ്ണുധർമ്മോത്തര പുരാണം എന്ന ഗ്രന്ഥത്തിലെ ഒരു ഭാഗമാണ് ചിത്രസൂക്തം. 9 അധ്യായങ്ങളിലായി 287 ചെറിയ ശ്ലോകങ്ങളും രണ്ടാം അധ്യായത്തിൽ ഏതാനും ഗദ്യവും ആണ് ഇതിൽ അടങ്ങിയിരിക്കുന്നത്. ചിത്രകലയെക്കുറിച്ചുള്ള ആദ്യത്തെ വിശദീകരിച്ചുള്ള ഗ്രന്ഥം വിഷ്ണുധർമ്മോത്തരപുരാണം ആണ്.

മട്ടന്നൂർ പരിയാരം ക്ഷേത്രത്തിലെ ചുമർചിത്രരചനാശൈലി അവലംബിച്ചിരിക്കുന്നത് ഈ ഗ്രന്ഥത്തിൽ പരാമർശിക്കപ്പെട്ട നിലയിൽ ആണ്.

(പരിയാരം സുബ്രഹ്മണ്യസ്വാമിക്ഷേത്രത്തിലെ ചുമർചിത്രങ്ങളെക്കുറിച്ചുള്ള ലേഖനം തയ്യാറാക്കിയിരിക്കുന്നത് ചുമർചിത്ര കലാരംഗത്തെ ഗവേഷകനും മട്ടന്നൂർ മരുതായി ദേശക്കാരനുമായ അഖിൽരാജ്. കെ.വി. ആണ്)

മട്ടന്നൂരിലെ ആരാധനാലയങ്ങൾ

മട്ടന്നൂർ മഹാദേവക്ഷേത്രം

മട്ടന്നൂർ നഗരത്തിലെ ഏറ്റവും ശ്രദ്ധാകേന്ദ്രമായ സ്ഥലത്താണ് മട്ടന്നൂർ മഹാദേവക്ഷേത്രം സ്ഥിതി ചെയ്യുന്നത്. ഇവിടുത്തെ പ്രതിഷ്ഠ ശിവനാണ്. മട്ടന്നൂരപ്പനെന്നാണ് പഴയകാലത്ത് ജനങ്ങൾ വിളിച്ചുപോന്നത്. മഹാദേവ പ്രതിഷ്ഠയുടെ ദർശനം പശ്ചിമദിക്കിലേക്കാണ് എന്ന പ്രത്യേകതയുള്ള ക്ഷേത്രമാണിത്. ക്ഷേത്രാരംഭത്തെക്കുറിച്ച് ചില ഐതിഹ്യങ്ങളല്ലാതെ വസ്തുതാപരമായ വിവരങ്ങളൊന്നും ലഭ്യമല്ല. അതനുസരിച്ച് മട്ടന്നൂർ ഒരുകാലത്ത് കൊടുംവനമായിരുന്നുവെന്നും അതിനകത്ത് തപസ്സു ചെയ്ത ഖരമഹർഷി തന്റെ ആരാധനാമൂർത്തിയായ പരമേശ്വരനെ ഇവിടെ കുടിയിരുത്തി എന്നാണ് സങ്കല്പം. കോട്ടയം രാജാക്കന്മാരായിരിക്കണം ക്ഷേത്രത്തിന്റെ ആദ്യകാലഊരാളന്മാർ. പെരിഞ്ചല്ലൂർ ഗ്രാമത്തിൽ നിന്ന് മങ്ങേരി, പുല്ലേരി എന്നിങ്ങനെ തങ്ങൾമാരായ നമ്പൂതിരി ഇല്ലക്കാർ മട്ടന്നൂരിലെത്തിച്ചേർന്നതോടെ അവർക്കായി ഭൂമി കൽപ്പിച്ച് നൽകുന്ന കൂട്ടത്തിൽ ക്ഷേത്ര ഊരായ്മ സ്ഥാനവും കൈമാറ്റം ചെയ്തിരിക്കണം. ഏതായാലും കേരളവർമ്മ പഴശ്ശിരാജ തന്റെ ആരാധനാ സങ്കൽപ്പങ്ങളിൽ ഇവിടുത്തെ മഹാദേവന് പ്രമുഖസ്ഥാനം തന്നെ കൽപ്പിച്ചുപോന്നിരുന്നുവത്രെ! ടിപ്പുവിന്റെ പടയോട്ടത്തിൽ ഈ ക്ഷേത്രവും തകർക്കപ്പെട്ടിരുന്നു എന്നൊരു വിശ്വാസം ജനങ്ങളിൽ പരക്കെയുണ്ട്. തെളിവുകളൊന്നും ആർക്കും ശേഖരിക്കാനായിട്ടില്ല. ക്ഷേത്രത്തിന്റെ മുൻവശത്തെ വയലിന് 'തീപ്പുറത്ത് വയൽ' എന്നൊരു പേരുണ്ട്. പണ്ട് ഒരുകൂട്ടം അക്രമികൾ ക്ഷേത്രത്തെ ആക്രമിക്കാനായി വന്നുവത്രേ! അമ്പലവാസിയായ ഒരു വാരസ്യാർ ഇതുകണ്ട് മഹാദേവനോട് രക്ഷക്കായി കേണപേക്ഷിച്ചു. മഹാദേവൻ തന്റെ തൃക്കണ്ണ് തുറക്കുകയും അക്രമിസംഘം വെന്ത് വെണ്ണീറാവുകയും ചെയ്തത്രേ!

ഈ അക്രമികളാരാണ്? ടിപ്പുസുൽത്താന്റെ പടയാണോ? അതല്ലെങ്കിൽ 1852 ജനുവരി 4ന് മങ്ങേരി ഇല്ലത്തേയും അവിടുത്തെ കേശവൻ തങ്ങളുടെ കുടുംബത്തെയും സമൂലം ചുട്ടുകൊന്ന മാപ്പിള കർഷകരുടെ അമ്പലത്തിനു നേരെയുള്ള ആക്രമണമാണോ? മലബാർ മാന്വലിൽ വില്യം ലോഗൻ മങ്ങേരി ഇല്ലത്തെ തകർത്ത കലാപകാരികൾ സമീപസ്ഥലങ്ങളായ ഒട്ടേറെ ക്ഷേത്രങ്ങളെ ആക്രമിക്കുന്നതായി രേഖപ്പെടുത്തിയിട്ടുണ്ട്. മങ്ങേരിക്കാർ ഊരാളന്മാരായ ഈ മഹാദേവക്ഷേത്രത്തെയും ഇവർ ആക്രമിച്ചിരിക്കണം. 'തീപ്പുറത്ത് വയൽ' എന്ന പേര് മഹാദേവക്ഷേത്രത്തിന് മുമ്പിലുള്ള വയലിന് ലഭ്യമാകുന്നതിന് ഇങ്ങനെയൊരു ചരിത്രാഖ്യാനം നൽകാനാകും.

മഹാദേവ പ്രതിഷ്ഠയിൽ മൂന്ന് ഭാവങ്ങളുണ്ടെന്ന് വിശ്വാസികൾ കരുതുന്നു. പ്രഭാതത്തിൽ ദക്ഷിണാമൂർത്തി ഭാവവും മദ്ധ്യാഹ്നത്തിൽ സംഹാരകലയും, സായാഹ്നത്തിൽ ഉമാമഹേശ്വര ചൈതന്യവും. കൊട്ടിയൂർ ശിവക്ഷേത്രവുമായി ഈ ക്ഷേത്രത്തിന് ബന്ധമുണ്ട്. ക്ഷേത്ര നവീകരണത്തിനായി കൊടിമരം കൊണ്ടുവരാൻ തീരുമാനിച്ച ഊരാളർ കൊട്ടിയൂരിലെ പെരുമാളുടെ ആസ്ഥാനത്തിലേക്ക് ആളയച്ചു, കൊട്ടിയൂരും മട്ടന്നൂരും തമ്മിൽ വ്യത്യാസമില്ലെന്ന് കണ്ട അവിടുത്തെ ക്ഷേത്രാധികാരികൾ പ്രതിഫലമൊന്നും വാങ്ങിക്കാതെ കൊടുത്തയച്ചുവത്രേ!

ക്ഷേത്രത്തിന്റെ പരമ്പരാഗത ഊരാളരായ കളത്തിൽ തങ്ങൾമാർ കലാപകാരികളാൽ കുടുംബസമേതം അഗ്നിക്കിരയാക്കപ്പെട്ടതിനെത്തുടർന്ന് ഇല്ലംമൂലയിലെ പുല്ലേരി ഇല്ലക്കാർക്ക് ക്ഷേത്ര ഊരായ്മ നിയമാനുസൃതം ലഭ്യമാകുകയാണുണ്ടായത്. ക്ഷേത്രസ്വത്തുക്കളും അനവധിയായ ഭൂസ്വത്തുക്കളും കൈവശം വന്നുചേർന്നതോടെ മങ്ങേരിക്കാർക്കുണ്ടായ പ്രഭാവം പുല്ലേരിക്കാർക്കുണ്ടായി. പുല്ലേരി ഇല്ലക്കാർ ക്ഷേത്രത്തിന്റെ സർവ്വതോന്മുഖമായ വികനസത്തിനായി നിരവധി നടപടികളാണ് സ്വീകരിച്ചത്. കളത്തിൽ തറവാടിന്റെ നാശത്തോട വളരെക്കാലം അമ്പലത്തിലെ നിത്യനിദാന പൂജാദികർമ്മങ്ങൾ തടസ്സപ്പെട്ടു. ക്ഷേത്രപരിസരം കാടുപിടിച്ചുകിടക്കുന്ന അവസ്ഥയുമുണ്ടായി. മട്ടന്നൂർ മധുസൂദനൻ തങ്ങളുടെ വല്യച്ഛൻ കേശവൻ തങ്ങൾ ഇല്ലത്തിന്റെ അധിപനായതോടെ മഹാദേവ ക്ഷേത്രത്തിന്റെ ശുക്രദശ ആരംഭിച്ചു എന്ന് പറയാം. ചുറ്റമ്പലം ഭംഗിയാക്കുകയും നിത്യപൂജ തടസ്സങ്ങൾ കൂടാതെ നടത്തിപ്പോരുകയും ചെയ്തു. ഓലമേഞ്ഞ കെട്ടിടം ചീപ്പോട് വച്ച് പുതുക്കി. ക്ഷേത്രത്തിലെ ചുവരുകളിൽ മനോഹരങ്ങളായ ചിത്ര

പ്പണിയും ശില്പവേലകളും നടത്തി. പുരാണകഥകളെ അനാവരണം ചെയ്യുന്ന രീതിയിൽ വൃത്തക്ഷേത്രത്തിനുള്ളിൽ വിഷ്ണു, നാഗത്താർ, ഭൂതത്താർ, അയ്യപ്പൻ എന്നീ ഉപദേവതകളെ പ്രത്യേകം, പ്രത്യേകം സ്ഥാനങ്ങളിൽ പ്രതിഷ്ഠിച്ചു. ഇതോടെ അനുബന്ധക്ഷേത്രങ്ങളായ ഇല്ലംമൂലയിലെ അയ്യപ്പൻകോട്ടം, നെല്ല്യാട്ട് ക്ഷേത്രം എന്നിവയും സജീവങ്ങളായി.

ഈ ക്ഷേത്രത്തിലെ പ്രതിഷ്ഠ അഘോരശിവനാണെന്നും ബ്രഹ്മാവിന്റെ ഒരു തല നുള്ളിയെടുത്ത തപസ്വിയായ ശിവന്റെ രൂപമായ കാപാലീശ്വരന്റെ ഭാവമാർന്നതാണെന്നും വിശ്വാസികൾ കരുതുന്നു. പണ്ടൊരു കാലത്ത് ഒരു വിഷ്ണുക്ഷേത്രം കൂടി ഉണ്ടായിരുന്നെന്നും കാലാന്തരത്തിൽ അത് നശിച്ചുവെന്നും പറയപ്പെടുന്നു.

മട്ടന്നൂർ മധുസൂദനൻ തങ്ങൾ ഊരായ്മ ഏറ്റെടുത്തതോടെ മഹാദേവക്ഷേത്രത്തിന്റെ പ്രഭാവം ഒന്നുകൂടി പൂത്തുലഞ്ഞു. ക്ഷേത്രത്തിന് ജനകീയസ്വഭാവം കൈവന്നു. അനുബന്ധമാക്കി ഒട്ടേറെ കെട്ടിടനിർമ്മാണങ്ങൾ നടന്നു. മധുസൂദനൻ തങ്ങൾ നടത്തിയ നവോത്ഥാന സാമൂഹ്യപ്രവർത്തനങ്ങളുടെ ആസ്ഥാനമായി ക്ഷേത്രവും പരിസരവും മാറി. തങ്ങൾ പതിവായി നടത്തുന്ന ഗണപതിഹോമം അതിപ്രസിദ്ധമാണ്. ഇതോടെ ഇക്കാലത്തെ സാമൂഹ്യ-സാംസ്കാരിക-നവോത്ഥാന രംഗങ്ങളിലെ പ്രഗത്ഭമതികളായ വ്യക്തിത്വങ്ങൾ പലയവസരങ്ങളിലും ആരാധനക്കും മധുസൂദനൻ തങ്ങളോട് വ്യക്തിപരമായി തങ്ങൾ നേതൃത്വം കൊടുക്കുന്ന വിദ്വൽസദസ്സുകളിൽ പങ്കെടുക്കാനുമായി ഇവിടെ എത്തിക്കൊണ്ടിരുന്നു. ആത്മവിദ്യാസംഘത്തിന്റെ ആചാര്യനായിരുന്ന വാഗ്ഭടാനന്ദൻ ഇവിടെ എത്തിച്ചേരുകയുംആത്മവിദ്യയും ബ്രഹ്മവിദ്യയും ഉയർത്തിപ്പിടിച്ചുകൊണ്ട് വലിയ ചർച്ചകൾ നടത്തുകയും ചെയ്തു. ബ്രഹ്മവിദ്യയുടെ വക്താവായിരുന്ന മധുസൂദനൻ തങ്ങൾ രണ്ടും തമ്മിൽ അഭേദത്വമില്ലെന്ന് സമർത്ഥിച്ചുകൊണ്ടാണ് തങ്ങൾ വാഗ്ഭടാനന്ദനുമായി സംവദിക്കാറുണ്ടായിരുന്നതത്രെ! ആഗമാനന്ദസ്വാമികളുൾപ്പെടെയുള്ള ശ്രീരാമകൃഷ്ണമഠത്തിലെ സന്യാസിവര്യന്മാരും ആദ്ധ്യാത്മികാചാര്യന്മാരും മഹാദേവക്ഷേത്രവുമായി നിരന്തരസമ്പർക്കം പുലർത്തി. സ്വാമി ബ്രഹ്മവ്രതനായിരുന്നു മറ്റൊരു നിത്യസന്ദർശകൻ. സാംസ്കാരിക-സാഹിത്യരംഗത്തെ പ്രതിഭകളും ഇവിടെ നടത്താറുള്ള സത്സംഗത്തിന് ക്ഷേത്രപരിസരം വേദിയായി. മഹാകവി വള്ളത്തോൾ, പി. കുഞ്ഞിരാമൻ നായർ, സഞ്ജയൻ, കുട്ടമത്ത്, കടത്തനാട്ട് മാധവിയമ്മ, മേക്കുന്നത് കുഞ്ഞികൃഷ്ണൻ നായർ,

എം.ആർ.ബി തുടങ്ങിയ സാഹിത്യ കേസരികൾക്ക് ആതിഥ്യവും പ്രോത്സാഹനവും നൽകിയതിൽ മഹാദേവക്ഷേത്രത്തിനുള്ള സ്ഥാനവും സുവിദിതമാണ്. ക്ഷേത്രാങ്കണം രാഷ്ട്രീയചർച്ചകൾക്കും വികസനസംരംഭങ്ങൾക്ക് തുടക്കം കുറിക്കുന്നതിനും വേദിയായി. കെ. കേളപ്പൻ, സി.കെ. ഗോവിന്ദൻ നായർ, മന്നത്ത് പത്മനാഭൻ, മൊയ്തു ഹാജി, വി.കെ. പൈതൽ മാസ്റ്റർ, കെ.ടി. മാധവൻ നമ്പ്യാർ തുടങ്ങിയവരെല്ലാം ഇത്തരം ചർച്ചകൾക്കായി ക്ഷേത്രാങ്കണത്തിൽ വന്നിട്ടുണ്ട്.

മധുസൂദനൻ തങ്ങളുടെ കാലത്താണ് ക്ഷേത്രത്തിൽ അന്നദാനം ആരംഭിച്ചത്. കുംഭമാസത്തിൽ ഏഴുനാളത്തെ സാംസ്കാരിക മേളയോടെ ഇവിടെ നടത്തുന്ന വാർഷികാഘോഷം നാടിന്റെ ഒരു ഉത്സവമായി മാറി. കഥകളിയും ഓട്ടൻതുള്ളലും ചാക്യാർകൂത്തും നാടകങ്ങളും അരങ്ങ് തകർത്തുകൊണ്ട് ഉത്സവം പൊടിപൂരമായി. കേളികൊട്ടും തായമ്പകയും പഞ്ചവാദ്യവും തിടമ്പ്നൃത്തവും ക്ഷേത്രാങ്കണത്തെ താളസാന്ദ്രമാക്കി. ഈ ഉത്സവം മട്ടന്നൂരിനെ സജീവമാക്കിയ ഒരു വ്യാപാരമേള കൂടിയായി ജനജീവിതത്തിൽ സ്ഥാനം പിടിച്ചു.

1971ൽ മട്ടന്നൂർ മധുസൂദനൻ തങ്ങൾ ദിവംഗതനായതോടെ അല്പകാലം ക്ഷേത്രനടത്തിപ്പ് ഒരു പ്രതിസന്ധിയായി. ഇതോടെ ക്ഷേത്ര ഊരാളർ നേരിട്ട് നടത്തുന്ന ക്ഷേത്രത്തെ ഭക്തജനങ്ങളുടെ ഒരു കമ്മിറ്റിയെ ഏൽപ്പിക്കുന്നതിനുള്ള ആലോചനകൾ സജീവമായി. അങ്ങനെയാണ് ശ്രീ. സി.എം. ബാലകൃഷ്ണൻ നമ്പ്യാർ പ്രസിഡന്റായിക്കൊണ്ടുള്ള ഒരു കമ്മിറ്റി നിലവിൽ വരികയും ക്ഷേത്രനടത്തിപ്പ് ഏറ്റെടുക്കുകയും ചെയ്തത്. ഈ കമ്മിറ്റിയുടെ നേതൃത്വത്തിൽ ക്ഷേത്രപുനരുദ്ധാരണം, പൂജാദികാര്യങ്ങൾ, ഉത്സവങ്ങൾ എന്നിങ്ങനെ എല്ലാ കാര്യങ്ങളും ജനകീയ പങ്കാളിത്തത്തോടെ നിർവഹിക്കുന്ന സ്ഥിതിവന്നു. വിവാഹച്ചടങ്ങുകൾ ക്ഷേത്രത്തിലെ ഒരു നിത്യസംഭവമായി മാറി. ക്ഷേത്രത്തിന് വരുമാനമുണ്ടാക്കാനുള്ള ആലോചനകളും ഈ കമ്മിറ്റി നടത്തി. അങ്ങനെയാണ് ക്ഷേത്രത്തിന്റെ മുൻവശത്ത് വിവാഹം പോലുള്ള ചടങ്ങുകളും സമ്മേളങ്ങൾ നടത്താൻ പറ്റുന്ന സൗകര്യത്തോടുകൂടിയ ഭക്ഷണശാല ഉൾപ്പെടെയുള്ള കൈലാസ് ഓഡിറ്റോറിയം സ്ഥാപിതമായത്. മട്ടന്നൂർ നഗരത്തിൽനിന്ന് ക്ഷേത്രത്തിലേക്കുള്ള മാർഗ്ഗം വിപുലീകരിക്കുകയും ക്ഷേത്രകവാടം കരിങ്കല്ലിൽ നിർമ്മിച്ച് കൊത്തുപണികളോടെ മനോഹരമാക്കുകയും ചെയ്തു. ഇക്കാലത്ത് നടന്ന മറ്റൊരു സംഭവം ക്ഷേത്രാധീനതയിലുള്ള കളത്തിൽ എന്ന സ്ഥലത്ത് കേന്ദ്രവിദ്യാഭ്യാസപദ്ധതി പ്രകാരമുള്ള ശങ്കര

വിദ്യാപീഠം എന്ന പേരിൽ ഹയർസെക്കന്ററി സ്കൂൾ സ്ഥാപിച്ചതാണ്.

1852 ജനുവരി 4ന് തകർപ്പെട്ട മങ്ങേരി ഇല്ലം നിന്ന സ്ഥലത്താണ് ഈ വിദ്യാലയം പ്രവർത്തിക്കുന്നത്. ക്ഷേത്രാധീനതയിലുണ്ടായിരുന്ന ഈ സ്ഥലം ക്ഷേത്രകമ്മറ്റി പ്രസിഡന്റായിരുന്ന ശ്രീ സി.എം. ബാലകൃഷ്ണൻ നമ്പ്യാർ നേതൃത്വം കൊടുക്കുന്ന ഒരു ട്രസ്റ്റിന് കൈമാറിയതിന് ശേഷമാണ് ട്രസ്റ്റിന്റെ ഉടമസ്ഥതയിൽ അവിടെ വിദ്യാലയം സ്ഥാപിച്ചിരിക്കുന്നത്. ഇന്ന് നഗരപരിസരത്തുള്ള ഒട്ടേറെ വിദ്യാർത്ഥികളെ ആകർഷിക്കുന്ന ഒരു സ്ഥാപനമായി ഈ വിദ്യാലയം മാറിക്കഴിഞ്ഞിട്ടുണ്ട്.

ഏതായാലും മട്ടന്നൂരിലെ സാമൂഹ്യജീവിതത്തിൽ ഒരു വലിയ സ്ഥാനം മട്ടന്നൂർ ശ്രീ മഹാദേവക്ഷേത്രം നേടിക്കൊടുത്തിട്ടുണ്ട്. അടുത്ത കാലത്തായി ക്ഷേത്രനടത്തിപ്പ് മലബാർ ദേവസ്വം ബോർഡിൽ നിക്ഷിപ്തമാക്കണമെന്ന ആവശ്യം ശക്തിപ്പെടുകയും ആയത് പ്രാവർത്തികമാവുകയും ചെയ്തിട്ടുണ്ട്.

പെരിഞ്ചേരി വിഷ്ണുക്ഷേത്രം

മലബാർ ദേവസ്വം ഏറ്റെടുത്ത് നടത്തുന്ന മട്ടന്നൂരിലെ ഹൈന്ദവാരാധനാലയമാണ് പെരിഞ്ചേരിയിലെ വിഷ്ണുക്ഷേത്രം. പെരിഞ്ചേരി എന്ന ദേശനാമം 'പെരുമയുള്ള ചേരി'യുള്ളതിനാലാണെന്ന് ചിലരെല്ലാം വിശ്വസിക്കുന്നു. തളിപ്പറമ്പിലെ പെരിഞ്ചല്ലൂർ ബ്രാഹ്മണ ഗ്രാമത്തിൽനിന്ന് കുടിയേറിപ്പാർത്ത നമ്പൂതിരിമാരാണ് ഈ ഇല്ലം സ്ഥാപിച്ചത് എന്ന് കരുതപ്പെടുന്നു. ആദ്യം ഈ ക്ഷേത്രം അഞ്ചരക്കണ്ടി പുഴയുടെ കരയിൽ കയനിയിൽ ആയിരുന്നെന്നും ടിപ്പുവിന്റെ പടയോട്ടക്കാലത്ത് തകർക്കപ്പെട്ടുപോയതാണെന്നും അതിനെത്തുടർന്ന് പെരിഞ്ചേരിയലെ നിലവിലുള്ള സ്ഥലത്ത് മാറ്റിസ്ഥാപിച്ചതാണെന്നും വിശ്വസിക്കുന്നുണ്ട്. ഏതായാലും കയനിയിൽ തിരുവനാഴി ക്ഷേത്രം സ്ഥിതി ചെയ്യുന്ന സ്ഥലത്ത് തകർക്കപ്പെട്ട മറ്റൊരു ക്ഷേത്രത്തിന്റെ അവശിഷ്ടങ്ങൾ കണ്ടെത്തിയിട്ടുണ്ട്.

വലിയ പാലത്തറ, ആട്ടാട്ടുപള്ളി എന്നിങ്ങനെയുള്ള പത്ത് ഇല്ലങ്ങൾ ചേർന്ന ഊരായ്മയാണ് ഈ ക്ഷേത്രം സ്ഥാപിച്ചത്. മഹാവിഷ്ണുവാണ് പ്രധാന പ്രതിഷ്ഠയെങ്കിലും ശ്രീരാമസഹോദരനായ ലക്ഷ്മണനും ഇവിടെ മുഖ്യമായ സ്ഥാനം കൽപ്പിച്ചിട്ടുണ്ട്. ത്രേതായുഗത്തിൽ ശ്രീരാമന്റെ വനവാസകാലത്ത്സീതാദേവിക്ക് കാവലാളായിനിൽക്കുന്ന ഉഗ്രരൂപിയായ ലക്ഷ്മണനാണ് ഇവിടെയുള്ളത്.

ക്ഷേത്രക്കുളത്തോട് ചേർന്ന് ഒരു ഭഗവതി കോട്ടം സ്ഥിതിചെയ്യുന്നുണ്ട്. വർഷം മുഴുവൻ വെള്ളം കെട്ടിക്കിടക്കുന്ന ക്ഷേത്രക്കുളം പുനരുദ്ധരിക്കുന്നതിന് ഇപ്പോഴത്തെ സർക്കാർ മൂന്ന് കോടി രൂപ പ്രത്യേകം അനുവദിച്ചിട്ടുണ്ട്. മലബാർ ദേവസ്വം ബോർഡിന്റെ ഉടമസ്ഥതയിലായതോടെ ക്ഷേത്രത്തിന് ലഭിക്കുന്ന ഗ്രാന്റ് ജീവനക്കാർക്കുള്ള ശമ്പളം എന്നിവയെല്ലാം ക്ഷേത്രത്തിന്റെ പ്രവർത്തനങ്ങളെ മെച്ചപ്പെടുത്തുന്നതിനിടയാക്കിയിട്ടുണ്ട്. ദേവസ്വം ബോർഡിന്റെ കീഴിൽ 10 അംഗങ്ങളുള്ള ട്രസ്റ്റി ബോർഡാണ് ക്ഷേത്രകാര്യങ്ങൾ നിർവ്വഹിക്കുന്നത്. ട്രസ്റ്റി ബോർഡിൽ പാരമ്പര്യ ട്രസ്റ്റിമാരായി അഞ്ചുപേരും ഭക്തജനങ്ങൾ തെരഞ്ഞെടുക്കുന്ന അഞ്ച്പേരുമാണ് ഉള്ളത്. ക്ഷേത്രക്കമ്മറ്റിയുടെ ഭാരവാഹികളായി കെ. ശങ്കരൻ മാസ്റ്റർ, പി.വി. കുഞ്ഞികൃഷ്ണൻ നമ്പ്യാർ, കെ. കൃഷ്ണൻ നമ്പൂതിരി, അപ്പു മാസ്റ്റർ തുടങ്ങിയവരെല്ലാം വിവിധ ഘട്ടങ്ങളിലായി ഭാരവാഹികളായി പ്രവർത്തിക്കുകയുണ്ടായി. ദേവഗിരി കോളജ് അദ്ധ്യാപകനായിരുന്ന പ്രൊഫ. വി.എ. കേശവൻ നമ്പൂതിരിയും മാതൃഭൂമി സബ് എഡിറ്റർ കെ. ത്രിവിക്രമൻ നമ്പൂതിരിയും ആദ്യകാല ട്രസ്റ്റിമാരായിരുന്നു.

കാര ശ്രീ ദുർഗ്ഗാക്ഷേത്രം

കാര ദേശത്തിന്റെ അടിസ്ഥാന ദേവതയാണ് ശ്രീദുർഗ്ഗ. പരശുരാമൻ 108 ദുർഗ്ഗാലയങ്ങൾ നാടിന്റെ പലഭാഗത്തും സ്ഥാപിച്ചതിൽ ഒരെണ്ണം കാരയിൽ സ്ഥാപിച്ചതാണത്രേ ഇത്! മൂവായിരം വർഷത്തെ പഴക്കമുണ്ട് എന്ന് ചിലർ അവകാശപ്പെടുന്നുണ്ട്. പഴയ പത്ത് ഇല്ലത്തറവാടുകളുടെ ഊരായ്മയിലായിരുന്നു ഇത് നിലനിന്നിരുന്നത്. ഈ തറവാടുകളിൽ പലതും തകർന്നുപോയതോടെ ഇവിടെ പൂജാദികാര്യങ്ങൾ നിർവ്വഹിച്ചിരുന്ന കരിമ്പന തറവാടുകാരിലേക്ക് ഉടമസ്ഥാവകാശം വന്നുചേർന്നു. ശ്രീദുർഗ്ഗയുടെ പേരിലാണ് ക്ഷേത്രം അറിയപ്പെടുന്നതെങ്കിലും ആരാധനാമൂർത്തികളിൽ പ്രധാനി ചതുർബാഹു സ്വരൂപത്തിലുള്ള മഹാവിഷ്ണുവാണ്. കുതിരപ്പുറത്തിരിക്കുന്ന ശാസ്താവും ഗണപതികോവിലുമെല്ലാം ഉപദേവതകളായി ചുറ്റിലുമുണ്ട്. ക്ഷേത്രത്തിന്റെ ഉത്ഭവം സമീപത്തുതന്നെയുള്ള ചുറ്റും കാടുകളാൽ ആവൃതമായ ഒരു കാവിനകത്താണ് എന്ന് വിശ്വസിക്കുന്നു. നിലവിൽ കണ്ണൂർ അന്താരാഷ്ട്ര വിമാനത്താവളത്തിന്റെ ചുറ്റുമതിലിനോടു ചേർന്ന് സ്ഥിതിചെയ്യുന്ന ഈ കാവിൽ ദുർഗ്ഗയും ശാസ്താവും ഭദ്രകാളിയും കുടികൊള്ളുന്നതായിട്ടാണ് സങ്കൽപ്പിച്ചിരിക്കുന്നത്. ഇവിടെ നിത്യാരാധനയും മറ്റും കൃത്യമായി നടന്നുവരുന്നുണ്ട്. ധനു

മാസം 5,6 തീയ്യതികളിൽ നടക്കുന്ന നിറമാല ഉത്സവവും, വൃശ്ചികമാസത്തിലെ കാർത്തികയും മീനമാസത്തിലെ പൂരവുമെല്ലാം ക്ഷേത്രത്തിലെ വിശേഷദിവസങ്ങളാണ്. മുൻകാലങ്ങളിൽ എട്ട് ദിവസങ്ങളായിരുന്നു ഉത്സവം. 7 ദിവസം ക്ഷേത്രത്തിലെ ആരാധനയുമായി ബന്ധപ്പെട്ടതും 8-ാം ദിവസം തെയ്യം കെട്ടിയാടിയും ആഘോഷങ്ങൾ നടന്നിരുന്നു.

മേറ്റടി ഉറുമ്പേരി ക്ഷേത്രം

മട്ടന്നൂർ മണ്ണൂർ റോഡിന്റെ ഇടതുവശത്ത് ചോലത്തോടിന്റെ ഇടതുകരയിലാണ് ഈ ക്ഷേത്രം സ്ഥിതി ചെയ്യുന്നത്. ഒരുകാലത്ത് പൊറോറ വില്ലേജിലെ ജന്മി ഭൂപ്രഭുക്കന്മാരായിരുന്ന ഇളമ്പിലാടൻ തറവാട്ടുകാരായ മരുതായി കേളോത്ത് വീട്ടുകാരുടെ ഊരായ്മയിലുള്ള ക്ഷേത്രമായിരുന്നു ഇത്.

ഇത് വേട്ടക്കൊരുമകൻ ക്ഷേത്രമാണ്. കിരാതരൂപം പൂണ്ടെത്തിയ ശിവപാർവതിമാർക്ക് പിറന്ന മകനാണ് വേട്ടക്കൊരുമകൻ. പാശുപതാസ്ത്രം ലഭിക്കാനായി പാണ്ഡുപുത്രനായ അർജുനൻ മഹേശ്വരനെ തപസ്സുചെയ്തും താപസിയെ പരീക്ഷിക്കാൻ ശിവനും പാർവ്വതിയും കാട്ടാളവേഷം ധരിച്ചെത്തിയതും ഹിന്ദുപുരാണങ്ങളിലെ അതിവശ്യമായ ഒരു കഥയാണല്ലോ? ഇങ്ങനെ പിറന്ന മകൻ യുദ്ധവീരനായാണ് മാറുന്നത്. വേട്ടക്കൊരുമകൻ എന്ന ശിവപുത്രന് ഭൂതഗണങ്ങളുടെ അകമ്പടിയുണ്ട്. ഭൂതഗണങ്ങളാൽ പരിസേവിതനായി ഇരിക്കുന്ന വേട്ടക്കൊരുമകൻ കാർഷികദേവൻ കൂടിയാണ്. കാർഷികവിളകളുടെ സംരക്ഷണമാണ് ഈ ദേവപ്രതിഷ്ഠയിലൂടെ കർഷകർ ആഗ്രഹിക്കുന്നത്.

ഉറുമ്പേരി ക്ഷേത്രം എന്ന പേരു വന്നതിലും രസകരമായൊരു വിശ്വാസമുണ്ട്. കൃഷിയിടങ്ങളെ ആക്രമിക്കുന്ന കൃമികീടങ്ങളും കർഷകഭവനങ്ങളിൽ ശല്യമുണ്ടാക്കുന്ന ഉറുമ്പുകളും കർഷകന്റെ ശത്രുക്കൾ തന്നെ. ഇവയുടെ ബാധയിൽ നിന്ന് ഒഴിവാകാനായിട്ടാണ് കർഷകൻ ഈ ക്ഷേത്രത്തിൽ എത്തുന്നത്. അങ്ങനെ 'ഉറുമ്പേറിയാൽ' എത്തിച്ചേരുന്ന ക്ഷേത്രം 'ഉറുമ്പേറി' അമ്പലമായി പറഞ്ഞു പതിഞ്ഞ് 'ഉറുമ്പേറി' 'ഉറുമ്പേരി'യായി. ഇവിടത്തെ പ്രതിഷ്ഠയായ വേട്ടക്കൊരുമകന് അരിയും കടുകുമാണ് പ്രധാന നിവേദ്യമായി ഭക്തജനങ്ങൾ അർപ്പക്കുന്നത്. അന്യ ജില്ലകളിൽ നിന്നുപോലും അനവധി ഭക്തർ വന്നുപോകുന്ന ഈ ക്ഷേത്രം നാട്ടുകാരാണ് കമ്മറ്റി രൂപീകരിച്ച് സംരക്ഷിച്ചുപോരുന്നത്.

പരിയാരം സുബ്രഹ്മണ്യ ക്ഷേത്രം

മട്ടന്നൂർ നഗരകേന്ദ്രത്തിൽനിന്നും മൂന്നര കി.മി. അകലെ കോളാരി വില്ലേജിലെ പരിയാരം ദേശത്താണ് ഈ ക്ഷേത്രം സ്ഥിതിചെയ്യുന്നത്. വടക്കൻ കേരളം ഏഴിമല കേന്ദ്രമായ മൂഷികരാജവംശത്തിന്റെ ആധിപത്യത്തിൽ നിലനിൽക്കുന്ന കാലത്തോളം ഇതിന് പഴക്കം പറയുന്നുണ്ട്. കേരളം ബൗദ്ധപ്രഭാവകാലഘട്ടത്തിൽ അമർന്നിരുന്ന കാലത്ത് ഇവിടെ അന്നുണ്ടായിരുന്നത് വനശാസ്താവിന്റെ ആരാധനാലയമായിരിക്കണമെന്ന് ഊഹിക്കാവുന്ന ചില അടയാളങ്ങൾ അവിടെ കാണാനുണ്ട്. ക്ഷേത്രചുറ്റുമതിലിന് പുറത്തുള്ള ഒരു അയ്യപ്പസ്ഥാനമാണത്. ശാസ്താക്ഷേത്രങ്ങളിൽ കാണാറുള്ള ടെറക്കോട്ട മാതൃകയിലുള്ള മൃഗരൂപങ്ങളിൽനിന്ന് ഈ നിഗമനങ്ങളിൽ എത്താനാവും. മറ്റൊന്ന് ചുറ്റുമുള്ള വനനിബിഡമായ അന്തരീക്ഷത്തിൽ ജനവാസകേന്ദ്രങ്ങളിൽ നിന്നകന്ന് ഈ ക്ഷേത്രം നിൽക്കുന്നു എന്നതാണത്. ബ്രാഹ്മണകുടിയേറ്റവും ആധിപത്യവും കൈവരുന്നതോടെ ബ്രാഹ്മണക്ഷേത്രമായി പരിവർത്തനം ചെയ്യപ്പെട്ടതാകണം.

മൂഷികാധിപത്യത്തിന് അന്ത്യം കുറിച്ച് പിന്തുടർച്ചക്കാരായ കോലത്തിരി രാജവംശത്തിന്റെ ആധിപത്യത്തിലും, കോട്ടയം രാജവംശം പ്രബലമായതോടെ അവർക്ക് കീഴിലും ഈ ക്ഷേത്രം വന്നു. പെരിഞ്ചല്ലൂരിൽനിന്ന് കുടിയേറി വന്ന നമ്പൂതിരി തങ്ങൾമാരായ മാനാട്ടില്ലക്കാർക്ക് ക്ഷേത്രവും ആയതിന്റെ നടത്തിപ്പിനായി ചുറ്റുമുള്ള ദേശത്തെ അനവധി ഭൂസ്വത്തുക്കളും നൽകുന്നത് കോട്ടയം തമ്പുരാക്കന്മാരാണ്. മാനാട്ടില്ലക്കാർ അങ്ങനെ ഈ ക്ഷേത്രത്തിന്റെ ഊരായ്മക്കാരായി മാറുകയാണ്.

ചോളനാട്ടിന്റെ ശില്പശൈലിയാണ് ക്ഷേത്രനിർമ്മിതിയിൽ ഉപയോഗിച്ചിട്ടുള്ളത്. പൊതുവെ കോട്ടയം രാജ്യാതിർത്തിക്കകത്തെവിടെയും ബ്രാഹ്മണ ക്ഷേത്രങ്ങൾക്ക് പൊതുവെ ഈ ശിൽപമാതൃക കാണുന്നുണ്ട്. പ്രാട്ടര രാജവംശം ചോളനാട്ടിൽനിന്ന് വന്നവരാണെന്ന പ്രസ്താവവുമായി തട്ടിച്ചുനോക്കുമ്പോൾ ക്ഷേത്രനിർമ്മിതിയിലെ ഈ ചോളശൈലിയും അവരോടൊപ്പം വന്നതായിരിക്കണം.

സുബ്രഹ്മണ്യ പ്രതിഷ്ഠയോടൊപ്പം മഹാവിഷ്ണുവിനും ഇവിടെ തുല്യപ്രാധാന്യം നൽകിയിട്ടുണ്ട്. കാർഷികദേവതയായ അന്നപൂർണ്ണേശ്വരി, നാദഗണപതി, യോഗ ഗണപതി എന്നിവർക്കും, വനശാസ്താവിന് എന്നതുപോലെ ഉപദേവതാ പദവികൾ നൽകി ആരാധിച്ചുപോന്നു. വൈരീഘാതകയായ ഭഗവതിക്ക് ഇവിടെ നൽകിയിട്ടുള്ള സ്ഥാനം

ശ്രീ പോർക്കലിയുടെ ഉപാസകരായ കോട്ടയം തമ്പുരാക്കളുടെ പ്രത്യേക അഭീഷ്ടപ്രകാരമായിരിക്കണം. സർപ്പാരാധനക്കും ഇവിടെ ചെറുതല്ലാത്ത പ്രാധാന്യമുണ്ട്.

പരിയാരം സുബ്രഹ്മണ്യക്ഷേത്രത്തിന്റെ പ്രസക്തിയും പ്രാധാന്യവും കുടികൊള്ളുന്നത് ക്ഷേത്രഭിത്തികളിൽ എത്രയോ നൂറ്റാണ്ടുകളുടെ കാലപ്പഴക്കത്തിൽ നാമാവശേഷമായിക്കൊണ്ടിരിക്കുന്ന അജന്താഗുഹാചിത്ര മാതൃകയിലുള്ള ചുവർചിത്രങ്ങളിലാണ്. ചരിത്രകാരന്മാരുടെയും ചിത്രകാരന്മാരുടെയും സവിശേഷശ്രദ്ധയാകർഷിച്ച ഇക്കാര്യം ചുവർചിത്ര ഗവേഷകനായ ശ്രീ അനിൽ രാജിന്റെ പ്രത്യേകലേഖനത്തിൽ പരാമർശിച്ചത് ഈ ഗ്രന്ഥത്തിൽ ഉൾപ്പെടുത്തിയതുകൊണ്ട് ഇവിടെ കൂടുതലായി വിശദീകരിക്കുന്നില്ല. പ്രസിദ്ധ ആർക്കിയോളജിസ്റ്റ് ശ്രീ കെ.കെ. മുഹമ്മദ്, പ്രതിഭാശാലിയായ ചിത്രകാരൻ ശ്രീ. കെ.കെ. മാരാർ, ചിത്രകാരൻ ശ്രീ. കെ.കെ. വാര്യർ, ചരിത്രകാരനായ ശ്രീ. എം.ജി. ശശിഭൂഷൺ എന്നിവരുടെ പരിശോധനകൾക്ക് ഈ ചുവർചിത്രങ്ങൾ വിധേയമായിക്കഴിഞ്ഞിട്ടുണ്ട്. ഈ ചുവർചിത്രങ്ങളെ പുനരാവിഷ്ക്കരിക്കാനുള്ള ചില പദ്ധതികൾക്ക് സർക്കാരുകൾ ആസൂത്രണം ചെയ്യുന്നുണ്ടെന്ന് മനസ്സിലാക്കാനാകുന്നു.

ക്ഷേത്രചരിത്രം സംബന്ധിച്ച് ധാരാളം ഊഹാപോഹങ്ങൾ പ്രചാരത്തിലുണ്ട്. അതിലൊന്ന് കൊച്ചി രാജാധിപനായ ശക്തൻ തമ്പുരാൻ ആയോധനകലയായ കളരിപ്പയറ്റ് അഭ്യസിക്കാനായി കോട്ടയം തമ്പുരാക്കന്മാരുടെ ആയോധനക്കളരിയായ മുഴക്കുന്ന് പിണ്ഡാലികളരിയിൽ വന്നുചേർന്നപ്പോൾ പരിയാരം ക്ഷേത്രത്തിൽ ഏതാനുംകാലം താമസിക്കുകയുണ്ടായി എന്നതാണ്.

മറ്റൊന്ന് മലബാർ ആക്രമിച്ച ടിപ്പുവിന്റെ പടയോട്ടം പരിയാരത്തെ മഹാദേവക്ഷേത്രത്തിനു നേരെയും വന്നുവത്രെ. ക്ഷേത്രമതിലിനും ശ്രീകോവിലിലുമെല്ലാം ചില നാശനഷ്ടങ്ങൾ അങ്ങനെയുണ്ടായതെന്ന് ചിലരെല്ലാം വിശ്വസിക്കുന്നുണ്ട്. എന്നാൽ അനവധി ക്ഷേത്രങ്ങൾ ആക്രമിച്ചു ടിപ്പു തങ്ങൾമാരായ ഭൂവുടമകളുമായി സൗഹൃദം സ്ഥാപിച്ച് തന്റെ പടയോട്ടത്തിൽ നിന്ന് ഒഴിച്ചു നിർത്തിയിരുന്ന എന്നൊരു വിശ്വാസവും നിലവിലുണ്ട്. എന്നാൽ സത്യവുമായി പൊരുത്തമുള്ള മറ്റൊരു ചരിത്ര നിഗമനം 1852 ജനുവരി 4ന്റെ മട്ടന്നൂർ കലാപവുമായി ബന്ധപ്പെട്ടുള്ളതാണ്. മങ്ങേരി ഇല്ലം സമ്പൂർണ്ണമായി ചുട്ടുകളഞ്ഞ് പതിനഞ്ചുപേരെ കാലപുരിക്കയച്ച മാപ്പിളക്കർഷക കലാപകാരികൾ സമീപത്തെ ഏതാനും നമ്പൂതിരി ഇല്ലങ്ങളും ബ്രാഹ്മണക്ഷേത്രങ്ങളും

ആക്രമിച്ചതായി മലബാർ മാന്വലിൽ സർ വില്യം ലോഗനും, Against state and lord എന്ന തന്റെ ഗവേഷണഗ്രന്ഥത്തിൽ പ്രസിദ്ധ ചരിത്രകാരനായ ഡോ. കെ.എൻ. പണിക്കരും പറഞ്ഞിട്ടുണ്ട്. പരിയാരത്തെ സുബ്രഹ്മണ്യക്ഷേത്രവും ഇങ്ങനെ ആക്രമിക്കപ്പെട്ടതായിരിക്കണം.

കോളനിവാഴ്ചയെത്തുടർന്ന് പല കാലങ്ങളിലും ക്ഷേത്രം വേണ്ട രീതിയിൽ സംരക്ഷിക്കപ്പെടാതെ പോയി. ഊരാളന്മാർക്ക് അവരുടേതായ കാരണങ്ങളും സാഹചര്യങ്ങളും ഉണ്ടായിട്ടുണ്ടാവണം. ഇന്നിപ്പോൾ തൽപരരായ നാട്ടുകാരുടെ നേതൃത്വത്തിൽ പുനരുദ്ധാരണപ്രവർത്തനങ്ങൾ നടക്കുകയും ഉത്സവങ്ങളും നിത്യപൂജയും നടത്തിവരികയും ചെയ്യുന്നുണ്ട്. വൃശ്ചികമാസത്തിലെ അശ്വതി, ഭരണി, കാർത്തിക നാളുകളിലാണ് ഇവിടെ ഉത്സവം നടക്കുന്നത്.

ക്ഷേത്രത്തിന്റെ പൗരാണിക ചരിത്രം, സവിശേഷമായ ചുവർചിത്രങ്ങൾ ഇവയെല്ലാം കണക്കിലെടുത്ത് ക്ഷേത്രഭരണം വ്യവസ്ഥാപിതമായ രീതിയിൽ സംഘടിപ്പിക്കപ്പെടുകയും സംരക്ഷിക്കപ്പെടുകയും ചെയ്യണം. മലബാർ ദേവസ്വം ബോർഡ് ക്ഷേത്രം ഏറ്റെടുത്ത് സംരക്ഷിക്കുന്നതായിരിക്കും ഉചിതം.

ശിവപുരം ശ്രീ ശിവക്ഷേത്രം

പണ്ട് കോട്ടയം രാജാക്കന്മാരുടെ ഊരായ്മയിലുണ്ടായിരുന്ന മറ്റൊരു ക്ഷേത്രമാണിത്. 'ദക്ഷിണകാശി' എന്ന് സുപ്രസിദ്ധമായ കൊട്ടിയൂർ ക്ഷേത്രത്തിന്റെ ഒരു ഉപക്ഷേത്രമായി ഇതറിയപ്പെടുന്നു. ചിലരെല്ലാം ആയിരത്തിലേറെ വർഷങ്ങളുടെ പഴക്കം ഇതിനുണ്ട് എന്ന് പറയുന്നു. ക്ഷേത്രത്തിന്റെ തെക്ക് പടിഞ്ഞാറ് ഭാഗത്ത് സ്വയംഭൂവായി കണ്ടെത്തിയ ഒരു പ്രതിഷ്ഠയാണ് ക്ഷേത്രനിർമ്മാണത്തിന് പ്രചോദനമായതത്രേ! കേരളത്തിൽ അപൂർവ്വമായി കാണുന്ന സപ്തമാതൃക്കളുടെ പൂർണ്ണരൂപത്തിലുള്ള പ്രതിഷ്ഠ ഇവിടെ കാണാം. പിതാവിന്റെ കൊട്ടാരത്തിൽവെച്ച് ദാക്ഷായണിക്ക് ഉണ്ടായ അപമാനഭാരവും തുടർന്ന് അഗ്നിപ്രവേശം നടത്തി ജീവത്യാഗം ചെയ്തതും അറിഞ്ഞ മഹാദേവൻ ഭൂതഗണങ്ങളോടൊപ്പം യാഗഭൂമിയിലേക്കെഴുന്നള്ളിയത് നേരത്തെ വിശദീകരിച്ചിട്ടുണ്ട്. ആ യാത്രയുടെ സ്മരണ പുതുക്കാനെന്നോണം കൊട്ടിയൂരിലേക്കുള്ള ഇളനീർ വ്രതക്കാരും നെയ്യാട്ടക്കാരും ഇവിടെയടുത്ത് പടുപാറയിൽവെച്ച് 'മാറ്റിച്ചെനച്ചാണ്' പോകാറുണ്ടായിരുന്നത്. ക്ഷേത്രകാര്യങ്ങൾക്കായി കോട്ടയം രാജാക്കന്മാർ ശുകപുരം ഗ്രാമത്തിൽനിന്ന് പ്രത്യേകം ബ്രാഹ്മണരെ ഇവിടെ കൊണ്ടുവന്ന് കുടിയിരുത്തിയത്രേ! തുടർന്ന് അവർ അവരുടെ ഉപാസനാമൂർത്തി

കളായ ഗണപതി, ശ്രീപാർവ്വതി, ദക്ഷിണാമൂർത്തി, വീരഭദ്രൻ തുടങ്ങിയ മൂർത്തികളെ പ്രതിഷ്ഠിച്ച് ക്ഷേത്രം കൂടുതൽ വിപുലമാക്കി. ഇത് കൂടാതെ ചുറ്റമ്പലത്തിന് പുറത്ത് ശ്രീകൃഷ്ണനും ശാസ്താവുമുണ്ട്. ഇനിയും അനുബന്ധ ക്ഷേത്രമായി വൈരീഘാതന്റെ പ്രതിഷ്ഠയും സമീപത്തുതന്നെയുണ്ട്. ഒരു കാലത്ത് സമീപസ്ഥലങ്ങളായ ഇരുപത്തിരണ്ടോളം ക്ഷേത്രങ്ങൾ ശിവപുരം ക്ഷേത്രത്തിന്റെ അധീനതയിലുള്ളതായിരുന്നുവത്രേ!

കോളാരി മേലേ വീട് ക്ഷേത്രം

പണ്ട് ഒരു കാലത്ത് ബ്രാഹ്മണരുടെ ഉടമസ്ഥതയിലായിരുന്ന ഈ അമ്പലം കോളാരി പ്രദേശത്തെ ഇടത്തട്ട്, ചുണ്ടക്കാട്ട്, പുത്തൻവീട്, ഇരുമ്പറ്റ, നുള്ളവീട് എന്നിങ്ങനെയുള്ള അഞ്ച് നമ്പ്യാർ തറവാടുകളുടെ കൂട്ടായ്മയാണ് ഇപ്പോൾ മേലേവീട് ക്ഷേത്രം കൈകാര്യം ചെയ്യുന്നത്. ബ്രാഹ്മണക്ഷേത്രമായി നിലനിന്ന കാലത്ത് തന്നെ ഊർപ്പഴശ്ശി ദൈവത്താർ, ഇളങ്കരുമകൻ എന്നീ ദേവന്മാരെ ക്ഷേത്രത്തിനകത്ത് പ്രതിഷ്ഠിച്ചിരുന്നു. ക്ഷേത്രമുറ്റത്തിനു പുറത്ത് പ്ലാവിൻതറയിൽ മറ്റൊരു ദേവപ്രതിഷ്ഠ കാണുന്നുണ്ട്. ഈ മൂർത്തിയുടെ പേര് ആരും പറയാറില്ല. ഇത്തരമൊരു പ്രതിഷ്ഠയെ ഇവിടെ കുടിയിരുത്തിയതിനു പിന്നിൽ ഒരു കഥ പറഞ്ഞു കേൾക്കുന്നുണ്ട്. പരദേശിയായ ഒരു ബ്രാഹ്മണൻ ഒരു ദൈവചൈതന്യത്തെ ഒരു പ്രതിമയിൽ ആവാഹിച്ച് ഇവിടെ കൊണ്ടുവന്നുവത്രെ! മേലേവീട് ക്ഷേത്രത്തിൽ ആകൃഷ്ടനായ ബ്രാഹ്മണൻ പ്രതിഷ്ഠിക്കാൻ അനുവാദം ചോദിച്ചു. ആവശ്യം മനസ്സിലാക്കിയ ശാന്തിക്കാരൻ താനിപ്പോൾ പൂജ നടത്തുകയാണ് അത് കഴിഞ്ഞ് ദൈവത്താർ ഈശ്വരനോട് അനുവാദം ചോദിക്കാം, ഈശ്വരന്റെ അനുവാദമുണ്ടെങ്കിലേ അകത്ത് പ്രതിഷ്ഠിക്കാനാവൂ എന്നെല്ലാം ശാന്തിക്കാരൻ പറയുകയുണ്ടായി. ദൈവത്താറീശ്വരന്റെ ഇംഗിതമറിയുന്നതുവരെ ബ്രാഹ്മണൻ കൊണ്ടുവന്ന ദേവനെ ക്ഷേത്രത്തിന് പുറത്തുള്ള പ്ലാവിൻതറയിൽ സൂക്ഷിക്കാൻ ശാന്തിക്കാരൻ നിർദ്ദേശിച്ചു. സമയമേറെ കാത്തിരുന്നിട്ടും ശാന്തിക്കാരനിൽനിന്നും മറുപടിയൊന്നും ലഭിക്കാത്തതിനെത്തുടർന്ന് ഈ ദേവൻ ക്ഷേത്രത്തിന്റെ പുറംചുറ്റിൽ ആരുടേയും അനുവാദമില്ലാതെ തന്നെ തന്റെ സ്ഥാനം കണ്ടെത്തിയത്രേ. ഈ ദേവന്റെ തെയ്യക്കോലം ഇപ്പോൾ കെട്ടിയാടുന്നുണ്ട്. അവിടുത്തെ പ്ലാത്തറയിലിരുന്നാണ് ദൈവം നേർച്ച വാങ്ങുന്നതും അനുഗ്രഹിക്കുന്നതും. ക്ഷേത്രത്തിലെ പ്രധാന വഴിപാട് വെള്ളനിവേദ്യം, പായസം,

അപ്പം എന്നിവയാണ്. ക്ഷേത്രത്തിൽ ഒരു സവിശേഷ ചടങ്ങുണ്ട്. 'അടിയന്തിരം കൂടൽ' എന്നാണതിന്റെ പേര്. ദേവഹിതമറിയാൻ ഭക്തജനങ്ങൾ വഴിപാടായി നടത്തുന്ന ഒരു ചടങ്ങാണിത്. എല്ലാ മാസവും സംക്രമദിവസം നടതുറന്നുള്ള പൂജയുണ്ടിവിടെ. ഇതിനു പുറമെ മണ്ഡലകാലം, പുത്തരി, ശിവരാത്രി ഇവയും ആഘോഷിക്കാറുണ്ട്. ഇവിടുത്തെ ഉത്സവത്തിന് കളിയാട്ടം എന്നാണ് പറയുന്നത്. എല്ലാ വർഷവും കുംഭമാസം 2,3,4 തീയതികളിൽഈ ഉത്സവം നടക്കുന്നു. കൂടാതെ ക്ഷേത്രത്തിൽ വച്ച് വിവാഹം, ചോറൂൺ, തുലാഭാരം, വിദ്യാരംഭം കുറിക്കൽ എന്നിവയും നടത്തിവരുന്നുണ്ട്. ബ്രഹ്മശ്രീ നടുവത്ത് പുടയൂർ നാരായണൻ നമ്പൂതിരിപ്പാടിന്റെ നേതൃത്വത്തിലാണ് താന്ത്രികകർമ്മങ്ങൾ നടത്തുന്നത്.

നടുവനാട് കുറുവന്തേരി മഹാദേവ ക്ഷേത്രം

മട്ടന്നൂരിന്റെ സമീപപ്രദേശമായ ഇരിട്ടി നഗരസഭയിലെ നടുവനാടുള്ള ഒരു പുരാതന ക്ഷേത്രമാണ് കുറുവഞ്ചേരി ശ്രീ മഹാദേവ ക്ഷേത്രം. മഹാശിവനാണ് ഇവിടത്തെ പ്രതിഷ്ഠ. കുംഭമാസത്തിലെ ശിവരാത്രി നാളിലാണ് ഇവിടത്തെ പ്രധാന മഹോത്സവം. ഉത്സവത്തോടനുബന്ധിച്ച് തിടമ്പ് നൃത്തം, വിവിധങ്ങളായ കലാപരിപാടികൾ ഇവയെല്ലാമുണ്ട്. ഇതിനുപുറമെ മണ്ഡലകാല പൂജ, കാലത്താൽ നടക്കുന്ന വിശേഷാൽ പൂജകൾ, അയ്യപ്പൻ വിളക്ക്, ധനുമാസത്തിലെ തിരുവാതിര, മഹാവിഷ്ണു പ്രതിഷ്ഠാദിനം, നവരാത്രി ഉത്സവം, വിഷുക്കണി, തിരുവോണം എന്നിവയെല്ലാം ഇവിടെ കൊണ്ടാടുന്നു.

മേച്ചേരി അമ്പലം

കോളാരിയിലെ നമ്പ്യാർ തറവാട്ടുകാരായ അഞ്ച് ഊരാളൻമാരുടെ നിയന്ത്രണത്തിലുള്ള അമ്പലമാണിത്. പണ്ടിതൊരു ബ്രാഹ്മണക്ഷേത്രമായിരുന്നു. ഊർപ്പഴശി ദൈവത്താർ, പൂതാടിദൈവം, ഇളംകരുമകൻ എന്നിവരെയാണ് ഇവിടെ ആരാധിക്കുന്നത്. ഇവിടെയിപ്പോൾ നിത്യശാന്തിയില്ല, സംക്രമപൂജയാണ് ഉള്ളത്. ഇതിനടുത്തൊരു കലശസ്ഥാനമുണ്ട്. മുണ്ടയാംപറമ്പ് ദേവസ്ഥാനത്തിന്റെ സങ്കൽപ്പത്തിലുള്ളതാണ് ഈ കലശസ്ഥാനം. ഭഗവതിയും പെരുമ്പഴശനും ഇവിടത്തെ ആരാധനാമൂർത്തികളാണ്. മേലേവീട് ക്ഷേത്രം ഊരാളർ മേടം 12ന് ഇവിടെ നടത്തിവരുന്ന കലശമാണ് പ്രധാന ആരാധനാ ചടങ്ങ്. ഇതിനുപുറമെ നേർച്ചയായും പ്രത്യേക കലശം നടത്താറുണ്ട്.

കോളാരി ശ്രീ പോർക്കലി ഭഗവതി ക്ഷേത്രം

ദാരികാസുരനെ വധിക്കാനായി ശ്രീ പരമേശ്വരന്റെ തൃക്കണ്ണിൽ നിന്ന് ഉദയംകൊണ്ട ശ്രീ ഭദ്രകാളിയാണ് ശ്രീ പോർക്കലി. പല പേരുകളിലും പല രൂപങ്ങളിലും പല ഭാവങ്ങളിലും കാവുകളിലും ക്ഷേത്രങ്ങളിലുമെല്ലാം ശ്രീ പോർക്കലിയെ ആരാധിക്കുന്നുണ്ട്. അക്കൂട്ടത്തിലൊന്നാണ് കോളാരിയിലുള്ള ശ്രീ പോർക്കലി ഭഗവതി ക്ഷേത്രം. കേരളവർമ്മ പഴശ്ശിരാജാവിന്റെ ആരാധനാമൂർത്തികളിൽ പ്രധാനിയാണ് ശ്രീ പോർക്കലിയായ പരദേവതയെന്ന് ചരിത്രമുണ്ട്. ഈ ദേവീസങ്കല്പത്തെയാണ് കോളാരിയിൽ അത്തയം തോട്ടത്തിൽ ഭദ്രകാളിയായി കുടിയിരുത്തിയിട്ടുള്ളത്.

ഇവിടെ വിഷ്ണുമൂർത്തിക്കും തുല്യപ്രാധാന്യമുണ്ട്. ഹിരണ്യകശിപുവിനെ വധിക്കാനായി ഭൂമിയിലവതരിച്ച നരസിംഹമൂർത്തിയാണ് ഇവിടെ കെട്ടിയാടുന്ന വിഷ്ണുമൂർത്തി കോലം. വയനാട്ടുകുലവനും ഇവിടെ കെട്ടിയാടുന്നുണ്ട്. വയനാട്ടുകുലവൻ തൊണ്ടച്ചൻ എന്ന പേരിലും അറിയപ്പെടുന്നുണ്ട്. മറ്റൊരു തെയ്യം ഇളയിടത്ത് ഭഗവതിയാണ്. ഭക്തർ 'എള്ളടത്തോതി' എന്ന് വിളിക്കുന്ന മൂർത്തിതന്നെ.

ഇവിടെ ഗുളികനും കെട്ടിയാടുന്നുണ്ട്. ഗുളികൻ സംഹാരമൂർത്തിയാണ്. ശ്രീ മഹാദേവന്റെ സൃഷ്ടിയാണ് ഗുളികൻ. സംഹാരകർമ്മത്തിന് വേണ്ട കാലപാശവും, കാലദണ്ഡും ആയുധങ്ങളായും പോത്തിനെ വാഹനമായും നൽകിയിട്ടുണ്ട്. സാക്ഷാൽ യമദേവൻ തന്നെ ഗുളികൻ. ത്രിലോക സഞ്ചാരിയാണ്. ഏതുകാലത്തും ഏതു നേരത്തും എവിടെയും സഞ്ചരിക്കാനുമുള്ള അനുമതിയുംമഹാദേവൻ നൽകിയിട്ടുണ്ട്. ഗുളികൻ കോലത്തിന്റെ ആകാരസൗഷ്ഠവം ഭൂമി തൊട്ട് ആകാശം വരെയുള്ള ഉയരത്തോട്കൂടിയതാണ്. ആർക്കു മുന്നിലും തലകുനിക്കാത്ത ഏത് പ്രതിബന്ധങ്ങളെയും തട്ടിത്തെറിപ്പിച്ചാണ് ഗുളികന്റെ യാത്ര. ഗുളികന് പുറംകാലൻ എന്നൊരു പേരുമുണ്ട്.

മണക്കായി പുലിപ്പശു കാവ്

കാവുകൾ സാധാരണയായി തീയ്യർ, വാണിയർ, യാദവർ തുടങ്ങിയ സമുദായങ്ങളുടെ ആരാധനാമൂർത്തികളെ കെട്ടിയാടിക്കുന്ന തിറയാട്ടകേന്ദ്രങ്ങളെയാണ് പൊതുവെ പരിഗണിച്ചിട്ടുള്ളത്. എന്നാൽ മട്ടന്നൂരിലെ കോളാരിയിലുള്ള പൂങ്ങോട്ടുകാവ്, മണിക്കായിയിലെ പുലിപ്പശുകാവ് എന്നിവ ഈ ശ്രേണിയിൽ വരുന്നതല്ല. ഇവ കാനനക്ഷേത്ര

ങ്ങളാണ്. ശാസ്താവാണ് ഇവിടെത്തെ പ്രധാന ആരാധനാപാത്രം. ശാസ്താവിന്റെ മറ്റൊരു രൂപമാണല്ലോ അയ്യപ്പനായി കണക്കാക്കുന്നത്. മലയാളത്തിലെ ബുദ്ധപ്രഭാവ കാലഘട്ടത്തിൽ രൂപംകൊണ്ട ആരാധനാസ്ഥാനങ്ങളാണിത്. ബുദ്ധമതക്കാരുടെ ആരാധനാമൂർത്തിയാണല്ലോ ധർമ്മശാസ്താവ്. ബ്രാഹ്മണകുടിയേറ്റത്തിനു മുമ്പെതന്നെ ഇവ ഉണ്ടായിരിക്കണം. ബ്രാഹ്മണാധിപത്യത്തോടെ ബൗദ്ധനിയന്ത്രണത്തിൽനിന്ന് ആര്യപ്രഭാവത്തിലേക്ക് ധർമ്മശാസ്താ ക്ഷേത്രങ്ങളെല്ലാം പരിവർത്തനം ചെയ്യപ്പെട്ടു. ബ്രാഹ്മണ പൗരോഹിത്യപ്രകാരമുള്ള ആരാധനാരീതികൾ പ്രാബല്യത്തിൽ വന്നു.

മണക്കായിയിലെ പുലിപ്പശുക്കാവിനും ഇത് ബാധകമാണെന്ന് അനുമാനിക്കാം. ഒരു പതിമൂന്ന് നൂറ്റാണ്ടിന്റെയെങ്കിലും പഴക്കം ഈ കാവിനുണ്ടായിരിക്കണം. ഒരു കാലഘട്ടത്തിലെ കാർഷികസംസ്കൃതിയുടെ ഭാഗമായ കാവായിരിക്കണം. പതിറ്റാണ്ടുകളായി പൂജകളൊന്നും നടക്കാതെ കാടുമൂടിക്കിടന്ന ഈ സ്ഥലം നാട്ടുകാരുടെ കമ്മറ്റി രൂപീകരിച്ച് പുനരുദ്ധാരണ പ്രവർത്തനങ്ങൾ ആരംഭിച്ചപ്പോൾ ഇവിടെയുണ്ടായിരുന്ന ചെന്നായ, പന്നി, പുലി, പശു, പാത്രങ്ങൾ, മണ്ണുകൊണ്ടുള്ള ടറക്കോട്ട രൂപങ്ങൾ അവയുടെ പുരാവസ്തു പ്രാധാന്യം മനസ്സിലാക്കാതെ മണ്ണിനടിയിലിട്ട് കുഴിച്ചുമൂടുകയാണ് ചെയ്തത്. പുരാവസ്തു പഠനത്തിൽ താൽപര്യമുള്ളവർക്ക് ഒരുപക്ഷേ ഇവിടം ഖനനം ചെയ്താൽ പല വിശിഷ്ടമായ അറിവുകളും ലഭിക്കുമായിരിക്കും. എന്താണ് ഈ രൂപങ്ങളുടെ പ്രത്യേകത? എങ്ങനെയാണ് ഇതിവിടെ എത്തിയത്? ആരാണിവയിവിടെ നൽകിയത്? ഇവയെല്ലാം പഠനവിഷയമാക്കേണ്ട കാര്യങ്ങളാണ്. ചില അനുമാനങ്ങളുടെ അടിസ്ഥാനത്തിൽ വിശകലനം ചെയ്യുമ്പോൾ തങ്ങളുടെ കാർഷിക ജീവിതത്തിന്റെ സംരക്ഷണത്തിന് നേർച്ചയായി അർപ്പിച്ചതായിരിക്കാം ഇവയെല്ലാം. ചെന്നായയും പുലിയുമെല്ലാം കന്നുകാലി സമ്പത്തിനെ ഇല്ലാതാക്കുന്നതിൽ നിന്ന് രക്ഷനേടുന്നതിനാവാം. ഏതായാലും പഠനങ്ങൾ നടക്കേണ്ടതുണ്ട്.

പുലിപ്പശുക്കാവ് എന്ന പേര് വന്നതിന് കാരണമായി പറയുന്ന കേട്ടുകേൾവികളെ ആശ്രയിക്കുകയേ നിവൃത്തിയുള്ളൂ. കാവ് നിന്നിടം പുലികളും പശുക്കളും ഒരുപോലെ ജീവിച്ചിടം എന്ന പേരിലാണ് ഈ പേർ വന്നതെന്ന് പറയപ്പെടുന്നു.

ഏതായാലും ചരിത്രത്തിന്റെ ദശാസന്ധികളിലെപ്പൊഴോ ഇതൊരു ബ്രാഹ്മണക്ഷേത്രമായി മാറി. അഴകത്ത്, അഴീക്കോട്, വലിയ പാലത്ര

എന്നെല്ലാമുള്ള പെരിഞ്ചേരിയിലെ അഞ്ചില്ലക്കാരുടെ കൂട്ടായ്മ ഊരായ്മയിലുള്ള ക്ഷേത്രമായി ഇത് മാറി. കോട്ടയം രാജാക്കന്മാർ ക്ഷേത്രസംരക്ഷണത്തിനായി മണക്കായി കയനി പ്രദേശങ്ങളിൽ നൽകിയ ഒട്ടേറെ ഭൂമികൾ പുൽപ്പേശി ദേവസ്വം എന്ന പേരിൽ ഊരാളന്മാർ കൈകാര്യം ചെയ്തു. അവരത് പ്രദേശത്തെ കൃഷിക്കാർക്ക് വാരവും പുറപ്പാടും നിശ്ചയിച്ച് പാട്ടത്തിന് നൽകി. കാലം പോകപ്പോകെ ക്ഷേത്രസംരക്ഷണത്തിന് എന്ന് പറഞ്ഞ് വിറ്റുതീരായി പ്രദേശത്തെ പ്രമാണിമാർക്ക് നേടിയെടുക്കാനായി. ഭൂപരിഷ്കരണം വന്നതോടെ പാട്ടഭൂമിക്ക് പട്ടയം നേടി പ്രദേശത്തുകാർ പുൽപ്പേശിക്കാവിന്റെ കുടിയായ്മയിൽനിന്ന് മോചനവും നേടി. ഇതോടെ ക്ഷേത്രം നാഥനില്ലാതാവുകയും ചെയ്തു. പുതിയ കമ്മറ്റി രൂപീകരിച്ച് പുനരുദ്ധാരണമാരംഭിച്ചിട്ട് ഒരു ദശവർഷമായതേയുള്ളൂ.

പ്രധാന ആരാധനാമൂർത്തി ധർമ്മശാസ്താവാണ്. ഉപദേവതകളായി ജലദുർഗ്ഗ, മായാമോഹിനി, ഗണപതി എന്നിവയുമുണ്ട്. പാലാഴിമഥനം നടത്തി ലഭ്യമായ അമൃതകുംഭം ദേവന്മാർക്ക് നൽകാതെ അസുരന്മാർ കൈവശപ്പെടുത്തിയപ്പോൾ മഹാവിഷ്ണു മോഹിനീ വേഷം ധരിച്ച് മോഹിപ്പിച്ച കഥ ഹിന്ദുപുരാണങ്ങളിൽ പ്രസിദ്ധമാണല്ലോ? മോഹിനിയിൽ ആകൃഷ്ടനായ പരമശിവന് ഉണ്ടായ പുത്രനാണ് അയ്യപ്പനെന്നും കഥയുണ്ട്. ഇതെല്ലാം അടിസ്ഥാനമാക്കിയ സ്ഥാനങ്ങളും ആരാധനയുമാണ് ഇവിടെയുള്ളത്.

കുന്നിൻചെരിവിലുള്ള ഇപ്പോഴും ജനവാസമില്ലാതെ കിടക്കുന്ന ഈ ക്ഷേത്രപരിസരം ഉപരിതലത്തിൽ വരെ ജലസമൃദ്ധമാണ് എന്ന് കാണാനാവും. ക്ഷേത്രമുറ്റത്തുള്ള രണ്ട് മണിക്കിണറുകളിൽ നിറയെ വെള്ളം കാണാനാവും. ഇവിടുത്തെ ആരാധനാമൂർത്തികൾക്ക് സ്ഥാനം നിശ്ചയിച്ച് അരച്ചുവരുകളോട് കൂടിയ ഇടുങ്ങിയ പ്രവേശനവാതിലുള്ള മൂന്ന് തറകൾ പ്രത്യേകം പ്രത്യേകമായി ഇവിടെ കാണാനുണ്ട്. പഴയ ഒരു കെട്ടിടത്തിന്റെ അവശിഷ്ടം കൽച്ചുവരുകളോടും കമാനാകൃതിയിലുള്ള പ്രവേശനകവാടത്തോടും കൂടി ക്ഷേത്രമുറ്റത്തുണ്ട്.

പഴയകാലത്തെ ഒരു ഗ്രാമീണ വ്യാപാരകേന്ദ്രമായി ക്ഷേത്രപരിസരവും ഉത്സവവേളകളിൽ മാറിയിരുന്നു എന്നാണ് പറയപ്പെടുന്നത്. രണ്ടേക്കർ 87 സെന്റ് സ്ഥലമാണ് റവന്യൂ റിക്കാർഡുകൾ പ്രകാരം ഈ കാവിനുള്ളത്. പരിസരത്ത് 10 സെന്റോളം വിസ്തൃതിയുള്ള ജലസമൃദ്ധമായ ഒരു കുളവും ഉണ്ട്. ധനുമാസം 10-ാം തീയതി ഇപ്പോഴും ഊരാളൻമാർ വന്ന് പ്രത്യേകം പൂജ നടത്തുന്നുണ്ട്. അപ്പോഴാണ് ഉത്സ

വം. ഇതു കൂടാതെ പ്രതിമാസ സംക്രമപൂജയും ഉണ്ട്. ആഴ്ചതോറും ചില വഴിപാടുകളും നടത്തുന്നുണ്ട്.

വളരെയേറെ പഠനവിഷയമാക്കേണ്ട ഒന്നാണ് ചരിത്രപ്രാധാന്യമുള്ളമണക്കായി പുലിപ്പേശിക്കാവ്. സഹസ്രാബ്ദങ്ങൾക്ക് മുമ്പ് മട്ടന്നൂരിന്റെ ജീവിതക്രമങ്ങളെന്തായിരുന്നു എന്ന് മനസ്സിലാക്കാൻ ആ ഗവേഷണവും പഠനവും സഹായിക്കുമെന്നുള്ളത് നിസ്സംശയമാണ്.

വേങ്ങാട് ശ്രീ കൂറുമ്പ ഭഗവതിക്കാവ്

ഈ ക്ഷേത്രം മട്ടന്നൂരിലല്ല. എന്നാൽ മട്ടന്നൂരിലെ ജനസമുദായവുമായും അവരുടെ ആചാരാനുഷ്ഠാനങ്ങളുമായും വളരെയേറെ ബന്ധപ്പെട്ടുകിടക്കുന്നു. പ്രത്യേകിച്ച് പഴശ്ശി വില്ലേജിലെ ജനങ്ങളുമായി.

മട്ടന്നൂരിന്റെ തെക്കുപടിഞ്ഞാറെ അതിർത്തിയിൽ അഞ്ചരക്കണ്ടിപ്പുഴ മണക്കായി പ്രദേശത്ത് ഒഴുകുമ്പോൾ സമീപസ്ഥമായാണ് വേങ്ങാട് എന്ന ഗ്രാമം സ്ഥിതി ചെയ്യുന്നത്. വടക്കേ മലബാറിലെ പ്രസിദ്ധമായ വാണിജ്യകേന്ദ്രങ്ങളിലൊന്നാണ് വേങ്ങാട്. ഇതിനടുത്താണ് പ്രസ്തുത ഭഗവതിക്കാവ് സ്ഥിതിചെയ്യുന്നത്. ഇവിടുത്തെ ഉത്സവവേളകളിലും അല്ലാതെയും മണക്കായി കടവില് ഏർപ്പെടുത്തിയ തോണികളിലൂടെയാണ് ജനങ്ങളുടെ പോക്കുവരവ് നടന്നിരുന്നത്. ഇന്ന് ആ സ്ഥാനത്ത് ഒരു കൂറ്റൻ കോൺക്രീറ്റ് പാലം ഉയർന്നുവന്നിട്ടുണ്ട്.

ഹിന്ദുപുരാണങ്ങളിലെ ദുഷ്ടകഥാപാത്രമായ ദാരികാസുരന്റെ ഉപദ്രവം സഹിക്കവയ്യാതെ തന്റെ മുന്നിലെത്തിയ ദേവഗണങ്ങൾക്ക് പരമശിവൻ പരിഹാരമായി അഖിലപതിയുടെ ദഹനമിഴിയിൽനിന്നും പൊന്നിൻ പഴുക്കപോലെ പിറന്ന പെൺമക്കളാണത്രേ കൂറുമ്പ്ര ഉളയ ഭഗവതിയും മൂത്ത ഭഗവതിയും. ഇവരെ കെട്ടിയാടിക്കുന്ന മുഖ്യമായ ആരാധനയാണ് ഇവിടെ നടക്കുന്നത്. ഇവർക്കെല്ലാം പള്ളിയറ കൂടാതെ പരമശിവനിൽ നിന്ന് ജൻമം കൊണ്ട ദണ്ഡനും ഘണ്ടാകർണ്ണനുമെല്ലാം ഇവിടെ സ്ഥാനമുണ്ട്. ഭഗവതിയുടെ കെട്ടിച്ചുറ്റിയ ഭാവത്തിന് തമ്പുരാട്ടിയമ്മ എന്നാണ് പേര്. ശ്രീ കൂറുമ്പ ഭഗവതിക്ക് തോറ്റം പാടാറില്ല. പകരം പട്ടോല വായിക്കൽ എന്ന ചടങ്ങാണ്. മേലായിയുടെ തറവാട്ടുവീട്ടിൽ വച്ചാണ് ഈ ചടങ്ങ് നടപ്പിലാക്കുന്നത്. കളംകുറുക്കൽ, കളംപാട്ട്, കളംമായ്ക്കൽ, കുളിച്ചെഴുന്നള്ളത്ത് എന്നിവയെല്ലാം കൂറുമ്പക്കാവുകളിലെ പ്രധാന ചടങ്ങാണ്.

ഇവിടുത്തെ ഉത്സവത്തിന് താലപ്പൊലി എന്ന് പറയുന്നു. മീനമാസത്തിലെ താലപ്പൊലിക്ക് മഞ്ഞത്താലപ്പൊലി എന്നാണ് പേര്. കുംഭമാസത്തിലെ താലപ്പൊലി കൂറുമ്പ മൂത്തവരുടെ ക്ഷേത്രത്തിലും മഞ്ഞ

താലപ്പൊലി ഇളയവരുടെ ക്ഷേത്രത്തിലുമാണ് നടക്കുന്നത്.

ഇവിടുത്തെ കർമ്മിയെ ആയത്താർ എന്ന പേരിൽ അറിയപ്പെടുന്നു. എമ്പ്രോൻ എന്നും ആയത്താറെ വിളിക്കാറുണ്ട്.

വേങ്ങാട്ടെ ഭഗവതിക്കാവിന് ഒരു നാല് നൂറ്റാണ്ടിനിപ്പുറത്തുള്ള പഴക്കമുണ്ടായിരിക്കും. തിരുവങ്ങാട് നിന്ന് ഇവിടെ വന്ന് ഇല്ലം നിർമ്മിച്ച് താമസമാരംഭിച്ച കൊട്ടാരത്തിൽ തങ്ങൾ എന്ന ബ്രാഹ്മണനാണത്രേ ഈ കാവിൽ താമസിച്ചത്. കൊട്ടാരത്തിൽ തങ്ങൾമാർ പ്രദേശത്തെ പ്രധാന ജന്മി കൂടി ആയിരുന്നു. ഈ കാവിന്റെ പേരിലുള്ള ശ്രീ കൂറുമ്പ ദേവസ്വത്തിന്റെ പേരിലായിരുന്നു ജന്മി - സ്വത്തുക്കൾ കൈകാര്യം ചെയ്തിരുന്നത്.

വേങ്ങാട് എന്ന സ്ഥലനാമത്തിന് തലശ്ശേരിയിലെ തിരുവങ്ങാടിനു ബന്ധമുണ്ടെന്നൊരു വിശ്വാസവും ഈ പ്രദേശത്തുകാർക്കുണ്ട്. കൊട്ടാരത്തിൽ തങ്ങളുടെ ആരൂഢം തിരുവങ്ങാട്ടായിരുന്നല്ലോ?

കൊട്ടാരത്തിൽ തങ്ങൾമാർ വേങ്ങാട് ശ്രീ മഹാവിഷ്ണുക്ഷേത്രത്തിന്റേയും, വേങ്ങാട് തെരുവിലെ ചാലിയ സമുദായത്തിന്റെ ആരാധനാ കേന്ദ്രമായ മഹാഗണപതി ക്ഷേത്രത്തിന്റെ കൂടി ഊരാളന്മാരാണ്. കൊട്ടാരത്തിൽ തങ്ങൾ ക്ഷേത്രനടത്തിപ്പിനുള്ള തന്റെ പ്രതിനിധിയായി പെരിങ്ങാലി അരയിടത്ത് തറവാട്ടുകാരെയാണ് ചുമതലപ്പെടുത്തിയത്. 'മേലായി' എന്നാൽ 'മേൽവാഴി' എന്നർത്ഥം. കൊട്ടാരത്തിൽ തങ്ങളുടെ പ്രതിനിധിയായ മേലായി തറവാട്ടുകാർക്ക് കാവിലെ ഉത്സവത്തിന് വന്നിരിക്കാനും വിശ്രമിക്കാനുമെല്ലാം ഒരു പ്രത്യേക സ്ഥാനം നൽകിയിട്ടുണട്. 'മേലായിപ്പടി' എന്നാണതിന് പേര്.

പഴയകാലത്തെ തീയ്യസമുദായക്കാർക്കായി ഏർപ്പെടുത്തിയ ഈ ഭഗവതിക്കാവ് നടത്തിപ്പിനായി ആദ്യം മുള്ളോറ തറവാട്ടുകാരെയും പിന്നീട് പ്രസിദ്ധ തീയ്യത്തറവാട്ടുകാരായ കൂലോത്ത് വളപ്പിൽ പോരുകണ്ടിക്കാരേയും ഏൽപ്പിക്കുകയുണ്ടായി. ഇപ്പോഴും അവസാനം പറഞ്ഞ തറവാട്ടുകാരാണ് ഈ കാവിലെ എമ്പ്രോൻ, അന്തിത്തിരിയൻ എന്നീ സ്ഥാനങ്ങളെല്ലാം വഹിക്കുന്നത്.

ഉത്തരമലബാറിലെ തീയ്യസമുദായങ്ങൾക്ക് പതിനെട്ടര കൂറുമ്പ ഭഗവതിക്കാവുകളുണ്ടത്രേ! അതിൽ ഒന്നാണ് വേങ്ങാടുള്ളത്. ഇതിൽ അരക്കാവ് പഴശ്ശിയിലുള്ള കൂട്ടക്കാവ് ആണത്രേ!

ഇപ്പോൾ വേങ്ങാട് ശ്രീ കൂറുമ്പക്കാവ് ദേവസ്വം സംരക്ഷണസമിതിയാണ് കാവിന്റെ നടത്തിപ്പ് ചുമതലകൾ കൈകാര്യം ചെയ്യുന്നത്. കുടുംബാംഗങ്ങളും നാട്ടുകാരും ചേർന്ന പോരുകണ്ടി തറവാടിലെ

മൂത്ത കാരണവരായിരിക്കും ഈ സംരക്ഷണ സമിതിയുടെ മുഖ്യ ചുമതലക്കാരനായി കാര്യങ്ങൾ നിർവ്വഹിക്കുന്നത്. സി.പി.ഐ നേതാവും അധ്യാപകനുമായിരുന്ന പരേതനായ ശ്രീ. മുകുന്ദൻ മാസ്റ്റർ വളരെക്കാലം ഈ കാവിന്റെ ഭരണസാരഥ്യം നിർവ്വഹിച്ചുപോന്നിരുന്നു.

ഒരു കാലത്ത് വേങ്ങാട് പഞ്ചായത്തിലെ മട്ടന്നൂർ നഗരസഭയിലെ പഴശ്ശി വില്ലേജിന്റെയും ജനജീവിതത്തിൽ വേങ്ങാട് ശ്രീ കൂറുമ്പക്കാവ് വലിയ സ്ഥാനം വഹിച്ചിട്ടുണ്ട്.

പരിയാരം പാറക്കണ്ടി പടിയിൽ വയനാട്ട് കുലവൻ ക്ഷേത്രം

പരിയാരത്തെ ഈ ആരാധാനാകേന്ദ്രം ക്ഷേത്രമെന്നറിയപ്പെടുന്നണ്ടെങ്കിലും ഇതുമൊരു കാവ് മാത്രമാണ്. ഇവിടുത്തെ പ്രധാന ഭൂവുടമകളും തീയ്യത്തറവാട്ടുകാരുമായ വിളങ്ങോട്ടുഞാലിൽ കുടുംബക്കാർ ഊരാളൻമാരായി വർത്തിക്കുന്ന കാവാണിത്. ടിപ്പുവിനെ കീഴ്പ്പെടുത്തിയതിനുശേഷം തന്റെ സേനാംഗമായ ഉണ്ടത്തണ്ടയാന് ടിപ്പുവിന്റെ ആക്രമണത്താൽ ഇല്ലവും വംശവും മുടിഞ്ഞുപോയ മംഗലത്ത് ഇല്ലക്കാരുടെ ഭൂമി നൽകിയതും ഇദ്ദേഹം പരിയാരത്തെ വിളങ്ങോട്ടുഞാലിൽ തറവാട്ടുകാരുമായി വിവാഹബന്ധം സ്ഥാപിക്കുകയും മേൽത്തറവാട്ടുകാർ വലിയ ഭൂസ്വത്തിന്റെ ഉടമകളുമായി എന്നാണ് പറയപ്പെടുന്നത്. കൂട്ടത്തിൽ കോട്ടയം തമ്പുരാക്കന്മാർ ഊരായ്മയായി ഈ തറവാട്ടുകാർക്ക് നൽകിയതാണ് ഈ ആരാധനാ കേന്ദ്രം. ഇത് തീയ്യ സമുദായത്തിന്റേതായ ഒന്നുകൂടിയാണ്.

വയനാട്ട് കുലവനാണ് ഇവിടുത്തെ പ്രധാന തിറയാട്ടമെങ്കിലും മുത്തപ്പന്റെ വെള്ളാട്ടും, ഗുളികനും, കാരണവരും ഇവിടെ കെട്ടിയാടുന്നു.

വയനാട്ടുകുലവന്റെ കഥ വളരെ രസകരം തന്നെ. കാട്ടാളന്റെ വേഷം ധരിച്ച് ശിവമഹേശ്വരിമാർ കാടുകളിൽ കേളിയാടി നടക്കുന്ന കാലമാണ്. ഈ വിശ്വാസകഥയുടെ അടിസ്ഥാനം ഇവരുടെ രാസകേളിക്കിടയിൽ ഭൂമിയിൽ പതിച്ച ശിവബീജത്തിനിടയിൽനിന്ന് മൂന്ന് കരിമ്പനകൾ മുളച്ചുയർന്നുവെന്നും അതിലൊരു കരിമ്പനയുടെ ചുവടിൽനിന്നും മധുവൂറിവന്നെന്നും വേട്ടയ്ക്ക് വന്ന പരമേശ്വരൻ ഇത് കണ്ടെന്നും ഇങ്ങനെ ഒഴുകിവന്ന മധു അല്ലെങ്കിൽ കള്ള് ഇഷ്ടം പോലെ പാനം ചെയ്തെന്നും കഥ തുടരുന്നു. കള്ള് കുടിച്ച് മദോൻമത്തനായ ശിവൻ മദ്യപനൃത്തം നടത്തുന്നത് കണ്ടപ്പോൾ ഇതിന്റെ കാരണം ഗ്രഹിച്ച പാർവ്വതി കരിമ്പനയുടെ മുരടിലെ കള്ള് ഊറിവരുന്ന സ്ഥലം തന്റെ തൃക്കയ്യാൽ തടവി മുകളിലേക്കുയർത്തിയെന്നും

തുടർന്ന് പനത്തടിയിൽനിന്നും ഊറിവന്ന കള്ള് പനങ്കുലയിൽ നിന്നും ഊറിവരുന്ന കുലപ്പാലായി പരിണമിച്ചെന്നും ഈ കഥ തുടരുന്നു. ഇതൊന്നുമറിയാതെ പരമശിവൻ മധു നുകരാനായി പനമൂട്ടിലെത്തിയപ്പോൾ മൂട്ടിൽ നിന്നൊഴുകി വന്ന കള്ള് മുകളിലെ പനങ്കുലയിൽ നിന്ന് ഊറിവരുന്നത് കണ്ടു ക്രുദ്ധനായത്രേ! കോപാക്രാന്തനായ പരമശിവൻ തന്റെ ജഡ പിടിച്ചുപറിക്കുകയും തന്റെ ഇടതു തുടയിൽ ആഞ്ഞടിക്കുകയും ചെയ്തത്രേ. ഇടത് തുടയിൽ നിന്ന് ഒരു ദിവ്യരൂപം ജനനം കൊള്ളുന്നതിന് കാരണമായി. തന്റെ പൊൻമകന് അനുഗ്രഹങ്ങൾ നല്കി. മധു ശേഖരിക്കാനുള്ള വിദ്യയും കാട്ടിൽ നായാട്ടിനുള്ള അനുവാദവും നൽകി അനുഗ്രഹിച്ചയച്ചു. ഇതാണത്രേ വയനാട്ട് കുലവൻ!

ഇങ്ങനെ തേജസ്വരൂപിണിയായി പിറന്ന മകനെ ശപിച്ച് അന്ധനാക്കാൻ ഒരവസരത്തിന് പരമശിവന് തയ്യാറാകേണ്ടിവന്നു. കൈലാസത്തിലെ മധുവനത്തിൽ പ്രവേശിച്ച് മധുപാനം ചെയ്യാൻ പാടില്ലെന്ന പിതാവിന്റെ കല്പന വയനാട്ടുകുലവൻ ലംഘിച്ചത്രേ! ഇതോടെ ബധിരതയും, അന്ധതയും ബാധിച്ച വയനാട്ടുകുലവൻ പിതാവിനോട് മാപ്പപേക്ഷ നടത്തി, പരിഹാരമായി ശിവൻ രണ്ട് പൊയ്ക്കണ്ണുകൾ അനുഗ്രഹിച്ചുനൽകി. ഭൂമിയിലേക്ക് യാത്രയാക്കിയ വയനാട്ടുകുലവന് വഴിവെളിച്ചത്തിന് ഒരു മുളംചൂട്ടും കത്തിച്ചു നൽകി.

ഈ കഥയെ അടിസ്ഥാനമാക്കിയുള്ള രൂപഭാവങ്ങളോടുകൂടിയാണ് വയനാട്ടുകുലവനെ കെട്ടിയാടിക്കുന്നത്. പൊയ്ക്കണ്ണുണ്ട്, ശിരസ്സിൽ വട്ടത്തിരുമുടി അണിഞ്ഞിട്ടുണ്ട്; നായാട്ടിനുള്ള മുളവില്ലും മുള്ളനമ്പും ധരിച്ചിട്ടുണ്ട്, പനങ്കുല ചെത്തി കള്ളെടുക്കാനുള്ള കണക്കത്തിയുമുണ്ട്. ശിവൻ വഴിവെളിച്ചത്തിന് അനുഗ്രഹിച്ചുനൽകിയ മുളഞ്ചൂട്ടും ആയിട്ടാണ് വയനാട്ടുകുലവന്റെ പുറപ്പാട്.

കുലവൻ വയനാട്ടു കുലവനായതെങ്ങനെ? മുളഞ്ചൂട്ടും കത്തിച്ച് പുറപ്പെട്ട കുലവന് ചൂട്ടിൽ നിന്നുയർന്ന പുകയേറ്റ് പൊയ്ക്കണ്ണുകൾ എരിയാൻ തുടങ്ങിയത്രേ! അസ്വസ്ഥനായ കുലവൻ പൊയ്ക്കണ്ണ് പറിച്ച് കളയുകയും മുളഞ്ചൂട്ട് വലിച്ചെറിയുകയും ചെയ്തത്രേ! ഇത് രണ്ടും ചെന്നുപതിച്ചത് വയനാട്ടിലെ ആദിപറമ്പൻ കണ്ണൻ എന്ന ശിവഭക്തന്റെ നാലുപുരയുടെ നടുമുറ്റത്ത്. തുടർന്ന് ഭഗവാന്റെ അരുളപ്പാടുണ്ടായി എന്നും അതനുസരിച്ച് തന്റെ വീടിന്റെ കന്നിരാശിയിൽ സ്ഥാനവും പീഠവും കൽപ്പിച്ച് നൽകി പൂജിച്ച് ആദരിച്ചു എന്നാണ് വിശ്വാസികളായ ഭക്തജനങ്ങൾ പാടിപ്പറയുന്ന കഥ.

വയലാട്ടുകുലവൻ പരിയാരം പടിയിലും മറ്റ് നിരവധി കാവുകളിലും എത്തിച്ചേർന്നതിനും കെട്ടിയാടിക്കുന്നതിനും ഭക്തർക്ക് അതിന്റേതായ കഥയുണ്ട്. വയനാട്ടുകുലവന്റെ തിറയാഘോഷം നടക്കുന്നതിനിടയിൽ വ്യാപാരവാശ്യാർത്ഥം വയനാട്ടിലെത്തിയ ഒരു സംഘത്തിലെ നായരും തീയ്യരുമായ 'രണ്ട് അംഗങ്ങളുടെ കൂടെ മലയിറങ്ങിവന്ന മൂർത്തിയെ വടക്കേ മലബാറിലെ നിരവധിയായ തെയ്യക്കാവുകളിൽ കുടിയിരുത്തി എന്നാണ് വിശ്വാസം. ഇങ്ങനെയാണത്രേ പരിയാരം പടിയിലും വയനാട്ടുകുലവനെ കെട്ടിയാടിക്കാനായത് എന്ന് അധികാരികളിൽ പ്രമുഖനായ കെ. മുകുന്ദൻ മാസ്റ്റർ വിവരിക്കുകയുണ്ടായി.

മറ്റ് കാവുകളിലൊന്നും കാണാത്ത കാരണവർ എന്നു പേരായ ഒരു തെയ്യവും ഇവിടെയുണ്ട്. വിളങ്ങോട്ടുഞാലിൽ തറവാട്ടുകാരനായ അക്കാലത്തെ മൂത്ത കാരണവർ വയനാട്ടിൽനിന്ന് ഭക്ത്യാദരപുരസ്സരം വയനാട്ടുകുലവനെ ഇറക്കിക്കൊണ്ടുവന്ന് ഇവിടെ കുടിയിരുത്തിയതിനാലാണ് ഇദ്ദേഹത്തിന്റ മരണശേഷം ശേഷക്കാരായ കുടുംബാംഗങ്ങൾ ആദരസൂചകമായി കാരണവരെയും കെട്ടിയാടിക്കുന്നത്.

വയനാട്ടുകുലവന് ചിലയിടങ്ങളിൽ തൊണ്ടച്ചനെന്നും പേരുണ്ട്.

പരിയാരം പടിയിൽ എല്ലാ കൊല്ലവർഷത്തിലും കുംഭം 30നാണ് ഉത്സവം. എന്നാൽ കുടുംബാംഗങ്ങളിൽ ചിലർ നേർച്ചയായി ഇവിടുത്തെ മൂർത്തികളെ കെട്ടിയാടിക്കാറുണ്ട്.

അയ്യല്ലൂർ മഹാവിഷ്ണു ക്ഷേത്രം

ഒരാറു നൂറ്റാണ്ടിനപ്പുറത്തുള്ള പഴമ ഈ ക്ഷേത്രത്തിനുണ്ടായിരിക്കണം. ബ്രാഹ്മണരുടെ കുടിയേറ്റത്തോടുകൂടിയാണ് ഇതും സ്ഥാപിക്കപ്പെട്ടത്.

മലയാളക്കരയിലെ ഐതിഹ്യപ്രകാരം പ്രശസ്തമായ ബ്രാഹ്മണ ഗ്രാമങ്ങളിൽ ഒന്നാണല്ലോ പയ്യന്നൂർ! ഇത് ചെറുതാഴം വരെ വ്യാപിച്ചു കിടക്കുന്നതായി കാണാം. ഇവിടെനിന്ന് വഴിപിരിഞ്ഞ് വന്ന ഒരില്ലക്കാരാണ് പെരികമന. ഇവർ അയ്യല്ലൂരിലെത്തി കോട്ടയം തമ്പുരാക്കന്മാരിൽ നിന്ന് ഭൂസ്വത്ത് സമ്പാദിച്ച് അവയെല്ലാം കുടിയാന്മാർക്ക് പാട്ടത്തിന് നൽകി ജന്മിമാരായി. ഇവരുടെ കുടുംബക്ഷേത്രമായിട്ടാണ് മഹാവിഷ്ണുവിന്റെ ദശാവതാരങ്ങളിലൊന്നായ നരസിംഹമൂർത്തിയെ പ്രതിഷ്ഠിച്ച് ക്ഷേത്രം പണിഞ്ഞത്. പ്രതാപകാലത്ത് സർവ്വ ഐശ്വര്യങ്ങളോടും കൂടി ഈ ക്ഷേത്രം നിലനിന്നു. ശ്രീകോവിലും ചുറ്റമ്പലവും ബലിക്കല്ലും നിത്യപൂജയും എല്ലാമുണ്ടായി.

ജന്മിത്തത്തിനെതിരായ പോരാട്ടങ്ങൾ ശക്തിപ്പെട്ട പ്രദേശമാണല്ലോ

അയ്യല്ലൂർ! ഇതോടെ വാരവും പാട്ടവും നാമമാത്രമായി. പെരികമന ക്കാരുടെ ജീവസന്ധാരണം പ്രതിസന്ധിയിലായിരിക്കണം. ഭൂപരിഷ്ക രണം വന്നതോടെ ഉള്ളതെല്ലാം കുടിയാന്മാർക്ക് നൽകി അവർ ചെറു താഴത്തേക്ക് തിരിച്ചുപോയി.

ഇതോടെ അയ്യല്ലൂർ മഹാവിഷ്ണുക്ഷേത്രവും സംരക്ഷിക്കാനാളി ല്ലാതായി. ക്ഷേത്രപ്പറമ്പ് കാടുകയറി. നാട്ടുകാർ ചുറ്റമ്പലം പൊളിച്ച് മറ്റ് ആവശ്യങ്ങൾക്കുപയോഗിച്ചു.

അടുത്തകാലത്ത് ഭക്തജനങ്ങളായ നാട്ടുകാർ ക്ഷേത്രപുനരുദ്ധാ രണത്തിന് മുൻകൈയെടുത്തു. പ്രശ്നപരിശോധന നിരവധി നടന്നു. പരിഹാരക്രിയകളും സ്വീകരിച്ചു. ശ്രീകോവിലും അനുബന്ധ സൗക ര്യങ്ങളും പുതുക്കിപ്പണിതു. നിത്യവും ദീപാരാധന നടന്നുവരുന്നു. ഇപ്പോൾ പല വഴിപാടുകളും നേർച്ചകളായി നടത്തപ്പെടുന്നുണ്ട്. മാസ ത്തിലെ എല്ലാ രണ്ടാം ഞായറാഴ്ചയും പ്രത്യേകം പൂജയുണ്ട്.

അയ്യല്ലൂർ അയ്യപ്പക്ഷേത്രം

നാടിന്റെ നാമം ഒരു ക്ഷേത്രവുമായി ബന്ധപ്പെടാവുന്നത് പലപ്പോഴും അപൂർവ്വമായിരിക്കും. അയ്യപ്പക്ഷേത്രത്തിൽ നിന്നാണ് അയ്യല്ലൂർ എന്ന ദേശനാമം ഉണ്ടായത്. പഴയകാല കാനനക്ഷേത്രങ്ങളിൽ ഒന്നാണ് എന്ന് സ്ഥലപരിശോധന നടത്തുന്ന ആർക്കും മനസ്സിലാവും.

ബൗദ്ധപ്രഭാവ കാലഘട്ടത്തിലാണ് ഇതുണ്ടായത്. ബുദ്ധക്ഷേത്രം തന്നെ. ഇവിടുത്തെ ശാസ്താവിന്റെ പ്രതിഷ്ഠ ഗവേഷണ സാധ്യതയും ഒന്നാണ്. ഏതാണ്ട് എട്ടിഞ്ച് നീളമുണ്ട്, പഞ്ചലോഹനിർമ്മിതമാണ്. നിൽക്കുന്ന രൂപത്തിലുള്ളതാണ്. ഇടതുകൈ ശിരസ്സിനുമീതെ ഉയർത്തി നിൽക്കുന്നതായി കാണാം. പ്രതിഷ്ഠ ചെറുതെങ്കിലും ഊഹി ക്കാൻ സാധിക്കാത്ത ഭാരമാണ് ഇതിനുള്ളത്.

ചുറ്റുമുള്ള കർഷക ജനസാമാന്യത്തിന് സംരക്ഷകനും ആരാധ നാമൂർത്തിയുമായിട്ടായിക്കാണും അവരതിനെ കണക്കാക്കിയിട്ടുള്ള ത്. വന്യമൃഗങ്ങളിൽ നിന്നും പ്രകൃതിശക്തികളിൽ നിന്നും രക്ഷനേ ടിയുള്ള നിവേദ്യങ്ങളും നേർച്ചകളും നൽകിയിട്ടുള്ളതിന്റെ അവശി ഷ്ടങ്ങൾ ഇവിടെ കാണാം. ടെറക്കോട്ട രൂപത്തിലുള്ള ചെന്നായ്, പുലി, പശു തുടങ്ങിയ അതിമനോഹരമായ രൂപങ്ങളാണവ. പതിനാലോ പതി നഞ്ചോ നൂറ്റാണ്ടുമുൻപ് തന്നെ മണ്ണുകൊണ്ടും മറ്റും ഇത്തരം ശില്പ ങ്ങൾ ഉണ്ടാക്കാനുള്ള കഴിവ് അന്നത്തെ കർഷക ജനസമൂഹത്തിനു ണ്ടായിരുന്നു എന്നതിന്റെ അടയാളം കൂടിയാണിത്.

ബ്രാഹ്മണാധിപത്യം വന്നതോടെ കുടിയേറിവന്ന പെരികമന നമ്പൂ

തിരിമാരുടെ ഊരായ്മയിലായി ഈ ക്ഷേത്രവും. ഇതിന് 200 മീറ്റർ അകലെയാണ് വിഷ്ണുക്ഷേത്രവും സ്ഥിതിചെയ്യുന്നത്. സമീപത്തുതന്നെ കടുംവേനലിലും വറ്റാത്ത തെളിനീരും ഒഴുക്കുമുള്ള കുളവും കുളവട്ടവും രണ്ടു ക്ഷേത്രങ്ങളുടേയും ആവശ്യത്തിനായി നിർമ്മിച്ചതായിരിക്കണം.

അയ്യല്ലൂർ വിഷ്ണുക്ഷേത്രം നടത്തിപ്പുകമ്മിറ്റി തന്നെയാണ് ഇപ്പോൾ അയ്യപ്പക്ഷേത്രവും പരിപാലിച്ചു പോരുന്നത്. നിത്യവും ദീപാരാധനയുണ്ട്. അടുത്ത കാലത്തായി ശബരിമല അയ്യപ്പദർശനത്തിനായി വ്രതമെടുക്കുന്നവർ ഇവിടെ വന്ന് കെട്ട് നിറച്ച് യാത്ര പുറപ്പെടുന്നു.

അയ്യല്ലൂർ നാഗത്തുവളപ്പിൽ കുഞ്ഞ്യാർകുറത്തിയമ്മ കോട്ടം

ഇരുമ്പുപണിക്കാരുടെയും സ്വർണ്ണപ്പണിക്കാരുടെയും സമുദായ കൂട്ടായ്മകളായ കൊല്ലന്മാരുടേയും തട്ടാന്മാരുടേയും ആരാധനാസ്ഥലമാണ്. രണ്ട് നൂറ്റാണ്ടിനിപ്പുറത്തെ പഴക്കം മാത്രമേ കോട്ടത്തിനുണ്ടാവൂ. കൊളപ്രത്ത് കേളു എന്നൊരുപെരുംകൊല്ലൻ അയ്യല്ലൂർ കണ്ണോത്ത് താഴത്ത് ജൻമിമാരിൽ നിന്ന് കുടിയായ്മയായി ഭൂമി വാങ്ങി കുടികെട്ടി പാർപ്പ് തുടങ്ങിയതിന് ശേഷമത്രേ ഈ തെയ്യസ്ഥാനം ഉത്ഭവിക്കുന്നത്.

തെയ്യസ്ഥാനത്തിന്റെ ഊരാളന്മാർ കണ്ണോത്ത് താഴത്ത് തറവാട്ടുകാർ തന്നെ. കുറത്തിയമ്മ, പഞ്ചുരുളി, വസൂരിമാല, ഗുളികൻ, ശാസ്തപ്പൻ എന്നിങ്ങനെയുള്ള കോലങ്ങളെയാണ് കോട്ടത്തിന്റെ പുനരുദ്ധാരണത്തിന് ശേഷം ഇപ്പോൾ കെട്ടിയാടിക്കുന്നത്. കുറത്തിയമ്മ കോട്ടമാണെങ്കിലും പഞ്ചുരുളി കോലത്തിനാണ് ഏറെ പ്രാധാന്യം കാണുന്നത്. നേരത്തെ പത്തോളം ആരാധനാമൂർത്തികളെ കെട്ടിയാടിച്ചിരുന്നുവെന്ന് കൊളപ്രത്ത് ജാനകി പറയുകയുണ്ടായി.

മന്ത്രവാദികളായ കേളു കുടക് ജില്ലയിലെവിടെയോ തുളുനാടൻ ദേവതയായ കുറത്തിയമ്മയെ കെട്ടിയാടിക്കുന്നത് കണ്ടു. തെയ്യക്കോലത്തിന്റെ മാസ്മരിക പ്രഭാവത്തിൽ ആകൃഷ്ടനായ കേളു കോലത്തിന്റെ മുമ്പിൽ കൈകൂപ്പി നിന്ന് തന്റെ കൂടെ പോരുമോ എന്നഭ്യർത്ഥിച്ചത്രേ! പോരാമെന്ന് ചൊല്ലിയ കുറത്തിയമ്മയെ ഓലക്കുടയുടെ തുളയുള്ള കാലിൽ ആവാഹിച്ച് കൊണ്ടുവന്നത്രേ! വഴിക്ക് വെച്ച് കുട മാറിപ്പോയതും കഥയിലുണ്ട്. എന്നാൽ കുട ഉരുണ്ടുവന്ന് കേളുവിനോട് ചേർന്നുനിന്നപ്പോൾ സംശയം തീർന്ന ഇയാൾ തന്റെ കുടിപാർപ്പ് വളപ്പിൽ കുറത്തിയമ്മയെ പ്രതിഷ്ഠിച്ചുവത്രേ! ഇതാണ് കുറത്തിയമ്മ

കോട്ടം. ശിവപാർവ്വതിമാർ കുറവനും കുറത്തിയുമായി വേഷം മാറി സഞ്ചരിച്ച കാലം ഒരു തുളുനാടൻ തീയ്യന്റെ വീട്ടിൽ വന്ന് ചേർന്ന മത്സ്യമാംസാദികളും കള്ളും സേവിച്ച് തീയ്യനെ അനുഗ്രഹിച്ചതായാണ് കഥ. ഇങ്ങനെയുള്ള കുറത്തിയമ്മയുടെ മകളത്രേ കൂഞ്ഞാർ കുറത്തിയമ്മ. ഏതായാലും ഇതൊരു കാർഷികദേവതയും വനദേവതയുമാണ്. കൂഞ്ഞാർ കുറത്തി, പുള്ളിക്കുറത്തി, മലങ്കുറത്തി, തെക്കൻ കുറത്തി, സേവക്കാരി എന്നെല്ലാം ഈ കോലത്തിന് പേരുകളുണ്ട്. വേലൻ, പുലയൻ, മാവിലൻ എന്നിവരെല്ലാമാണ് ഈ കോലത്തെ കെട്ടിയാടുന്നത്. ഇവിടത്തെ കൊല്ലത്തറവാട്ടുകാരുടെ അവകാശികളാണ് പരമ്പരയായി കോമരത്തിന്റെ കർമ്മം നിർവ്വഹിക്കുന്നത്.

ഇവിടെ കെട്ടിയാടുന്ന മറ്റൊരു ദേവത പഞ്ചുരുളിയാണ്. പഞ്ചി എന്നത് തുളുനാട്ടിൽ പന്നിയാണ്. 'പഞ്ചിയിൽ നിന്ന് ഉരുവായ കാളിയാണ്' നാട്ടുഭാഷയിൽ പഞ്ചുരുളിയായി മാറിയത്. അയ്യല്ലൂരിലെ മുരിങ്ങോറ തറവാട്ടുകാരായ തീയ്യരായിരുന്നു പഞ്ചുരുളിയുടെ കോമരം.

കേളുഗുരിക്കളുടെ കാലശേഷം മകൻ കേളപ്പൻ ഗുരിക്കളും തുടർന്ന് ഇദ്ദേഹത്തിന്റെ ഭാര്യ നാരായണിയും കോട്ടം പരിപാലിച്ചു പോന്നു. തുടർന്ന് കുടുംബാംഗങ്ങൾക്ക് വന്നുചേർന്ന സാമ്പത്തിക പ്രയാസം കോട്ടം അനാഥാവസ്ഥയിലാകുന്നതിനിടയാക്കി. അടുത്ത കാലത്ത് വിശേഷിച്ചും പുനരുദ്ധാരണ പ്രവർത്തനങ്ങൾ നാട്ടുകാർ ഏറ്റെടുത്തതിനുശേഷം ഇവിടുത്തെ ഉത്സവം ഒരു നാട്ടുത്സവമായി മാറിയിട്ടുണ്ട്.

കുട്ടക്കാവ്

ശ്രീ കൂറുമ്പ ഭഗവതിക്ക് ഉത്തരമലബാറിൽ പതിനെട്ടര കാവുകളുണ്ടത്രേ! ഇതിൽ അര കാവാണത്രേ കുട്ടക്കാവ്. കുറുമ്പർ എന്നത് കുറുമ്പ്രനാട്ടിൽ നിന്നും വന്നവരെന്ന് ഒരു പ്രസ്താവമുണ്ട്. ഇവരുടെ ദേവതയത്രേ ശ്രീ കൂറുമ്പ ഭഗവതി. മധ്യമലാറിലെ തീയ്യസമുദായക്കാരിൽ പ്രമുഖർ ഈ കുറുമ്പ്രരത്രേ! ഉത്തരമലബാറിലെ തീയ്യർ തുളുനാട്ടിൽ നിന്ന് വന്നവരെന്നും പറയപ്പെടുന്നു. ഇവിടുത്തെ ഉപാസനാമൂർത്തികളായ എല്ലാ തെയ്യക്കോലങ്ങൾക്കും തുളുനാടുമായി ബന്ധമുള്ളതായി അവരുടെ തോറ്റം പാട്ടുകളിൽനിന്നും മറ്റും കാണാം. തുളുനാട് എന്നുള്ളത് കർണ്ണാടകത്തിന്റെ ഭാഗമാണല്ലോ. ഇവിടങ്ങളിലെല്ലാം കെട്ടിയാടുന്ന തെയ്യക്കോലങ്ങൾ തീയ്യരായ ഭക്തജനങ്ങളെ "എട്ടില്ലം കരുമാനക്കാരേ..." എന്നുവിളിച്ച് ഉരിയാടാറുണ്ട്. തീയ്യർ തലക്കോടൻ, നെല്ലിക്ക, പരക്ക, പാല, ഒളോട്ട, പുതിയോടൻ, കാരാടൻ, വാവുതീയ്യ എന്നിങ്ങനെ വടക്കും പടയംകുടി, തേക്കുടി, പുല്ലാഞ്ഞി, നെല്ലിക്ക,

കോയിക്കൽ, മാനക്കുടി, വിലക്കാക്കുടി, വംഗേരി എന്നിങ്ങനെ തെക്കും എട്ടില്ലങ്ങളാണെന്ന് ഡോ. ആർ.സി. കരിപ്പത്ത് അദ്ദേഹത്തിന്റെ തെയ്യ പ്രപഞ്ചം എന്ന ഗവേഷണ പ്രബന്ധത്തിൽ രേഖപ്പെടുത്തിയിട്ടുണ്ട്.

ഇങ്ങനെ കുറുമ്പ്രരും, കടലോരത്ത് നിന്ന് വന്ന തീയ്യരും തുളുനാട്ടിൽ നിന്ന് വന്നവരും കൂടിച്ചേർന്ന സങ്കരസമുദായമായി പിൽക്കാലത്ത് കാർഷിക ജനസമൂഹമായ തീയ്യസമുദായ കൂട്ടായ്മ രൂപപ്പെട്ടിരിക്കുന്നു.

ശ്രീ കൂറുമ്പ ഭഗവതി, വടനാട്ടുകുലവൻ, മുത്തപ്പൻ എന്നിങ്ങനെ ഏതാനും സമുദായ കുലദേവതകൾ ഇവരുടേതായി കാവുകളിൽ ആരാധിച്ചുപോന്നു.

കോട്ടയം താലൂക്കിലെ പഴശ്ശി, ശിവപുരം, അയ്യല്ലൂർ, കരേറ്റ, കാഞ്ഞിലേരി എന്നീ അഞ്ച് ദേശക്കാരായ തീയ്യരുടെ പ്രധാന കാവായിരുന്നു കൂട്ടക്കാവ്. ഈ കാവിന്റെ ആരൂഢം വേങ്ങാട് കളങ്കരവയലിന്റെ കരയിലുള്ള കോരന്റെ വളപ്പ് എന്ന സ്ഥലത്തായിരുന്നുവെന്ന് കൂട്ടക്കാവിന്റെ നടത്തിപ്പുകാരനായിരുന്ന കൂട്ടരാമുണ്ണി എന്ന കാരണവർ പറഞ്ഞറിയാനിടയായിട്ടുണ്ട്. പണ്ട് കൂട്ടത്തറവാട്ടിലെ കാരണവന്മാരിൽ ഒരാൾക്ക് മനോനിലയിലുണ്ടായ വിഭ്രാന്തി അദ്ദേഹത്തെ നാടുവിടുന്നതിനിടയാക്കി. ശേഷക്കാർ അദ്ദേഹത്തെ അന്വേഷിച്ചു പോയപ്പോൾ ഇന്ന് കൂട്ടക്കാവ് നിൽക്കുന്ന സ്ഥലത്തെ പടുകൂറ്റൻ കാഞ്ഞിരമരത്തിന്റെ മുകളിൽ നിന്ന് ഒരട്ടഹാസം കേട്ടെന്നും അതിൽ കാണാതായ കാരണവരെ കണ്ടെത്തിയെന്നും അദ്ദേഹത്തെ താഴെയിറക്കിയപ്പോൾ ഇവിടെ കാവു പണിയണമെന്ന് നിർദ്ദേശിച്ച് മരിച്ചുവീണത്രേ! ഇങ്ങനെയാണ് കൂട്ടക്കാവ് ഉണ്ടായത് എന്നാണ് ഭക്തജനങ്ങളുടെ വിശ്വാസം. ഏതായാലും മേപ്പടി കാരണവരെ അനുസ്മരിച്ചുകൊണ്ട് കാരണവർ എന്നു പേരായ ഒരു തെയ്യക്കോലം ഇവിടെ കെട്ടിയാടുന്നുണ്ട്.

എന്നാൽ ആദ്യകാലത്ത് ഇവിടെചീറുമ്പ ഭഗവതിയെന്ന തമ്പുരാട്ടിയെ കൊണ്ടാടിയിരുന്നില്ല. അതിനു നിമിത്തമായൊരു സംഭവം പറഞ്ഞു കേൾക്കുന്നുണ്ട്. പ്രശസ്ത സംസ്കൃതപണ്ഡിതനും ആയുർവേദ ചികിത്സകനും മന്ത്രതന്ത്രാദികളിൽ വിദഗ്ധനും നാടക കലാകാരനുമൊക്കെയായ പഴശ്ശിയുടെ ബഹുമുഖ പ്രതിഭകളിലൊരാളായ ശ്രീ കുന്നഞ്ചേരി കോരൻ ഗുരിക്കൾ തന്റെ പതിവ് നാടക പര്യടനങ്ങൾക്കിടയിൽ ശ്രീ കൂറുമ്പ ഭഗവതിക്കാവായ വേങ്ങാട്ടുംകാവിലെ ഉത്സവം കാണാനായി പോയി. അവിടത്തെ വാദ്യമേളങ്ങളിൽ താളം പിടിച്ചുകൊണ്ടിരുന്ന ഗുരിക്കളെ കാവിന്റെ അധികാരികൾ പരിഹസിച്ച്

ഇറക്കിവിട്ടു. വാശി മൂത്ത കോരൻ ഗുരിക്കൾ ചീറുമ്പക്കാവ് തന്റെ നാടായ പഴശ്ശിയിൽ സ്ഥാപിക്കണമെന്ന് തീരുമാനിക്കുകയും ഇതിനായി സ്ഥലം കണ്ടെത്തി കുറ്റിയടിക്കുകയും ചെയ്തു. ഇപ്പോഴത്തെ കാഞ്ഞിരത്തിൻകീഴിൽ ഒരു ഭഗവതിക്കാവ് നേരത്തെ തന്നെ ഉണ്ടെന്ന കാരണത്താൽ പഴശ്ശി കോവിലകത്തെ അധികാരികൾ ഒരു നാട്ടിൽ രണ്ട് ഭഗവതിക്കാവുകൾ ആവശ്യമില്ല എന്ന ന്യായം പറഞ്ഞ് ഗുരിക്കളുടെ ഉദ്യമത്തിന് തടസ്സം നിന്നു. അദ്ദേഹം പിൻവാങ്ങിയില്ല. കൂട്ടക്കാവിന്റെ ഊരാളരുമായി ആലോചിച്ച കൂറുമ്പ ഭഗവതിയെ അവിടെ കുടിയിരുത്താൻ കോരൻ ഗുരിക്കൾക്ക് സാധിച്ചു. അക്കാലത്ത് തന്റെ ഉദ്യമത്തിന് കൂട്ടായി കൂട്ടക്കോരൻ, കൂട്ടക്കണ്ണൻ, പലേരി അമ്പുക്കുട്ടി, ആലക്കാട്ട് കണ്ണൻ, കോട്ടപ്രവൻ വലിയ രാമൻ, തോട്ടത്തി ചന്തു തുടങ്ങിയ സമുദായപ്രമാണിമാരെല്ലാം കൂട്ടക്കാവിന്റെ നടത്തിപ്പിൽ ഉത്സാഹിച്ച് പ്രവർത്തിക്കുകയുണ്ടായി.

എല്ലാ വർഷവും ഫെബ്രുവരി 9, 10, 11, 12 എന്നീ തീയ്യതികളിലാണ് കൂട്ടക്കാവിലെ ഉത്സവം. തമ്പുരാട്ടി, ഘണ്ഡാകർണ്ണൻ, വസൂരിമാല, ചാമുണ്ഡി, ഇളടത്ത് ഭഗവതി, കുട്ടിച്ചാത്തൻ, ഗുളികൻ, കാരണോൻ എന്നീ മൂർത്തികളെയെല്ലാം ഇവിടെ കെട്ടിയാടിക്കുന്നു. ഇതിൽ തമ്പുരാട്ടിയും ഘണ്ഡാകർണനും, വസൂരിമാലയും ഒരൈതിഹ്യകഥയുടെ ഭാഗമാണ്. പരമശിവന്റെ മൂന്നാം തൃക്കണ്ണിൽനിന്ന് കൂറുമ്പ ഭഗവതിമാർ രണ്ടുപേരാണ് പിറന്നത്. മൂത്തതും, ഇളയതും. മക്കൾ രണ്ടുപേരെയും ഇടതുതുടയിലും വലതുതുടയിലുമിരുത്തി ലാളിച്ച് വളർത്തിയപ്പോൾ പൊൻമക്കൾ നൽകിയത് മഹാദേവന്റെ മുഖത്തും മേനിയിലും വസൂരിയെന്ന മഹാരോഗത്തിന്റെ പരുക്കളാണ്. “മുമ്മണി തൃക്കുരിപ്പും പന്തീരായിരം വസൂരിയും വാരിവിതച്ചപ്പോൾ” ശരീരമാകെ എരിപിരി കൊണ്ട പരമേശ്വരൻ പുത്രിമാർക്കൊപ്പം പിറന്നദണ്ഡനെയും ഘണ്ഡാകർണ്ണനെയും വിളിച്ചുവരുത്തി. ഘണ്ഡാകർണ്ണൻ പിതാവിന്റെ ശരീരമാസകലം തന്റെ നീളൻ നാവുകൊണ്ട് നക്കിത്തുടച്ച് വസൂരി രോഗത്തെ മായ്ച്ച് കളഞ്ഞു. രോഗവാഹകരായ ചീറുമ്പ ഭഗവതിമാർക്ക് ഭൂമിയിൽ പാർത്തുകൊള്ളാൻ അനുവാദം നൽകി. ഭൂമിയിലെത്തിയ ഭഗവതിമാർ മാനവർക്കുമേകി വസൂരിയെന്ന മഹാമാരി. ദുഃഖാർത്തനായ മഹേദേവൻ നാല്പത്തിയൊന്ന് ദിവസത്തെ മഹാഹോമം നടത്തി. 41-ാം ദിനം ത്രിസന്ധ്യയിൽ

‘കനലരികെ പൊടികിളരേ
പൊന്നിൻ പഴുക്കപോലെ

സുന്ദരിയായ പുതിയ ഭഗവതി
ഉയർന്നുവന്നു."

താൻ എന്തുവേണമെന്ന മകളുടെ ചോദ്യം കേട്ട് മഹാദേവൻ

"മകളേ ഇടവില ലോകത്തേക്ക് തേരിറങ്ങിയ
ചീറുമ്പ ചെറുമനുഷ്യർക്ക് മാരി വാരിവിതക്കുന്നുണ്ട്.
നീ പിടുങ്ങനെ ഭൂമിയിലിറങ്ങി
ഇവരുടെ രോഗം തടവിയൊഴിച്ച്
ഗുണപ്പാട് വരുത്തുക."

ഈ കല്പന പ്രകാരം ഭൂമിയിലേക്കിറങ്ങിയ പുതിയ ഭഗവതി നാട്ടിൽ ചീറുമ്പ വിതച്ച മഹാമാരിയാകെ നക്കിത്തുടച്ചു. അങ്ങനെ ഊരാളി നായന്മാർക്കും തീയ്യ സമുദായത്തിനും ദേവി ആരാധ്യയായി.

മലയനും പാണനും കെട്ടിയാടുന്ന ഘണ്ഡാകർണ്ണൻ രൗദ്രസ്വരൂപനാണ്. 'ഒട'യിലും മുടിയിലും തീപ്പന്തം കുത്തിച്ചൂടിയ തെയ്യം ആരിലും അത്ഭുതാദരങ്ങൾ ഉളവാക്കുന്ന കോലമാണ്. ഇനി വസൂരിമാലയെക്കുറിച്ച് മറ്റൊരു കഥയുണ്ട്. ദാരികാസുരന്റെ ഭാര്യയായ മനോദരി ശിവൻ തനിക്ക് നൽകിയ വിയർപ്പ് മുത്തുകൾ ഭർതൃഘാതകയായ കാളിയുടെ നേരെയെറിഞ്ഞപ്പോൾ കാളിക്ക് മേലാസകലം വസൂരി വന്നു. കോപാകുലയായ കാളി മനോദരിയുടെ കണ്ണുകൾ പൊട്ടിക്കുകയും തന്റെ ദണ്ഡദാസിയാക്കി മാറ്റുകയും ചെയ്തു. ആ ദുർദേവതയാണ് വസൂരിമാല എന്നും പറയുന്നുണ്ട്.

പരമശിവനിൽ നിന്ന് പിറന്നതോ ശിവാംശഭൂതങ്ങളായോ ഉള്ള മൂർത്തികളിൽ ചിലതിനെയാണ് കൂട്ടക്കാവിൽ കെട്ടിയാടുന്നതും ആരാധിക്കുന്നതും. ഗുളികനും അക്കൂട്ടത്തിലുള്ളതുതന്നെ. ശിവന്റെ ഇടതുപെരുവിരലിൽ നിന്ന് പൊട്ടിപ്പിളർന്നുണ്ടായ മൂർത്തിയത്രേ ഗുളികൻ. മുള ചെത്തിയതിൻമേൽ കുരുത്തോല കൊണ്ട് മുടിതീർത്ത് കണ്ണിന്റെ ഭാഗം ചെറിയൊരു സുഷിരം മാത്രം ബാക്കിയാക്കി മുഖപ്പാളയും ധരിച്ച് അരയിൽ വെള്ളകെട്ടിയതിന്റെ മേലെ കുരുത്തോല കൊണ്ട് മനോഹരമായ അണിയലം കെട്ടി കാൽച്ചിലങ്കയുമണിഞ്ഞ്

കാളകാട്ടെ മന്ത്രവാദീന കണ്ടേ കുളിയാ
കതിച്ചേരി മന്ത്രവാദീന കണ്ടേ കുളിയാ
പുതുച്ചേരി മന്ത്രവാദീന കണ്ടേ കുളിയാ
രാവണശേരി മന്ത്രവാദീന കണ്ടേ കുളിയാ

എന്നിങ്ങനെ തോറ്റം ചൊല്ലി ഉറഞ്ഞാടി കാവിലെത്തുന്ന ഗുളികന്റെ നൃത്തം അതിമനോഹരമായ ഒരു കാഴ്ചയാണ്. ഈ തെയ്യം കാണിക

ളിൽ ഒരേ സമയം ഫലിതവും ഭയവും ജനിപ്പിക്കുന്ന കോലമാണ്. വൈക്കോൽ കൊണ്ടുണ്ടാക്കിയ ഒരു കുഞ്ഞിന് മുലകൊടുത്തും, എണ്ണ തേച്ച് കുളിപ്പിച്ചും താലോലിക്കുന്ന കുഞ്ഞിനെ ശൂലത്തിൽ കുത്തി ക്കോർത്ത് പൊട്ടിപ്പൊട്ടി ചിരിക്കുകയും ചെയ്യും. ഗുളികൻ വാത്സല്യ മൂർത്തിയും ഒപ്പം പുറങ്കാല രൂപനുമാണ്. ചിലർ മക്കളെ അന്ധമായി ലാളിക്കുന്നതും, ചിലപ്പോൾ കഠിനമായി ശിക്ഷിക്കുന്നതും കാണുമ്പോൾ നാട്ടിലൊരു ചൊല്ലുണ്ട് 'കുളിയൻ കുഞ്ഞിനെപ്പോറ്റും പോലെ' എന്ന്.

കൂട്ടക്കാവിൽ കെട്ടിയാടുന്ന മറ്റൊരു ഉഗ്രമൂർത്തിയാണ് കുട്ടിച്ചാത്തൻ. പാർവ്വതി പരമേശ്വരന്മാർ വള്ളുവനും വള്ളുവത്തിയുമായി വേഷം പൂണ്ട് കാടും നാടും താണ്ടി നടക്കുന്നകാലത്ത് അവർക്കൊരു കരുത്തനും വികൃതിയുമായ മകൻ പിറന്നു. ശിവഭക്തയായ കാളക്കാട്ടമ്മ മക്കളില്ലാതെ പ്രാർത്ഥിച്ച് കഴിയുന്ന കാലത്ത് മഹാദേവൻ പൊൻമകനെ ഈ ഭക്തന് നൽകി. പരാക്രമിയായ ഈ കുസൃതി കുലധർമ്മങ്ങളും ഓത്തും മന്ത്രവും പൂജയും എല്ലാം തള്ളി നടന്നപ്പോൾ കാളക്കാട്ടച്ഛൻ ഇല്ലത്ത് ഏഴാല നിറയെ പോറ്റി വളർത്തുന്ന കാലികളെ മേയ്ക്കാനാണ് ഏല്പിച്ചത്. ഒരുനാൾ വിശന്നുകേറിവന്ന മകൻ പൈദാഹം തീർക്കാൻ കിണ്ടി നിറയെ പൈമ്പാൽ ആവശ്യപ്പെട്ടു. ഇല്ലത്തമ്മ എന്തുകൊണ്ടോ പാൽ കൊടുത്തില്ലത്രേ! കോപാകുലനായ കാലിച്ചെക്കൻ കാലിക്കൂട്ടത്തിലെ ഐശ്വര്യപ്രതീകമായ ചെങ്കൊമ്പൻ കാളയുടെ കഴുത്ത് കടിച്ച് മുറിച്ച് ചോര കുടിച്ച് ദാഹം തീർത്തു. മകന്റെ അതിക്രമം കണ്ട് ക്രുദ്ധനായ പിതാവ് ചൂരക്കോല് കൊണ്ട് ദേഹം പൊതിരെ തല്ലി അരിശം തീർത്തു. പ്രതികാരദാഹിയായ ശിവപുത്രൻ കിണറ്റിൽനിന്ന് വെള്ളം കോരുന്ന അമ്മയെ കല്ലെറിഞ്ഞ് കിണറ്റിൽ വീഴ്ത്തി. കുലം നശിപ്പിക്കാൻ ജനിച്ചവനാണിവൻ എന്നലറിക്കൊണ്ട് പിതാവായ കാളകാടൻ അവനെ വരിഞ്ഞുകെട്ടി പുഴക്കര കൊണ്ടുപോയി തല വെട്ടിയെറിഞ്ഞു. കാളകാടൻ തിരിച്ചെത്തുമ്പോഴത്തേക്കും ഭീകരരൂപിയായി കുട്ടിച്ചാത്തൻ ഇല്ലത്തെത്തി സർവ്വതും നശിപ്പിച്ച് പൊട്ടിപ്പൊട്ടിച്ചിരിച്ചു. ശല്യമൊഴിവാക്കാൻ മഹാമന്ത്രവാദികൾ അണിനിരന്ന് കുട്ടിച്ചാത്തനെ ആവാഹിച്ച് ഹോമകുണ്ഡത്തിൽ നുറുക്കിയിട്ടു. എന്നാൽ ആളിക്കത്തുന്ന ഹോമാഗ്നിയിൽ നിന്ന് കുട്ടിച്ചാത്തൻമാർ അനവധി ഉയർന്നുവന്നത്രേ! ഇവർ അന്നാട്ടിലെ 43 ബ്രാഹ്മണ ഇല്ലങ്ങളാണ് ചുട്ടുകരിച്ചത്. ഭയസംഭ്രമങ്ങളാൽ നിലവിളിച്ചുകൊണ്ട് പുരോഹിതന്മാർ കുട്ടിച്ചാത്തന്റെ പാദങ്ങളിൽ വീണ് ജീവനുവേണ്ടി കേണപേക്ഷിച്ചു. ദേവകൽപ്പന പ്രകാരം നാടാകെ കാവുകളിൽ കെട്ടിയാടി

ക്കാനുള്ള നടപടികൾ അവർ സ്വീകരിച്ചു.

ബ്രാഹ്മണമേധാവിത്വം അധഃസ്ഥിതവർഗ്ഗങ്ങൾക്കുമേൽ നടപ്പിലാക്കിയ ക്രൂരതകൾക്കെതിരെയുള്ള അസംതൃപ്തിയുടേയും പ്രതിഷേധത്തിന്റെയും പ്രതീകമാണ് കുട്ടിച്ചാത്തൻ എന്നാണ് ഈ കഥ അവലോകനം ചെയ്യുന്ന ആർക്കും എത്തിച്ചേരാനാകുന്ന നിഗമനം.

ഭീതി പടർത്തുന്ന പൊയ്ക്കണ്ണും ഒരു തൂക്കുതാടിയുമെല്ലാമണിഞ്ഞ് കാവു കുലുക്കി വരുന്ന കുട്ടിച്ചാത്തൻ ഭയവും ഭക്തിയും ജനിപ്പിക്കുന്ന ഒരു മൂർത്തിയാണ്.

ഈ കാവിൽ കെട്ടിയാടുന്ന മറ്റൊരു കോലമാണ് ചാമുണ്ഡി. വിഷ്ണുമൂർത്തി എന്നും പേരുണ്ട്. ഹിന്ദുപുരാണത്തിലെ ഹിരണ്യകശിപുവിന്റെ മകനായ പ്രഹ്ലാദന് ത്രിമൂർത്തികളിലൊന്നായ മഹാവിഷ്ണുവിനോടുണ്ടായ ഭക്തിയും വിഷ്ണുവിരോധിയായ പിതാവിന് ഇത് കണ്ട് സഹിക്കാനാവാതെ മകനെ വധിക്കാനൊരുങ്ങുന്നതും "നിന്റെ നാരായണന് ശക്തിയുണ്ടെങ്കിൽ നിന്നെ രക്ഷിക്കും" എന്നട്ടഹസിച്ചതും, 'ഭഗവാൻ ഈ കൊട്ടാരത്തിനും തൃണത്തിലുമുണ്ടെ'ന്നും ഭക്തൻ പ്രതിവചിച്ചതും ത്രിസന്ധ്യാനേരത്ത് ഉടവാൾകൊണ്ട് തൂണിൽ ഭേദിച്ചപ്പോൾ ദശാവതാരങ്ങളിലൊന്നായ നരസിംഹമൂർത്തി തൂൺ പിളർന്ന് ഇറങ്ങിവന്ന് ഹിരണ്യനെ വാതിൽപ്പടിയിൽ കിടത്തി, കൈനഖങ്ങളാൽ വയർ കീറി രക്തപാനം ചെയ്ത് വധിച്ചു എന്നാണല്ലോ കഥ!

ഈ നരസിംഹാവതാരത്തിന്റെ നിരവധി രംഗങ്ങൾ കുട്ടിച്ചാത്തൻ കളിയാട്ടത്തിൽ അവതരിപ്പിക്കുന്നുണ്ട്. ഒപ്പം പാലന്തായി കണ്ണൻ എന്നൊരു നിരപരാധിയെ കുറുവാട്ട് കുറുപ്പ് എന്ന നാട്ടുപ്രമാണി ഇയാളുടെ അനന്തരവളുടെ പടുവാക്ക് കേട്ട് വധശിക്ഷക്ക് വിധിച്ചതും, കണ്ണൻ ഓടിപ്പോയതും, നാളുകൾക്കുശേഷം തിരിച്ച് വന്ന് കദളിക്കുളത്തിൽ കുളിക്കുമ്പോൾകുറുപ്പ് വെട്ടിക്കൊന്നതും പ്രായശ്ചിത്തമായി കാവുണ്ടാക്കി കെട്ടിയാടിച്ചതും ഈ മൂർത്തിയുടെ തോറ്റംപാട്ടിൽ അടങ്ങിയിട്ടുണ്ട്.

പഴയകാലത്ത് മകരം 20ന് കാവിൽ തെയ്യം കുറിച്ചുകഴിഞ്ഞാൽ അതിന്റെ ചുറ്റുമുള്ള അഞ്ചുദേശക്കാരും ഉത്സവത്തെ വരവേൽക്കാനൊരുങ്ങുകയായി. അനുഷ്ഠാനങ്ങൾക്കാവശ്യമായ പന്തം, ചൂട്ട്, ഇല, വാഴക്കുലകൾ, കുരുത്തോല, അടക്ക തുടങ്ങിയ സാധനങ്ങൾ ശേഖരിക്കുകയാണാദ്യം. അക്കാലത്ത് വൈദ്യുതി ഉണ്ടായിരുന്നില്ലല്ലോ! പന്തവും ചൂട്ടും പെട്രോമാക്സുമാണ് രാത്രി വെളിച്ചം ലഭിക്കാനുള്ള

ഉപാധികൾ. കോട്ടപ്രവൻ തറവാട്ടിൽ നിന്നും മുതലക്കലശം വരേണ്ട തുണ്ട്. കാവിലെ പ്രധാന ഉത്സവച്ചടങ്ങുകളിലൊന്നാണ് കളംപാട്ട്. ഞണ്ണുഗുരിക്കളാണ് പരമ്പരാഗതമായ കളംപാട്ടിന് പ്രാദേശിക പ്രത്യേ കതകൾകൂടി കൂട്ടിച്ചേർത്തികൊണ്ടുള്ള വരികൾ കൂടി ഉൾപ്പെടുത്തി പൊലിമയേകി കളംപാട്ട് ആലപിക്കാറുണ്ടായിരുന്നത്. അദ്ദേഹത്തിന്റെ മരണത്തോടെ പുതുതലമുറക്കാർ അത് തുടരുന്നുണ്ട്.

കുട്ടക്കാവിലെ ഉത്സവം ജനകീയ ഉത്സവമാണ്. എല്ലാ ജാതിമത സ്ഥർക്കും പങ്കുകൊള്ളാനാകുന്ന മതേതരമായ ഒന്നാണത്. മുക്കാൽ നൂറ്റാണ്ടിനു മുമ്പുതന്നെ നാട്ടുകാരുടെ പങ്കാളിത്തത്തോടുകൂടിയ ഉത്സ വക്കമ്മിറ്റികൾ ഇതിനെ ജനകീയമാക്കി. ആരാധിക്കാനെത്തുന്നവർക്ക് മാത്രമല്ല ആസ്വദിക്കാനും നാടിന്റെ പൊതുവിഷയങ്ങൾ ചർച്ച ചെയ്യാനും അവസരമുണ്ടാക്കിക്കൊണ്ട് കലാസാംസ്കാരിക പരിപാ ടികളും സമ്മേളനങ്ങളും ഇവിടത്തെ ഉത്സവത്തിന്റെ പതിവുപരിപാ ടിയായി. സമൂഹത്തിന്റെ നാനാതുറകളിലുമുള്ള പ്രഗത്ഭർ ഈ സാഹിത്യ സാംസ്ക്കാരിക സദസ്സുകളെ അവിസ്മരണീയങ്ങളാക്കി. കണ്ണൂർ സംഘചേതന അവതരിപ്പിച്ച 'പഴശ്ശിരാജാ' എന്ന നാടകം കാണാൻ പഴശ്ശി കോവിലകത്തെ പാട്ടുതമ്പുരാനെന്നറിയപ്പെടുന്ന ശ്രീ. പി.കെ. ശങ്കരവർമ്മരാജ കുടുംബസമേതം അക്കാലത്ത് കാവിലെത്തു കയുണ്ടായി.

ഉത്സവകാലം ഇവിടെ നാട്ടുകാർക്കാവശ്യമായ നിത്യോപയോഗ വസ്തുക്കളുടെ ഒരു മാർക്കറ്റ് കൂടിയായിരുന്നു. അവശ്യവസ്തുക്കൾ പണ്ടൊരുകാലത്ത് ഒട്ടേറെ വിപണനം ചെയ്യപ്പെട്ടതായി പണ്ടുള്ളവർ പറഞ്ഞുകേട്ടിട്ടുണ്ട്.

ഉത്സവം കുറിച്ചാൽ അഞ്ച് ദേശങ്ങളിലും ഉള്ള ഭവനങ്ങളിലെല്ലാം തമ്പുരാട്ടിയുടെ എഴുന്നള്ളത്ത് എന്നൊരു ചടങ്ങുണ്ടായിരുന്നു.

ഈ കുറിപ്പ് തയ്യാറാക്കുമ്പോൾ കുട്ടക്കാവിനെ കൂടുതൽ ജനകീ യവത്ക്കരിക്കാനുള്ള ഏകദേശം 8 ലക്ഷത്തോളം രൂപ ചെലവു വരുന്ന പുനരുദ്ധാരണ പ്രവർത്തനങ്ങൾ തിരുതകൃതിയായി നടന്നുവരികയാ ണ്. ആരാധനാകേന്ദ്രങ്ങൾ ജനജീവിതത്തിൽ സ്വാധീനം ചെലുത്ത ത്തക്ക തരത്തിൽ എങ്ങനെ സംഘടിപ്പിക്കാനാകും എന്നതിന്റെ ഉത്ത മമാതൃകയാണ് ഈ ആരാധനാകേന്ദ്രം.

കരേറ്റ ശ്രീ സ്വയംവര പാർവ്വതീ ക്ഷേത്രം

നഗരസഭാപരിധിയിൽ കുഞ്ഞിക്കണ്ണോത്ത് എന്ന പ്രദേശത്ത് നമ്പൂ തിരി ക്ഷേത്രങ്ങളുടെ മാതൃകയിൽ സമീപകാലത്ത് സ്ഥാപിച്ച ഒരു

ക്ഷേത്രമാണ് ഇത്. മട്ടന്നൂർ ഹൈസ്കൂളിലെ അദ്ധ്യാപകനായിരുന്ന ശ്രീ. എം.എം. വാസുദേവൻ മാസ്റ്റർ ക്ഷേത്രം സ്ഥാപിക്കാനായി 15 സെന്റ് സ്ഥലം കരേറ്റ കുഞ്ഞിക്കണ്ണോത്ത് എന്ന സ്ഥലത്ത് നൽകുകയായിരുന്നു. അദ്ദേഹത്തിന്റെ മകൻ പി.എം. പവിത്രൻ കുടുംബക്ഷേത്രമായി കൈകാര്യം ചെയ്തുവരുന്ന ഈ ക്ഷേത്രത്തിന്റെ പ്രധാന നടത്തിപ്പുകാരനാണ്. ശ്രീകോവിലും ചുറ്റമ്പലവുമെല്ലാം ഇതിന്ശേഷം നിർമ്മിച്ചതാണ്. എന്നും നിത്യപൂജയുള്ള ഈ ക്ഷേത്രം ഒട്ടേറെ ഭക്തജനങ്ങളുടെ നിത്യസന്ദർശന കേന്ദ്രമായി ഇന്ന് മാറിയിട്ടുണ്ട്.

ഇവിടുത്തെ പ്രതിഷ്ഠ ശ്രീ പാർവ്വതിയാണ്. പർവ്വതപുത്രിയായ ഉമാദേവി ഘോരതപസ്സനുഷ്ഠിക്കുന്ന പരമശിവനിൽ ആകൃഷ്ടനായി ഭർത്താവായി ലഭിക്കണമെന്ന് ആഗ്രഹിച്ച് വരണമാല്യവും ഉയർത്തിപ്പിടിച്ച് മറ്റൊരു തപസ്സനുഷ്ഠിക്കുകയാണ്. ഈ സങ്കല്പത്തിലുള്ള പ്രതിഷ്ഠയാണ് ഇവിടെയുള്ളത്. അതുകൊണ്ടാണ് സ്വയംവര പാർവ്വതീക്ഷേത്രം എന്നറിയപ്പെടുന്നത്. ഇവിടെയെത്തിച്ചേരുന്ന കന്യകകൾ നല്ലപാതിമാരെ ലഭിക്കണമെന്നും വധുക്കൾ ദീർഘസുമംഗലികളായി ഭവിക്കണമെന്നും പ്രാർത്ഥിച്ചു പോരുന്നു.

പൂങ്ങോട്ടുംകാവ് ശ്രീ അയ്യപ്പക്ഷേത്രം

മട്ടന്നൂരിലെ അനേകം പ്രത്യേകതകളും നിബിഡവനപ്രദേശമാണ് പൂങ്ങോട്ടുംകാവ് 'റ' ആകൃതിയിൽ മണ്ണിൽനിന്ന് ഉയർന്നുകാണുന്നു. അതിവിശിഷ്ടമായ വേരുകളോടുകൂടിയ കൂറ്റൻമരങ്ങളും, അപൂർവ്വയിനം ജന്തുജാതികളും, സസ്യലതാദികളുമെല്ലാം കണ്ടുവരുന്ന ഇവിടം സംസ്ഥാന വനംവകുപ്പിന്റെ കീഴിലുള്ള ഒരു സംരക്ഷിത വനപ്രദേശമാണ്. 'പുതിയ കോട്ടക്കാവാ'യിരിക്കണം 'പൂങ്കോട്ടുംകാവാ'യി മാറിയത്. വലിയൊരു കുന്നിൻതാഴ്വരയിൽ ഉറവ വറ്റാത്തൊരു കാട്ടരുവിയുടെ കരയിലാണ് ചിരപുരാതനമായ തറയോടുകൂടിയ കാവിന്റെ അവശിഷ്ടങ്ങൾ കാണാനാവുന്നത്. 1995ലാണ് തറ ക്ഷേത്രതന്ത്രിയുടെ കാർമ്മികത്വത്തിൽ പുനർനിർമ്മിക്കുകയും അയ്യപ്പപ്രതിഷ്ഠ നടത്തുകയും ചെയ്തത്.

ബൗദ്ധപ്രഭാവകാലത്തായിരിക്കണം അവരുടേതായ ഒരാരാധനാകേന്ദ്രമായി ഇതും സ്ഥാപിതമായത്. ശാസ്താക്ഷേത്രമായ ഈ കാവ് ഒരു കാനനക്ഷേത്രമാണ്. അക്കാലത്തെ കാർഷികസമൂഹത്തിന്റെ ആരാധനാമൂർത്തിയായിരിക്കണം. വനശാസ്താക്ഷേത്രങ്ങളിൽ കാണുന്ന ചെന്നായ്, പുലി തുടങ്ങിയ ടെറക്കോട്ട വിഗ്രഹങ്ങളുടെ അവശിഷ്ടങ്ങൾ ഇവിടെയും കാണാനുണ്ട്. വന്യമൃഗങ്ങളിൽ നിന്ന്

സ്വജീവിതവും കൃഷിയും സംരക്ഷിക്കണമെന്ന് ആഗ്രഹിക്കുന്ന കർഷകർ ശാസ്താവിന് സമർപ്പിക്കുന്ന നിവേദ്യങ്ങളായിരിക്കണമിവ.

32 ഏക്കറോളം വ്യാപിച്ചുകിടക്കുന്ന ഈ വനഭൂമിയുടെ ഉടമസ്ഥരായ കോളാരിയിലെ ഇടത്തണ്ടൻ ചുണ്ടക്കാട്, പുത്തൻവീട്, ഉരുവമ്പറ്റ, നള്ളായ എന്നീ നമ്പ്യാർ തറവാട്ടുകാരാണ് ഈ കാവിന്റെ ഊരാളർ. ഇവിടെ പ്രതിമാസ സംക്രമപൂജയാണ് പതിവായി നടക്കുന്നത്.കൂടതെ അയ്യപ്പന്റെ ജന്മദിനമായ പൈങ്കുനി ഉത്രത്തിന് ഉത്രമൂട്ടും പുത്തരിയും ഇവിടെ നടത്തിവരാറുണ്ട്.

പഴശ്ശി ശ്രീപോർക്കലി മഠം

കോട്ടയം രാജവംശത്തിന്റെ താവഴികളിലൊന്നായ പഴശ്ശി പടിഞ്ഞാറെ കോവിലകത്തിന്റെ ഉടമസ്ഥയിലുണ്ടായിരുന്ന ഇവിടുത്തെ നമ്പ്യാർ തറവാടുകളുടെ ആരാധനാകേന്ദ്രമാണ് പഴശ്ശിമഠം. അക്കാലത്ത് നമ്പ്യാൻമാർ പടയാളി സമൂഹമായിരുന്നല്ലോ. അവരെ ആരാധനക്കും ആയോധനപരിശീലനത്തിനും പ്രാധാന്യം നൽകി പഴശ്ശി തമ്പുരാക്കന്മാർ ഇന്നത്തെ ഇവിടുത്തെ പ്രമുഖ നമ്പ്യാർ തറവാടായ മാവില പുതിയ വീട്ടുകാർക്ക് കരമൊഴിവായി നൽകിയ ഭൂമിയിലാണ് മേൽത്തറവാട്ടുകാർ ഊരാളൻമാരായി പഴശ്ശിമഠം സ്ഥാപിച്ചത്. ഒരു നാനൂറ് വർഷത്തിനിപ്പുറത്തുള്ള പഴക്കം ഇതിന് കാണുമായിരിക്കും.

ഈസ്റ്റിന്ത്യാകമ്പനി കേരളവർമ്മ പഴശ്ശിരാജയെ വയനാടൻ കാടുകളിൽവെച്ച് ജീവനെടുത്തതിനുശേഷം 1806ൽ പഴശ്ശി കോവിലകവും കൊട്ടാരവും ആക്രമിച്ചു നശിപ്പിച്ചതോടെ മഠത്തിലെ ഊരാളന്മാരായ മാവില പുതിയവീട്ടിൽ തറവാട്ടുകാർ ഇവിടംവിട്ട് പയ്യന്നൂർ ആലക്കാട്ടേക്ക് താമസം മാറി എന്നാണ് പറയപ്പെടുന്നത്. ഏതായാലും ഈ തറവാട്ടുകാരുടെ അനന്തരാവകാശികൾ അവിടെ ഉണ്ടെന്ന് മാത്രമല്ല ഈ മഠത്തിന്റെ നടത്തിപ്പ് നാട്ടുകാരുടെ കമ്മറ്റി ഏറ്റെടുത്തതോടെ മഠത്തിന് ചുറ്റുമുള്ള സ്ഥലം സംബന്ധിച്ച് കോടതിയിൽ നടക്കുന്ന അവകാശതർക്കത്തിൽ അവർ കക്ഷിചേർന്നിരിക്കുകയുമാണ്. എന്നു മാത്രമല്ല, ഇവിടുത്തെ മുഖ്യ ആരാധനാമൂർത്തിയായ ശ്രീ പോർക്കലിയെ ആവാഹിച്ച് കൊണ്ടുപോയി അവിടെ അവരുടെ തറവാടു ഭവനത്തോട് ചേർന്ന് ഒരു മഠമുണ്ടാക്കി ആരാധന നടത്തിവരുന്നതായും പറയുന്നുണ്ട്. പഴശ്ശിമഠത്തിന്റെ വകയായി ഉണ്ടായിരുന്ന അനവധി വസ്തുക്കളും കൂടെ കൊണ്ടുപോയതായി പറയുന്നുണ്ട്.

മഠത്തിന് ഇങ്ങനെ നാഥനില്ലാതായതോടെ ചുറ്റുവട്ടത്തുള്ള ചിലർ ഇവിടെ അവശേഷിക്കുന്ന വിഗ്രഹങ്ങളും മറ്റും എടുത്തുകൊണ്ടുപോ

യതായും പറയപ്പെടുന്നു.

മഠത്തിന് ചുറ്റും കാണുന്ന കാടുപിടിച്ചു കിടക്കുന്ന ഒന്നരയേക്കറോളം വരുന്ന സ്ഥലത്ത് പണ്ടൊരു കളരി ഉണ്ടായിരുന്നു എന്നും പറയപ്പെടുന്നു. നാടിന്റെ സംരക്ഷണത്തിനായി രാജാവിന്റെ കൽപ്പന വരുന്ന മുറക്ക് ആവശ്യത്തിന് പടയാളികളെ എത്തിച്ചുകൊടുക്കാൻ ഈ പടക്കളരിക്ക് അക്കാലത്ത് സാധിച്ചിരിക്കണം.

പഴയ കാലത്ത് മഠത്തിന്റെ പരിസരപ്രദേശത്തെ നമ്പ്യാർ തറവാട്ടുകാരായ മുണ്ടയാടൻ, പുല്ലാഞ്ഞിയോടൻ, മുരിക്കോളി തുടങ്ങിയ നമ്പ്യാർ തറവാട്ടുകാർക്ക് ഉത്സവവേളകളിലും ആരാധനാക്രമങ്ങളിലും ചില അവകാശങ്ങളെല്ലാം ഉണ്ടായിരുന്നു. പരിസരത്തെ സമുദായ കൂട്ടായ്മകളായ കണിയാൻ, വാണിയൻ, കൊല്ലൻ, ആശാരി, വണ്ണത്താൻ, കിടാരന്മാർ തുടങ്ങിയവർ മഠവുമായി ബന്ധപ്പെട്ട് നിരവധി ചുമതലകൾ അക്കാലത്ത് നിർവ്വഹിച്ചുപോന്നു.

ദശകങ്ങളായി കാടുപിടിച്ച് ജീർണ്ണതയിലാണ്ട മഠം പുനരുദ്ധാരണത്തിനുവേണ്ടി ശ്രീമാൻമാർ തച്ചോളി രാഘവൻമാസ്റ്റർ, കെ.കെ. കുഞ്ഞിക്കൃഷ്ണൻ മാസ്റ്റർ, വരിക്കോളി വിജയൻ തുടങ്ങി നിരവധി സാമൂഹ്യപ്രവർത്തകരുടെ നേതൃത്വത്തിലായിരുന്നു ഈ പുനരുദ്ധാരണ പ്രവർത്തനം.

ശ്രീ. പോർക്കലിയുടെ മഠമാണെങ്കിലും ബ്രാഹ്മണവത്കരണത്തിന് ഇവിടെയും കുറവില്ല. എന്തിനുമേതിനും സ്വർണ്ണപ്രശ്നവും താംബൂലപ്രശ്നവും നടത്തി വിധിപ്രകാരം കർമ്മങ്ങൾ നിർണ്ണയിക്കുന്ന പതിവ് ഇവിടെയും ശക്തിപ്പെട്ടുവന്നിട്ടുണ്ട്.

മഠത്തോടു ചേർന്ന് കാട്ടിൽ ഉള്ള ഒരു നാഗപ്രതിഷ്ഠ മറ്റൊരു പ്രത്യേകതയാണ്. പ്രതിമാസം നടക്കുന്ന സംക്രമപൂജ മഠത്തിലെ ശ്രീകോവിലിലും ഇവിടെയും ഒരുപോലെ നടക്കുന്നു. നിത്യവിളക്കുമുണ്ട്. ഇതിനായി പ്രത്യേകം തന്ത്രി വരുന്നുമുണ്ട്. മഠത്തിലെ മറ്റൊരു ചടങ്ങ് വണ്ണാൻസമുദായക്കാരുടെ ആടുന്ന കലശമാണ്.

ഡിസംബർ 10, 11 (വൃശ്ചികം 24,25) തീയതികളിലാണ് ഉത്സവം നടക്കുന്നത്. പഴശ്ശി കേരളവർമ്മയുടെ കുലപരദേവതയായ ശ്രീ പോർക്കലിയാണ് ഇവിടുത്തെ തെയ്യാട്ടങ്ങളിൽ മുഖ്യം. അത് വലിയ തമ്പുരാട്ടിയാണെങ്കിൽ ചെറിയ തമ്പുരാട്ടിയുമുണ്ട്, രക്തേശ്വരി എന്ന പേരിൽ. പുലിയൂർകണ്ണൻ മറ്റൊന്നാണ്. ഇവർ മൂവരേയും വണ്ണാൻ സമുദായക്കാരാണ് കെട്ടിയാടുന്നത്. മലയസമുദായക്കാർ കെട്ടിയാടുന്ന കുട്ടിച്ചാത്തൻ, ഗുളികൻ. വിഷ്ണുമൂർത്തി, ഭൈരവൻ എന്നിവ

വേറയുമുണ്ട്.

ദാരികാസുര വധത്തിനു വേണ്ടിയാണ് ശിവപാർവ്വതിമാരുടെ അംശമായ മഹാകാളി ഉത്ഭവിക്കുന്നത്. ഇത് കോട്ടയം സ്വരൂപത്തിന്റെ കുലപരദേവതയാണ്. ദുഷ്ടനിഗ്രഹമാണ് അവതാരോദ്ദേശ്യം. അഞ്ഞൂറ്റാൻമാരാണ് സാധാരണയായി ശ്രീപോർക്കലിയുടെ കോലം കെട്ടുന്നത്. പഴശ്ശി മഠത്തിൽ കെട്ടിയാടുന്ന രക്തേശ്വരിക്കും കഥയുണ്ട്. ദാരികാസുര നിഗ്രഹത്തിനായി അവതരിച്ച മഹാകാളിക്ക് പരിക്ഷീണയും കോപാകുലമായപ്പോൾ ആ കണ്ണുകളിൽനിന്നും ഉദയം ചെയ്ത ദേവിയത്രേ രക്തേശ്വരി. ശതകോടിസൂര്യപ്രഭയോടെയും ആളിപ്പടരുന്ന അഗ്നിജ്വാലയോടെയും പാഞ്ഞടുത്ത ദേവിയെക്കണ്ട് ദാരികാസുരന്റെ പടയാളികളായ ചാമുണ്ടൻമാർ ഓടിയൊളിച്ചു. രക്തബീജൻ എന്നു പേരായ ഒരു അസുരമുഖ്യനാണ് പിന്നീട് നേരിടാൻ വന്നത്. മൂന്നേമുക്കാൽ നാഴികകൊണ്ട് അയാളെ നിലത്തടിച്ച് മാറുപിളർന്ന് ചോര കോരിക്കുടിച്ച് വധിക്കുകയായിരുന്നു. രുധിരധാരയിൽ മുങ്ങിനിവർന്നു ദേവിയെ 'രക്തേശ്വരി' എന്ന് പേരിട്ട് വിളിച്ച് പുഷ്പവൃഷ്ടി നടത്തി. 'വട്ടപ്പുറത്തെട്ടുമുടിയും കുടലിൽ തീപ്പന്തങ്ങളുമായി' ഉറഞ്ഞാടുന്ന രക്തേശ്വരിയെ മലയരാണ് അവതരിപ്പിക്കുന്നത്.

വിഷ്ണുമൂർത്തി നരസിംഹമൂർത്തിയാണെന്ന് മറ്റൊരവസരത്തിൽ പരാമർശിച്ചിട്ടുണ്ട്.

ഇവിടെ കെട്ടിയാടുന്ന ഭൈരവൻ ശിവന്റെ ഭിക്ഷാടനസ്വരൂപമാണ്. ഹിന്ദുപുരാണത്തിലെ ബ്രഹ്മ-വിഷ്ണു-മഹേശ്വരന്മാരുടെ കഥയിലൊന്നാണ് ഭൈരവൻ തെയ്യത്തിനുള്ളത്. ശിവന്റെ മൂർദ്ധാവും പാദങ്ങളും കാണുവാൻ വിഷ്ണുവും ബ്രഹ്മാവും ഒരു പന്തയം നിശ്ചയിച്ചു. ആരാണ് വിജയിക്കുക? രണ്ടുപേരും മത്സരിച്ച് ഈരേഴുപതിനാലു ലോകങ്ങളും പര്യടനം നടത്തിയെങ്കിലും ലക്ഷ്യം നേടാനായില്ല. കാലമേറെ കഴിഞ്ഞു. ഒരുനാൾ ആകാശത്തിലൂടെ തെന്നിത്തെന്നിപ്പോവുന്നൊരു കൈതപ്പൂവിനെ ബ്രഹ്മാവ് കാണാനിടയായി. ശിവമുടിയിൽ നിന്ന് ഊർന്ന് വീണതാണ് എന്ന് ധരിച്ച ബ്രഹ്മദേവൻ കൈതപ്പൂവും കയ്യിലേന്തി താൻ ശിവമുടി കണ്ടെന്നും കൈതപ്പൂ സാക്ഷിയാണെന്നും പ്രഖ്യാപിച്ചു. വസ്തുതക്ക് നിരക്കാത്തത് കേട്ട പരമശിവന് കോപമടക്കാൻ കഴിഞ്ഞില്ല. പഞ്ചമുഖനായ ബ്രഹ്മാവിന്റെ ഒരു തല മഹാദേവൻ നുള്ളിയെറിഞ്ഞു. ബ്രഹ്മഹത്യ കൊടുംപാപമാണല്ലോ! പാപം തീരുവാൻ ബ്രഹ്മകപാലവും കയ്യിലേന്തി പന്തീരാണ്ട് കാലം ഭിക്ഷ തെണ്ടി നടക്കണമെന്ന പ്രതിവിധി ശിവൻ സ്വീകരിച്ചു. ആ ഭിക്ഷാടന

വേഷമണ് ഭൈരവൻ തെയ്യം. യോഗിമാർ എന്നൊരു സമുദായക്കാരുണ്ട്. അവരുടെ കുലദൈവമാണ് ഭൈരവൻ.

പഴശ്ശിമഠത്തിൽ നാഗത്തറയും മൂന്ന് നാഗവിഗ്രഹങ്ങളുമുണ്ട്. കാട്ടിനുള്ളിലാണ്. ഇവിടെ സംക്രമപൂജയും പ്രതിദിന വിളക്കുവയ്പും നടത്തുന്നുണ്ട്. പ്രതിമാസം നടക്കുന്ന കലശാട്ട് മറ്റൊരു ചടങ്ങാണ്.

കണ്ണോത്ത് താഴത്ത് വീട് കോട്ടം

അയ്യല്ലൂർ കണ്ണോത്ത് താഴത്ത് വീട്ടുകാരുടെ കുടുംബക്ഷേത്രമാണിത്. കണ്ണോത്ത് താഴത്ത് വീട്ടുകാർ കൂടാളി താഴത്തുവീടിന്റെ ഉപവിഭാഗമായി നാനൂറിൽപരം വർഷങ്ങൾക്ക് മുമ്പ് കുടിയേറി വരുമ്പോൾ കൂടെ കൊണ്ടുവന്ന മൂർത്തികളാണ് ഇവിടെയുള്ളത് എന്നു പറയപ്പെടുന്നു. ഫെബ്രുവരി 22, 23 ദിവസങ്ങളായിട്ടാണ് ഇവിടത്തെ കോട്ടത്ത് തെയ്യാട്ടം നടക്കുന്നത്. നമ്പ്യാൻമാരെ തെയ്യം വിളിക്കുന്നത് 'കർത്താവ്' എന്നാണ്.

വലിയ മുടിയുള്ള തെക്കൻ ഗുളികനും, പൂക്കുട്ടിച്ചാത്തനും, പെരുമ്പടേശനും (പെരുമ്പുഴ വാണ ഈശൻ), മലപ്പിലാനും, കാരണവരും ആണ് ഇവിടെ കെട്ടിയാടുന്നത്.

ഇവിടെ കെട്ടിയാടുന്ന കാരണവരുടെ കോലം കണ്ണോത്ത് കോട്ടം സ്ഥാപിച്ച് മൂർത്തികളെ ഇവിടത്തേക്ക് ആവാഹിച്ച് കൊണ്ടുവന്നു എന്ന് കരുതുന്ന അക്കാലത്തെ തറവാട്ട് മൂപ്പനെയാണ്.

മലപ്പിലാൻ ഒരു നായാട്ട് ദേവനാണ്. തോറ്റംപാട്ടിൽ ഈ നായാട്ടിന്റെ വിസ്തരിച്ച ഭാഗങ്ങൾ കാണാം. പനവില്ലും കണശരവും തൊഴുതെടുത്ത് നായാട്ടുനായ്ക്കളെ തട്ടിത്തെളിച്ച് പുറപ്പെടുന്നതും, ഒളിചമച്ച് കാടിളക്കുന്നതും, കാട്ടുമൃഗങ്ങൾ മരണവെപ്രാളത്തോടുകൂടി അങ്ങോട്ടുമിങ്ങോട്ടും ഓടുന്നതും, നായാടിപ്പിടിച്ച മൃഗത്തെ തണ്ടിട്ട് കെട്ടിക്കൊണ്ടുവരുന്നതുമെല്ലാം തോറ്റംപാട്ടിലുണ്ട്. പഴയകാലത്തെ കർഷകജനതയുടെ ജീവിതവ്യാപാരങ്ങളിൽ ഒന്നായ നായാട്ടിനെ ഈ തെയ്യത്തിലൂടെ ആവിഷ്കരിക്കുകയാണ്.

കണ്ണോത്ത് കെട്ടിയാടുന്ന പെരുമ്പുഴയച്ചൻ അതിമനോഹരമായ ഒരു കോലവും, മേലേരിയിൽ ചാടി നൃത്തം ചെയ്യുന്ന ഒരു മൂർത്തിയാണ്. ഇത് വള്ളുവരുടെ ആരാധ്യദേവനാണ്. ഈ തെയ്യവും ദുർമൃതിയടഞ്ഞ മനുഷ്യസങ്കല്പമാണ്. ഇതിന്റെ കഥയിലേക്ക് കടന്നാൽ അനപത്യദുഃഖഭാരത്താൽ സങ്കടപ്പെടുന്ന കങ്കാളദേവനും വാരിക്കാദേവിയും മഹാവിഷ്ണുവിന്റെ വരപ്രസാദം വഴി ഒരാൺകുഞ്ഞിനെ നേടുന്നു. ഓമനിച്ച് സർവ്വവിദ്യകളെ ഈ ദിവ്യസന്താനത്തിന് പകർന്ന്

നൽകി. കൗമാരപ്രായം കഴിഞ്ഞതോടെ വിചിത്രമായ ഒരാഗ്രഹം മന സ്സിലുദിക്കയാണ്. ദൂരപ്പെട്ട സ്ഥലങ്ങളിൽ വ്യാപാരത്തിന് പോകണം. ചരക്കുകളനവധി വിൽപ്പന ചെയ്യണം. ഇതിന് എരുതുകളെ വേണം. അച്ഛനമ്മമാരോട് ആഗ്രഹം പ്രകടിപ്പിക്കുന്നതിന് പകരം അമ്മാവനും വ്യാപാരപ്രമുഖനുമായ വടുവച്ചെട്ടിയെയാണ് അഭിലാഷമറിയിക്കുന്ന ത്. വടുവച്ചെട്ടിക്കും മരുമകൻ ഈ ഇളംപ്രായത്തിൽ വ്യാപാരത്തിനി റങ്ങുന്നത് അത്ര സമ്മതമല്ല. മരുമകന്റെ അഭിലാഷശാഠ്യത്തിന് മുമ്പിൽ വഴങ്ങിയ ചെട്ടി എരുതുകളെയും ചരക്കുകളെയും നൽകുന്നു. ഏറെ നേരം യാത്ര ചെയ്തെത്തിയ പെരുമ്പുഴേശൻ മുന്നിൽ ചുങ്കം പിരി ക്കാനായി നിൽക്കുന്ന മഹേശനെ കാണുന്നു. ചുങ്കം നൽകാൻ അവൻ തയ്യാറാകുന്നില്ല. തുടർന്ന് തെയ്യത്തിന്റെ തോറ്റം തന്നെ ഉദ്ധരിക്കാം.

ഭൂപതി ഭുജംഗഭൂഷണൻ ദുർജ്ജടി
ഭൂതേശനായ മീത്തൽപെരുമാൾക്കതു കാരണാൽ
ഭുവനമതിലവനുമൊരു ചുങ്കം കൊടായ്കയാൽ
പാരം പിഴച്ചു തിരുവുള്ളമപ്പോഴേ
എരുതുകളശേഷവും ശിലകളായ് വന്നിതു

ജടാധാരിയായ ശിവന്റെ അവതാരമായ പെരുമാൾ ചുങ്കം കൊടു ക്കായ്കയാൽ കോപിച്ച് എരുതുകളേയും പെരുമ്പേശനെയും ശിലക ളാക്കി മാറ്റുന്നു. ഈ കഥയുടെ പശ്ചാത്തലത്തിലാണ് പെരുമ്പുഴയേ ശന്റെ കോലം കാവുകളിൽ കെട്ടിയാടിക്കുന്നത്. വണ്ണാൻമാരാണ് ഇത് കെട്ടിയാടുന്നത്.

കോട്ടത്തിനായി നിബിഡവനസസ്യങ്ങളാൽ ആവൃതമായ ഒരു കല ശസ്ഥാനമുണ്ട്. എല്ലാ സംക്രാന്തിദിനങ്ങളിലും ഇവിടെ കലശപൂജ യുണ്ട്. വണ്ണാൻ സമുദായക്കാരാണ് ഈ കലശാട്ട് നടത്തുന്നത്. കല ശത്തറയുടെ ചുറ്റും കാണുന്ന കാട് ഒരു സർപ്പക്കാവ് നിലനിൽക്കു ന്നതായി തോന്നിക്കുന്നതാണ്. അത്തരമൊരു സംശയം ഇന്നത്തെ തറ വാട്ട് കാരണവരായ ശ്രീ. കെ.ടി. ശിവദാസ് അവർകളോട് അന്വേഷിച്ച അവസരത്തിൽ ഈയിടെ നടത്തിയ പ്രശ്നപരിശോധനയിൽ അങ്ങ നെയും കാണുകയുണ്ടായി എന്ന് പറഞ്ഞു. കണ്ണോത്ത് തറവാടിന്റെ പ്രതാപൈശ്വര്യങ്ങളുടെ കാലത്ത് വമ്പൻ ഗരിമയോടെ കൊണ്ടാടപ്പെട്ട ഉത്സവം ഇപ്പോൾ പല നാടുകളിലായി കഴിഞ്ഞുവരുന്ന കുടുംബാംഗ ങ്ങളെല്ലാം ചേർന്ന ഒരു ട്രസ്റ്റിന്റെ ആഭിമുഖ്യത്തിലാണ് നടത്തിവരുന്നത്.

പഴശ്ശി കാഞ്ഞിരത്തിൻ കീഴിൽ

പഴശ്ശി പടിഞ്ഞാറേ കോവിലകം തമ്പുരാക്കൻമാരായിരുന്നു ഈ

കാവിന്റെ ഊരാളർ. അവർ തീയ്യസമുദായക്കാർക്കായി ഏർപ്പെടുത്തി ക്കൊടുത്ത ആരാധനാകേന്ദ്രമാണിത്. ഭദ്രകാളിയുടെ വിവിധകോല ങ്ങളിലൊന്നായ നീലക്കരിങ്കാളിയാണ് ഇവിടെ കെട്ടിയാടുന്നത്. ഏതോ ഒരു കാലത്ത് അന്നത്തെ പഴശ്ശി കോവിലകം തമ്പുരാൻ മണത്തണ ക്കാവിൽ കെട്ടിയാടുന്ന ഭഗവതിയെ കണ്ട് ആകൃഷ്ടനായി തന്റെ കോവിലക സമീപത്ത് കൂട്ടിക്കൊണ്ടുവന്ന് കുടിയിരുത്തിയതാണ് എന്ന് ഒരു കഥയുണ്ട്.

താഴെ പഴശ്ശിയിലെ വണ്ണാൻ സമുദായക്കാരാണ് അവരുടെ ചെറു ജൻമാവകാശമായി ഇവിടെ ഈ കോലം കെട്ടുന്നത്. നിറസൗന്ദര്യ ത്തിന്റെ മൂർത്തീമദ്രൂപമായ ഈ കോലം നൃത്തച്ചുവടുകളോടെ ഭക്ത ജനങ്ങളുടെ മുന്നിൽ തകർത്താടുന്നത് ജനങ്ങളെ ലഹരി പിടിപ്പിക്കുന്ന ഒന്നാണെന്ന് നിസ്സംശയം പറയാം. ആദ്യകാലത്ത് പാറേമ്മൽ തറവാട്ട് പരിസരത്തായിരുന്നു കാവുണ്ടായിരുന്നത്. പിന്നീടാണ് ഇന്ന് കാണുന്ന സ്ഥലത്തേക്ക് മാറ്റിയത്. മുന്നൂറ് കൊല്ലത്തെ പഴക്കമെങ്കിലും ഈ കാവിന് ഉണ്ടായിരിക്കണം.

പഴയകാല പണിയാള കർഷകസമൂഹത്തിന്റെ നിസ്സഹായതയും പ്രാരബ്ധങ്ങളും സങ്കടങ്ങളും ഏറ്റുവാങ്ങുന്ന ദേവി ചില അവസര ങ്ങളിൽ അവ കേട്ട് മനോവേദനയാൽ തോട്ടിലോ കുളത്തിലോ ഓടി ച്ചെന്ന് ആത്മഹത്യക്ക് പുറപ്പെടുന്നതും സഹായി ഓടിച്ചെന്ന് പിടിച്ചു കൊണ്ടുവരുന്നതും തെയ്യാട്ടത്തിലെ സവിശേഷങ്ങളായ ചില ഭാഗ ങ്ങളാണ്. ആടിത്തിമിർത്ത തെയ്യം ഭക്തജനങ്ങളോടും പരിവാരങ്ങ ളോടുമൊപ്പം കോവിലകത്തേക്ക് ചുവടുവച്ച് യാത്ര പോകുന്നതും കോവിലകമുറ്റത്ത് തീണ്ടാപ്പാടകലെ പഴശ്ശി തമ്പുരാനെ 'നാടുവാഴും നാട്ടുസ്വാമിയേ..." എന്ന് നീട്ടിവിളിക്കുന്നതും പലവട്ടം വിളിച്ച് അവ സാനമുരിയാടുന്ന തമ്പുരാന്റെ മുമ്പിൽ 'പട്ടോല' വായിക്കുന്നതും വിചി ത്രങ്ങളായ ചില ആചാരങ്ങളാണ്. അന്നത്തെ കർഷക സമൂഹത്തിന്റെ ജീവിതദുരിതങ്ങൾ തന്നെയാണ് അവരുടെ പ്രതിനിധിയായിക്കൊണ്ട് തെയ്യം ഈ പട്ടോലയിലൂടെ അവതരിപ്പിക്കുന്നത്. ഇവിടെ അന്തിത്തിരി വയ്ക്കുന്നതും കോമരമായി ആചാരങ്ങൾ അനുഷ്ഠിക്കുന്നതും ഇവി ടുത്തെ തച്ചോളി തറവാട്ടുകാരായിരുന്നു. പഴശ്ശി കോവിലകം അവ കാശികൾ ഇവിടുത്തെ ഉത്സവാദികാര്യങ്ങളും നടത്തിപ്പുമെല്ലാം നാട്ടു കാരുടെ കമ്മിറ്റിയെ ഏൽപ്പിച്ചിരിക്കുകയാണ്. മാർച്ച് മാസം 19ന് (മീനം 5) ഒരുദിവസത്തെ ഉത്സവമാണ് ഇവിടെ നടക്കുന്നത്. ഇതുകൂടാതെ ചില അവസരങ്ങളിൽ നേർച്ചയായും തെയ്യംകെട്ട് നടത്താറുണ്ട്.

ഇല്ലംമൂല ആശാരിക്കോട്ടം

ആശാരി തറവാട്ടുകാരായ നാലുപുരക്കൽ കുടുംബക്കാർക്ക് പുല്ലേരി ഇല്ലം തങ്ങൾമാർ അവരുടെ കുടുംബകോട്ടമായി അനുവദിച്ചു കൊടുത്തതിന്റെ അടിസ്ഥാനത്തിലാണ് ഈ ആരാധനാകേന്ദ്രം ഉയർന്നുവന്നത്. ഇവിടെ ശാസ്തപ്പൻ, വലിയ ഗുളികൻ, കാരണവർ എന്നിങ്ങനെയുള്ള തെയ്യക്കോലങ്ങളെയാണ് കെട്ടിയാടിക്കുന്നത്. ഈ മൂർത്തികളുടെ ഐതിഹ്യത്തെക്കുറിച്ച് അദ്ധ്യായത്തിന്റെ മുൻഭാഗങ്ങളിൽ വിശദീകരിച്ചതുകൊണ്ട് അത്തരം കാര്യങ്ങൾ ഇവിടെ ആവർത്തിക്കുന്നില്ല. ജനുവരി 2, 3 തീയ്യതികളിലാണ് ഉത്സവം. എല്ലാ മാസവും സംക്രമവേളകളിൽ കലശപൂജയും ഉണ്ട്. ഇപ്പോഴത്തെ തറവാട്ട് കാരണവരായ നാലുപുരക്കൽ ശങ്കരനാശാന്റെ തറവാട്ടുകാരാണ് ഇവിടുത്തെ അന്തിത്തിരിയനും കോമരവുമെല്ലാം.

നെല്ലൂന്നി വട്ടപ്പൊയിൽ ശ്രീ മുച്ചിലോട്ട് ഭഗവതിക്കാവ്

കോട്ടയം രാജവംശത്തിന്റെ അധീനതയിലായിരുന്ന ഒരാരാധനാകേന്ദ്രമായിരുന്നു ഇത്. അവർ ഇപ്പോഴത്തെ ക്ഷേത്ര ഊരാളന്മാരായ കല്ലേരി തറവാട്ടുകാരുടെ പൂർവ്വികർക്ക് കാവും പരിസരവും നീർവാഴ്ത്തി നൽകി ഊരായ്മ കൈമാറിയതോടെ കല്ലേരി തറവാട്ടുകാരുടെ കുടുംബക്കാവായി ഇത് മാറിവന്നു. പരമ്പരയായി ഇതനുഭവിച്ചു വരവേ കോട്ടയം തമ്പുരാക്കന്മാരുടെ അധീനതയിൽ നിന്ന് രാജ്യം കമ്പനി ഏറ്റെടുത്തതോടെ നെല്ലൂന്നിയിലെ ഈ ഭൂമി ഉൾപ്പെടെ മട്ടന്നൂർ പുല്ലേരി ഇല്ലക്കാരുടെ ജന്മസ്വത്തായി മാറി. അവരിൽനിന്നാണ് കല്ലേരി നായർ തറവാട്ടുകാർക്ക് വീണ്ടും ദാനമായി കാവും പരിസരവും ലഭിക്കുന്നത്.

ഇവിടുത്തെ പ്രധാന ദേവത മുച്ചിലോട്ട് ഭഗവതിയാണ്. മുച്ചിലോട്ട് ആരൂഢകാവായ കരിവള്ളൂരിൽ നിന്നും ദേവിയുടെ ഉപാസകനായ ഒരു കാരണവർ അവിടെനിന്ന് ഉപാസിച്ച് ആരാധിച്ച് കൊണ്ടുവന്ന് കുടിയിരുത്തിയത്രേ ഇവിടത്തെ മുച്ചിലോട്ടമ്മയെ. തുടക്കത്തിൽ ഗൃഹാന്തർഭാഗത്തായിരുന്നു പോലും കഴകപ്പുരവച്ച് ദേവിയെ കുടിയിരുത്തിയത് എന്ന് ഭക്തജനങ്ങൾ വിശ്വസിക്കുന്നു.

ഇവിടെ മുച്ചിലോട്ടമ്മ, കണ്ണങ്ങാട്ടമ്മ, പുലിയൂർകാളി, പുലിയൂർ കണ്ണൻ, നരമ്പിൽ ഭഗവതി, വിഷ്ണുമൂർത്തി, രക്തചാമുണ്ഡി, വേട്ടക്കൊരുമകൻ, ഊർപ്പേശി ദൈവത്താർ, ഗുളികൻ തെയ്യത്തിന്റെ

വെള്ളാട്ടം എന്നിങ്ങനെ തെയ്യക്കോലങ്ങളുടെ ഒരു വലിയ നിരതന്നെ ഉത്സവവേളകളിൽ കെട്ടിയാടിവരുന്നു.

ഇവിടെ കെട്ടിയാടുന്ന തെയ്യക്കോലങ്ങളുടെ ഐതിഹ്യങ്ങളെക്കുറിച്ചാണ് ഇനി പ്രസ്താവിക്കുന്നത്. ബ്രാഹ്മണകന്യകയായി ജനിച്ച് വാണിയ സമുദായത്തിന്റെ കുലദേവതയായി മാറിയതെങ്ങനെ എന്ന ആസ്വാദ്യകരമായ ഒരു കഥാഖ്യാനം ഈ ദേവിക്കുണ്ട്. ബ്രാഹ്മണ സമുദായത്തിനകത്തെ അത്യന്തം ദുഷിച്ച പുരുഷമേധാവിത്തത്തിന്റെയും അതുവഴി സ്ത്രീകൾ അനുഭവിക്കേണ്ടിവരുന്ന കടുത്ത പീഡനങ്ങളുടേയും കൂടി കഥയാണിത്. വേദേതിഹാസപുരാണങ്ങളിൽ അതീവ പണ്ഡിതയായി മാറിയ നമ്പൂതിരിപ്പെണ്ണിനോട് നമ്പൂതിരി സമുദായത്തിലെ പുരുഷോത്തമന്മാർക്ക് അസഹനീയമായ പകയും അസൂയയും തോന്നുകയാണിവിടെ. അവളെ ഇല്ലാതാക്കാൻ കണ്ട ഒരു ഉപായം ഒരു പണ്ഡിതസദസ്സ് സംഘടിപ്പിച്ച് ഈ പെൺകുട്ടിയുടെ നേരെ ഒരു വൈജ്ഞാനിക പരീക്ഷ നടത്തുകയാണ്. ഏതൊരു ചോദ്യത്തിന്റെ മുമ്പിലും പണ്ഡിതശിരോമണികളെ അടിയറ പറയിച്ച പെൺകുട്ടിയെ മുട്ടുകുത്തിക്കാൻ മാർഗ്ഗമില്ലാതെ അവർ കണ്ടെത്തിയ ചോദ്യങ്ങളിൽ ഒന്ന് മനുഷ്യൻ അനുഭവിക്കുന്ന ഏറ്റവും വലിയ രസമേത് എന്നായിരുന്നു. സങ്കോചലേശമന്യേ കാമരസം എന്ന് മറുപടി പറഞ്ഞ കുട്ടിയോട് തുടർന്ന് ചോദിക്കുന്ന ചോദ്യം ഏറ്റവും വലിയ നോവേത് എന്നാണ്. അതിനും ഉത്തരമുണ്ടായി, പേറ്റുനോവ്. പരീക്ഷയിൽ തോൽവി സമ്മതിച്ച ബ്രാഹ്മണസഭക്കാർ ഈ രണ്ട് ചോദ്യങ്ങളും ഉത്തരങ്ങളും ബുദ്ധിമതിയായ ഈ പെൺകുട്ടിയുടെ ജീവിതാന്ത്യത്തിന് കാരണമാക്കുകയാണ്. കന്യകയായൊരു പെണ്ണ് എങ്ങനെ കാമരസത്തിന്റെ മാധുര്യമറിയും, ഇവൾ കന്യകയല്ല, ഇവൾ ഗർഭിണിയാവുകയും പ്രസവിക്കുകയും ചെയ്തിട്ടുണ്ട്. അങ്ങനെയാണ് പ്രസവവേദന ഇവളറിഞ്ഞത്. അതുകൊണ്ട് ഇവൾ ദുരാചാരിണിയാണ്, നമ്പൂതിരി സമുദായത്തിന് അപമാനകരമാണ്, അതുകൊണ്ട് സമുദായത്തിൽനിന്ന് ഭ്രഷ്ട് കല്പിക്കണം എന്ന തീരുമാനത്തിലെത്തുകയാണ്.

പെണ്ണിന്റെ ദുരന്തം അവിടെ ആരംഭിക്കുന്നു. അവർ തറവാട്ടിൽനിന്ന് ബഹിഷ്കൃതയായി നടതള്ളപ്പെടുന്നു. നാടാകെ അലഞ്ഞുതിരിയുന്നു. ദുഃഖിതയും ജീവിതനൈരാശ്യം ബാധിക്കുകയും ചെയ്ത പെണ്ണ് ചിതയൊരുക്കി അതിൽ ചാടി ജീവഹത്യ നടത്താൻ ഒരുമ്പെടുന്നു. അതുവഴി വന്ന എണ്ണവ്യാപാരിയായ മുച്ചിലോടൻ നായരോട് ചിതയിലൊഴിക്കാൻ എണ്ണക്ക് ചോദിക്കുന്നു. ഉദ്ധേശ്യമെന്തെന്നറിയാതെ

കുറ്റിയിലെ എണ്ണ മുഴുവൻ ചിതയിലൊഴിച്ച വാണിയന്റെ മുമ്പിൽ ആ ദേഹം കത്തിയമരുകയാണ്. ഇതോടെ അവളുടെ ആത്മാവ് ദേവലോകം പൂകി എന്നും ഒരുകൂട്ടം മനുഷ്യരുടെ ക്രൗര്യം കണ്ട പരമശിവൻ ശിവതാണ്ഡവമാടി എന്നും ശിവശരീരത്തിൽനിന്ന് ഒഴുകിവന്ന വിയർപ്പുതുള്ളികൾ ചിതക്കകത്ത് വീണെന്നും അതോടെ അഴകാർന്ന ഒരു തമ്പുരാട്ടി ആ ചിതയിൽനിന്ന് ഉയർന്നുവന്നെന്നും ഭക്തർ വിശ്വസിക്കുന്ന കഥയാണ്.

തുടർന്ന് ദേവി വടക്കോട്ടുള്ള യാത്രയിൽ കരിവള്ളൂരിലെ പെരുവയലിലൂടെ നടക്കുകയാണ്. മുമ്പിൽ ചിതക്ക് എണ്ണ നൽകിയ മുച്ചിലോടൻ നായരുടെ പടിയും പടിപ്പുരയും കാണുകയാണ്. തന്റെ ഭൂതകാലം മനസ്സിലേക്കോടിവന്ന ദേവി അങ്ങോട്ട് കയറിച്ചെന്ന് തറവാട്ടിലെ മണിക്കിണറിന്റെ അരികിലെത്തി വെള്ളം കോരി ദാഹം തീർക്കുകയാണ്. മുച്ചിലോടന്റെ ഭാര്യ ദിവ്യപ്രഭാവമുള്ളൊരു സ്ത്രീരൂപം വെള്ളം കോരുന്ന സംഭവം ഭർത്താവിനെ അറിയിക്കുന്നു. ഓടിവന്ന നായർ 'ഞാൻ മുച്ചിലോടൻ പടനായരാണേ' എന്നും, 'എന്നാൽ ഞാൻ മുച്ചിലോട്ട് ഭഗവതി'യെന്നും പരസ്പരം അഭിവാദനം ചെയ്യുകയാണ്. മുച്ചിലോടൻ തന്റെ തറവാടിനോടനുബന്ധിച്ച് മുച്ചിലോട്ടമ്മക്ക് കഴകവും കാവും തീർത്ത് സ്ഥാനം നൽകി. തുടർന്നങ്ങോട്ട് വർഷം തോറും മുച്ചിലോട്ടമ്മയെ കെട്ടിയാടി കളിയാട്ട മഹോത്സവം നടത്തുകയാണ്. മലബാറിലെ 108 മുച്ചിലോട്ട് കാവുകളിൽ പ്രധാന ദേവതയായി പരിലസിക്കുന്ന ഈ ദേവത അന്നപൂർണ്ണേശ്വരിയും ഐശ്വര്യദായിനിയുമാണ് എന്നാണ് ഭക്തജനങ്ങൾ വിശ്വസിക്കുന്നത്.

മുച്ചിലോട്ടമ്മയെ കെട്ടിയാടുന്ന മിക്കവാറും കാവുകളിൽ മുച്ചിലോട്ടമ്മയോടൊപ്പം കണ്ണങ്ങാട്ടമ്മയേയും സാഹോദര്യഭാവേന കെട്ടിയാടിക്കുന്നുണ്ട്. കണ്ണങ്ങാട്ടമ്മ യാദവരുടെ മൂർത്തിയാണ്. അവർക്കായി കണ്ണങ്ങാട്ട് കാവുകളിൽ ഈ കോലം കെട്ടിയാടുന്നുണ്ട്.

യാദവദേവതയായി കണ്ണങ്ങാട്ടമ്മയെ ആരാധിക്കുന്നതിൽ രണ്ട് കഥകളാണ് പറയപ്പെടുന്നത്. സ്വർഗ്ഗാരോഹണത്തിന് പുറപ്പെട്ട ശ്രീകൃഷ്ണന്റെ മുമ്പിൽ കരഞ്ഞ് നിലവിളിച്ച് ആയർകുലം മുഴുവൻ വന്ന് നിരന്ന് തങ്ങൾക്കിനിയാരുണ്ട് എന്ന് സങ്കടപ്പെട്ടപ്പോൾ അവിടെ ഒരു ദേവത ഉയർന്നുവന്നെന്നും ആ ദേവത നിങ്ങൾക്കാശ്രയമെന്ന് പറഞ്ഞ് ശ്രീകൃഷ്ണൻ ആയർകുലത്തിന് കാട്ടിക്കൊടുത്തെന്നും അങ്ങനെ 'കണ്ണൻ കാട്ടിയ അമ്മ'യാണ് 'കണ്ണങ്ങാട്ടമ്മ' എന്നും ഒരു കഥ.

യാദവകുലത്തിന് ആയർകുലം എന്നും പേരുണ്ട്. ഉത്തരമലബാ

റിലെ മണിയാണിമാർ ഇവിടത്തെ യാദവരത്രേ! രണ്ടാമത്തെ കഥയും ശ്രീകൃഷ്ണനുമായി ബന്ധപ്പെട്ടതുതന്നെ. കംസൻ തടവറയിലടച്ച സഹോദരി ദേവകിയുടെ അഷ്ടമപുത്രൻ മാതുലന്റെ ജീവനെടുക്കുമെന്നുണ്ടായ അശരീരി കാരണത്താൽ ജനിക്കുന്ന എല്ലാ ശിശുക്കളെയും തറയിലടിച്ചുകൊന്ന കംസൻ എട്ടാമത്തെ കുഞ്ഞിനെയും വകവരുത്താനായി കാരാഗൃഹത്തനകത്തു ചെന്നു. അമ്പാടിയിലെ യശോദയുടെ ശിശുവിനെയാണ് ദേവകി പ്രസവിച്ച ആൺകുഞ്ഞിനുപകരം അവിടെ കിടത്തിയിരിക്കുന്നത് എന്നറിയാതെ തന്റെ അന്തകനാകാൻ പോകുന്ന ശിശുവിനെ കൈയിലെടുത്ത് തറയിലടിക്കാൻ ഭാവിച്ചപ്പോൾ ആകാശത്തിലേക്കുയർന്നു പോവുകയും ഒരു സുന്ദരസ്ത്രീരൂപമായി മാറി, 'കംസാ, നിന്റെ അന്തകൻ പാവപ്പെട്ട പെണ്ണായ ഞാനല്ല, അവൻ നിനക്കായി അമ്പാടിയിൽ വളരുന്നുണ്ട്' എന്ന് പ്രഖ്യാപിക്കുകയും ചെയ്ത ദേവിയാണ് കണ്ണങ്ങാട്ട് ഭഗവതിയെന്നും ഒരുകൂട്ടർ വിശ്വസിക്കുന്നു.

നെല്ലൂന്നി പോതിയോടത്ത് കെട്ടിയാടുന്ന മറ്റൊരു കോലമാണ് ഊർപ്പഴശി ദൈവത്താർ. ഇതിനും ഒരു കഥയുണ്ട്. അനപത്യദുഃഖത്താൽ മഹാവിഷ്ണുവിനെ ധ്യാനിക്കുന്ന മേലൂരിലെ ഇളംകന്യാവിന് ഭഗവാൻ ഒരു കുഞ്ഞിനെ നൽകി അനുഗ്രഹിച്ചത്രേ! കുഞ്ഞിന് പേരിട്ടു ദയരപ്പൻ. ചെറുപ്രായത്തിൽ തന്നെ കുഞ്ഞ് ദിവ്യാത്ഭുതങ്ങൾ കാണിക്കാൻ തുടങ്ങി. കാച്ചിക്കുടിക്കാൻ പാൽ കൊടുക്കാത്ത അക്കമ്മയേയും വളയുണ്ടാക്കാൻ കൊടുത്ത സ്വർണ്ണത്തിൽ അല്പം മോഷ്ടിച്ച തട്ടാനെയും, തറവാട്ടിലേക്ക് വരേണ്ട അങ്കവും ചുങ്കവും സ്വന്തമാക്കുന്ന ഇളയ നായരേയും ചെക്യാട്ട് ഉണ്ണ്യാരക്കുറുപ്പിന്റെ മരുമകനേയും ദയരപ്പൻ കലിയടങ്ങാതെ കൊല്ലുകയാണ്. 36 വയസ്സ് പ്രായമാവുമ്പോഴേക്കും 36 ദുഷ്ടജന്മങ്ങളെ വകവരുത്തി നാടായ നാടെല്ലാം സ്വന്തമാക്കി ഊർപ്പഴശ്ശിക്കാവിൽ പട്ടം കെട്ടി മുടി കമിച്ച് ക്ഷത്രിയ രാജാവായി പന്ത്രണ്ട് കൊല്ലം രാജ്യം വാണത്രേ! വടക്കോട്ടുള്ള തന്റെ സഞ്ചാരദിശയിൽ ഊർപ്പഴശ്ശി ദൈവത്താർക്ക് കൈപിടിച്ച് നടക്കാൻ ഒരു ചങ്ങാതിയുണ്ട്. അതാണ് വേട്ടക്കൊരു മകൻ.

നെല്ലൂന്നിയിൽ കെട്ടിയാടിക്കുന്ന മൂർത്തികളിലൊന്ന് വേട്ടക്കൊരു മകനാണ്. ആ കഥയും വായനക്കാർക്ക് താൽപ്പര്യജനകമാകും എന്ന് കണ്ട് സൂചിപ്പിക്കുകയാണ്.

മഹാദേവന്റെ മുമ്പിൽ വരം നേടാനായി തപസ്സിരിക്കുന്ന അർജ്ജുനനെ പരീക്ഷിക്കാൻ ശിവപാർവ്വതിമാർ തീരുമാനിച്ചു. ഇത്തവണ കാട്ടാ

ളരൂപമാണ് അവർ ധരിച്ചത്. കാമാർത്തരായ ശിവപാർവ്വതിമാർക്ക് അവരുടെ മദനകേളിയിൽ ഒരു പുത്രൻ ജനിക്കുകയാണ്. അതാണ് വേട്ടക്കൊരുമകൻ. മകന്റെ പ്രഭാവംകണ്ട് ഭയവിഹ്വലരായ ദേവഗണങ്ങൾ പരമശിവന്റെ മുന്നിൽ സങ്കടമുണർത്തിക്കുന്നു. ശിവൻ മകനെ ദേവലോകത്ത് നിന്ന് ഭൂമിയിലേക്കയക്കുന്നു. ഇയാൾ ബാലുശ്ശേരിയിലെ ഒരഭിജാത നായർ ഗൃഹമായ കാറകൂറ ഇല്ലത്തെ ഒരു പെൺകുട്ടിയെ വള്ളിയൂർക്കാവിലെ ഉത്സവവേളയിൽ കാണുകയും അവളിൽ അനുരക്തനായി അവളെ വിവാഹം ചെയ്യുകയും ചെയ്യുന്നു. അതിലൊരു സന്താനവുമുണ്ടായി.

നാട്ടുരാജാക്കന്മാർ, കുറുമ്പ്രനാട്ട് രാജാക്കന്മാരായിരുന്നു. ഇവരെ കുറുമ്പ്രാതിരി വാഴുന്നവർ എന്നും വിളിക്കുമായിരുന്നു. കാറക്കൂറ തറവാട്ടുകാരുടേതായിരുന്നു ബാലുശ്ശേരി കോട്ട. വാഴുന്നവർ കോട്ട കൈവശപ്പെടുത്തി. വേട്ടക്കൊരുമകൻ ഇതിലിടപെട്ട് വാഴുന്നവരോട് കോട്ട തിരിച്ചുകൊടുക്കണം എന്നാവശ്യപ്പെട്ടു. എന്നാൽ വേട്ടക്കൊരുമകന്റെ കരുത്തും പ്രഭാവവും പരീക്ഷിച്ചറിഞ്ഞതിനു ശേഷമാവാം കോട്ട തിരിച്ചേൽപ്പിക്കുന്നത്. കുറുമ്പ്രാതിരിയുടെ പുഴക്കക്കരെയുള്ള മഠത്തിൽ ആയിരക്കണക്കിന് തേങ്ങ കൂട്ടിയിട്ടിട്ടുണ്ട്. കടവ് കടന്ന് ആ തേങ്ങ ഉടച്ചു തീർക്കണമെന്നാണ് വാഴുന്നവരുടെ പരീക്ഷ. കടവിലെ ഓടങ്ങളെ വിലക്കിയും കോട്ടയുടെ പടിവാതിൽ കൊട്ടിയടച്ചുമാണ് വേട്ടക്കൊരുമകന്റെ മുമ്പിൽ ഈ വെല്ലുവിളി ഏറ്റെടുക്കാനാവശ്യപ്പെട്ടത്. വേട്ടക്കൊരുമകൻ തന്റെ ഏഴു വയസ്സായ മകനേയും കൂട്ടി തടസ്സങ്ങൾ മറികടന്ന് കോട്ടയിലെത്തി. കോട്ട കടന്നപ്പോൾ ഒരഗ്നികുണ്ഡം! അതിനകത്തൊരു ചേല വിരിച്ചിരിക്കുന്നു. കാറക്കൂറക്കിടാവ് കുളിച്ച് വന്ന് കനലിൽ നിന്ന് ചേല കുടഞ്ഞെടുത്ത് ചുറ്റിക്കെട്ടി ഉടുക്കുന്നു. കുറുമ്പ്രാതിരി വാഴുന്നവർ കണ്ണടച്ചു തുറക്കുമ്പോഴേക്കും നാളികേരക്കൂമ്പാരം മുഴുവൻ രണ്ടായി അടർന്നുമാറ്റപ്പെട്ടിരുന്നു. വേട്ടക്കൊരുമകന്റെ അലൗകികശക്തി വിശേഷം മനസ്സിലാക്കിയ വാഴുന്നവർ തന്റെ കോട്ടക്കകത്ത് തന്നെ ആരാധനാസ്ഥാനം നൽകി ആദരിച്ചു.

ഇവിടെ കെട്ടിയാടുന്ന പുലിയൂർകാളിയും പുലിയൂർകണ്ണനും സഹോദരീസഹോദരന്മാരായ കോലങ്ങളാണ്. ഉമാമഹേശ്വരൻമാർ പുലിവേഷം ധരിച്ച് കാടുകളിൽ കളിയാടുന്ന കാലത്ത് അഞ്ചാണും ഒരു പെണ്ണുമായി ആറു മക്കളുണ്ടായി. ശിവന് പുലിക്കണ്ടനെന്നും, പാർവ്വതിക്ക് പുലിക്കരിങ്കാളിയെന്നുമാണ് പേരെങ്കിൽ മക്കൾ കണ്ടപ്പുലി, മാരപ്പുലി, കാളപ്പുലി, പുലിമാരുതൻ, പുലിയൂർകണ്ണൻ, പുലി

യൂർകാളി എന്നിങ്ങനെയാണ്. കുറുമ്പ്രാതിരി വാഴുന്നവരുടെ പശുത്തൊഴുത്തിലെ പശുക്കളായിരുന്നു എന്നും കണ്ടപ്പുലിയുടേയും പുള്ളിക്കരിങ്കാളിയുടെയും തീറ്റക്കുള്ള വിഭവം. ഒരുനാൾ വാണോരുടെ തൊഴുത്ത് അപ്പാടെ തകർത്ത് ഉണ്ടായിരുന്ന പശുക്കളെയെല്ലാം കൊന്ന് പുലികുടുംബം അപ്പാടെ വിശപ്പ് മാറ്റി. വാണോർ പുലികളെ കൊന്നുകളയാൻ കരിന്തിരിനായരെ ചുമതലപ്പെടുത്തി. കരിന്തിരി നായർ ഹാജരായി. അയാൾ കാട്ടിൽച്ചെന്ന് ഒരു മരമുകളിൽ ഒളികെട്ടി പാർത്തു. എന്നാൽ പുലിക്കണ്ടൻ, നായരെ കൊന്നുകളഞ്ഞു. നായാട്ടിന് പോയ നായരെ കാണാതായ വാണോർ കാട്ടിൽ അന്വേഷിച്ചു ചെന്നപ്പോഴാണ് ഈ പുലിദേവതകളുടെ മഹത്വം അദ്ദേഹത്തിന് മനസ്സിലായത്. കുറുമ്പ്രാതിരിയുടെ ആസ്ഥാനത്ത് പുലിദൈവങ്ങളെ കെട്ടിയാടി ആരാധിക്കാൻ തീരുമാനമായി. നെല്ലൂന്നി പോതിയോടത്ത് ഇതിൽ രണ്ട് കോലങ്ങളെ കെട്ടിയാടിക്കുന്നു. പുലിയൂർകണ്ണനും പുലിയൂർ കാളിയും.

യുദ്ധദേവതയും ഗ്രാമദേവതയുമായ നരമ്പിൽ ഭഗവതിയാണ് ഇവിടത്തെ മറ്റൊരു കോലം. രയരമംഗലത്ത് അടിയോടിയുടെ ധർമ്മപത്നി നരമ്പിൽ തറവാട്ടിലെ ഒരു പെൺകുട്ടിയായിരുന്നു. ഗർഭിണിയായ അവൾ ഭർത്താവിനോട് പിതൃഗൃഹത്തിലേക്ക് പോകാൻ ആഗ്രഹം പ്രകടിപ്പിച്ചു. ഇപ്പോൾ പറ്റില്ല കൊയ്ത്ത് കഴിയട്ടെ എന്നായി. ഭാര്യതുടരെ ശാഠ്യം പിടിച്ചപ്പോൾ കോപാന്ധനായ ഭർത്താവ് കാൽകൊണ്ടൊരു തൊഴികൊടുത്തു. ഗർഭിണിയായ ഭാര്യ മരിച്ചുപോയി. വിവരമറിഞ്ഞ നരമ്പിൽ തറവാട്ടിലെ പെറ്റമ്മ പടിഞ്ഞാറ്റയിൽ കരഞ്ഞ് കണ്ണീരണിഞ്ഞ് കുലദേവതയായ കാളിയെ ധ്യാനിച്ചു. സംഹാരരുദ്രയായ ദേവി കൊടുങ്കാറ്റ് പോലെ രയരമംഗലത്തേക്ക് കുതിച്ചു. രയരമംഗലത്തും ഉണ്ടൊരു മൂർത്തി. മുച്ചിലോട്ട് ഭഗവതി. കാളിയെ അനുനയിപ്പിക്കാൻ മുച്ചിലോട്ട് ഭഗവതി മാഞ്ഞാളമ്മ എന്ന വേഷം ധരിച്ച് കാളിയുടെകൂടെ കൂടി പിന്തിരിപ്പിച്ചു. ഇതോടെ കാളിയുടെ കോപം തണുത്തു. ഈ ഭദ്രകാളിയുടെ പുതിയ കോലരൂപമാണ് നരമ്പിൽ ഭഗവതി.

മഹാഭാരതത്തിലെ ദശാവതാരകഥകളിലൊന്നായ നരസിംഹമൂർത്തിയുടെ കോലമാണ് വിഷ്ണുമൂർത്തിയായി കെട്ടിയാടുന്നത്. ഇത് ചില കാവുകളിലെ 'നാല്പതിൽ ഒന്നുകുറ' തെയ്യങ്ങളിൽ ഒന്നാണ്. നെല്ലൂന്നി പോതിയോടത്ത് ഇനിയുള്ളത് ഗുളികൻ വെള്ളാട്ടമാണ്.

രക്തചാമുണ്ഡി മട്ടന്നൂരിലെ പലേ കാവുകളിലും കെട്ടിയാടുന്ന തെയ്യക്കോലമായതിനാൽ നല്ലൂന്നി പോതിയോടത്ത് ഉള്ള തെയ്യമായതിനാലും അത് സംബന്ധിച്ച ഐതിഹ്യം ഇവിടെത്തന്നെ നൽകുകയാ

ണ്. 'ഈരേഴ് പതിനാല് ലോകങ്ങൾക്കും വെല്ലുവിളി ഉയർത്തി തേർവാഴ്ച നടത്തിയ സുംഭനെന്നും നിസുംഭനെന്നും പേരായ രണ്ട് അസുരസോദരന്മാരുണ്ടായിരുന്നു. രക്ഷക്കായി മഹർഷിമാരോടൊത്ത് ദേവഗണങ്ങൾ ത്രിമൂർത്തികളെ ചെന്നുകണ്ടു. സുംഭാദിനിസുംഭന്മാരെക്കൊണ്ട് കൈലാസനാഥനും രക്ഷയില്ലെന്നു വന്നപ്പോൾ കോപാകുലനായ മഹാദേവൻ തന്റെ മൂന്നാം തൃക്കണ്ണ് തുറക്കുകയും അഗ്നി വർഷിക്കുകും ചെയ്തു. ഒപ്പം ആ അഗ്നിനേത്രത്തിൽനിന്ന് ശതകോടി സൂര്യപ്രഭയോടെ മഹാകാളി പിറന്നു. ദേവിക്ക് മുന്നിൽ തൊഴുതുനിന്ന ദേവഗണങ്ങളും അഷ്ടദിക്പാലകരും അനേകമായുധങ്ങളും വിശിഷ്ടഭൂഷണങ്ങളും ദേവി സമ്മാനിച്ചു. ഹിമവാൻ ദേവിക്ക് സഞ്ചരിക്കാനായി ഒരു സിംഹത്തെയാണ് നൽകിയത്. പതിനെട്ട് കരങ്ങളിലും ആയുധമേന്തി സിംഹോപരി പടക്കായി ചെല്ലുകയാണ്. സുംഭാദികളുടെ മുമ്പിൽ ഒരു സുന്ദരിയായാണ് ദേവി ചെന്നുപെട്ടത്. ഈ സുന്ദരിയെ സ്വന്തമാക്കാനാഗ്രഹിച്ച അസുരന്മാരോട് തന്നോട് പോർ പൊരുതി ജയിച്ചാൽ അവരെ വരണമാല്യമണിയിക്കാമെന്ന ഉറപ്പ് നൽകി. പിന്നീട് യുദ്ധം നടക്കുന്നു. അസുരനാഥനായ രക്തബീജാസുരനെ നേരിടാൻ ദേവി ദിവ്യായുധങ്ങൾ ഉപയോഗിച്ചപ്പോൾ കീറിമുറിഞ്ഞ് രക്തപ്രവാഹം നടക്കുന്ന അസുരശരീരത്തിൽ നിന്ന് വീണ രക്തത്തുള്ളികളിൽ നിന്ന് ഒരായിരം രക്തബീജാസുരന്മാരാണ് ഉയർന്നുവന്നത്.

അരുതരുതിവനെ കൊൽവാനെന്തൊരു
വാടിയെന്നിങ്ങനെ ചിന്തിച്ചംബിക
അതികുപിതാന്വിതയായൊരു സമയേ

ദേവിയുടെ തിരുമിഴിയിൽ നിന്ന് ഉഗ്രരൂപിണിയായ മറ്റൊരു ദേവി ജനിക്കുകയായി. ഈ ഉഗ്രദേവത രക്തബീജന്റെ രക്തത്തുള്ളികൾ ഭൂമിയിൽ വീഴാതിരിക്കാൻ ഭൂമിയാകെ മറക്കുംവിധം തന്റെ നാവ് പരത്തിവച്ച് രക്തബീജന്റെ കഴുത്തറുത്ത് രക്തപാനം ചെയ്തു. രക്തബീജന്റെ ശിരസ്സ് വെട്ടിയെടുത്ത് മഹാകാളിയുടെ മുമ്പിലെത്തി. മേലാസകലം രക്തത്തിൽ മുഴുകിയ ദേവിയെ മഹാദേവി രക്തചാമുണ്ഡി എന്ന പേര് നൽകി അനുഗ്രഹിച്ചു.

ഇങ്ങനെയെല്ലാം തെയ്യാട്ടം നടത്തുന്ന ഇവിടുത്തെ ഉത്സവം ധനുമാസം 1,2,3 (ഡിസം. 16,17,18) തീയ്യതികളിലാണ്. മുച്ചിലോട്ടമ്മയെ മുഖ്യമായും കെട്ടിയാടിക്കുന്ന കാവായതുകൊണ്ട് വിശ്വാസികളായ വാണിയസമുദായക്കാർ ഉത്സവവേളകളിൽ ഇവിടെ എത്തിച്ചേരുന്നു.

എന്നാൽ എല്ലാ സമുദായത്തിൽപ്പെട്ട ഭക്തജനങ്ങളും ഒരുപോലെ ഇവിടെ എത്തിച്ചേരുന്നുണ്ട്.

നെല്ലൂന്നി ഭൈരവാദി പഞ്ചമൂർത്തി കോട്ടം

ഭൈരവാദി പഞ്ചമൂർത്തികൾ എന്നറിയപ്പെടുന്നത് മന്ത്രമൂർത്തികളായ ഭൈരവൻ, കുട്ടിച്ചാത്തൻ, പുലപ്പൊട്ടൻ, ഉച്ചിട്ട, ഗുളികൻ എന്നീ മൂർത്തികളുടെ ഒരു കൂട്ടായ്മയാണ്. മേൽപ്പറഞ്ഞ കോട്ടം നെല്ലൂന്നിയിലെ മലയസമുദായത്തിന്റെ കുടുംബപരമായ ആരാധനാകേന്ദ്രമാണ്. കോട്ടയം തമ്പുരാക്കന്മാർ മലയസമുദായക്കാരെ നെല്ലൂന്നിയിൽ കൊണ്ടുവന്ന് കുടിയിരുത്തുകയും അവർക്ക് കുടുമജന്മമായി രണ്ടേക്കറിൽപരം ഭൂമി അനുവദിക്കുകയും കോട്ടം കെട്ടി തിറയാട്ടം നടത്താനുള്ള അവകാശവും നൽകി.

രാജവാഴ്ച അവസാനിക്കുകയും നാട് കമ്പനി അധീനതയിൽ അമരുകയും ചെയ്തതോടെ അതുവരെയുണ്ടായിരുന്ന എല്ലാ ഭൂഅവകാശങ്ങളും എടുത്ത് കളഞ്ഞ് ഭൂമി ജന്മിമാർക്ക് വീതിച്ച് നൽകുകയും ചെയ്തു. ഇതോടെ നെല്ലൂന്നിയിലെ എല്ലാ ഭൂമികളും പുല്ലേരി ഇല്ലക്കാരുടെ ഉമടസ്ഥതയിലായി. തുടർന്ന് കൈവശം വയ്ക്കണമെങ്കിൽ കൈവശഭൂമിക്ക് കുഴിക്കാണപ്രകാരം പുറപ്പാട് നൽകണമെന്നായി. ഈ വ്യവസ്ഥ പാലിക്കാത്തതിന്റെ പേരിൽ മട്ടന്നൂർ മധുസൂദനൻ തങ്ങൾ ജന്മിയായ കാലത്ത് അന്നത്തെ മലയകുടുംബത്തിന്റെ നാഥനായിരുന്ന രാമൻപണിക്കരോടുണ്ടായ ഈർഷ്യ നിമിത്തം കൈവശം വച്ചുവരുന്ന ഭൂമിയും കോട്ടത്തിൽ തിറ നടത്താനുള്ള അവകാശമുൾപ്പെടെ ഈ കുടുംബം അനുഭവിച്ചുവരുന്ന എല്ലാ അവകാശങ്ങളും നഷ്ടപ്പെട്ടു. ഇതോടെ തെയ്യാട്ടം മുടങ്ങി. പിന്നീട് വളരെക്കാലത്തിന് ശേഷമാണ് കുടുംബക്കാരുടെ നേതൃത്വത്തിൽ തിറയാട്ടം പുനരാരംഭിച്ചത്. എന്നാൽ ഒരു ദശകത്തിലേറെയായി കുടുംബപരമായ സാമ്പത്തിക പരാധീനതകൾ കാരണം കോട്ടത്തിലെ തിറയുത്സവം മുടങ്ങിക്കിടക്കുകയാണ്.

ഭൈരവാദി പഞ്ചമൂർത്തികളെ കൂടാതെ ഉച്ചിട്ട, കരുവാൾ ഭഗവതി, വിഷ്ണുമൂർത്തി എന്നിങ്ങനെയുള്ള തിറയാട്ടങ്ങളും ഇവിടെ നടന്നുവന്നു. നാൽപ്പതിൽ ഒന്നുകുറ തെയ്യങ്ങളിലൊന്നായി ഈ മൂർത്തിയെ കണക്കാക്കുന്നു. പാർവ്വതീ പരമേശ്വരൻമാർ വള്ളുവനും വള്ളുവത്തിയുമായി നാട്ടിൽ പരിലസിച്ച കാലത്ത് പിറന്ന കുട്ടിച്ചാത്തന്റെ സഹോദരിയത്രേ കരുവാൾ ഭഗവതി. കരുവാൾ മലയിൽ പിറവിയെടുത്തത് കൊണ്ടാണ് ഈ മന്ത്രമൂർത്തിക്ക് ഇങ്ങനെ പേർ വന്നത്. ഈ ഭഗവതി

യുടെ ആദ്യ ആരൂഢം കാട്ടുമാടം തന്ത്രിമഠമാണ് എന്ന് വിശ്വസിക്കുന്നു. പതിനെട്ടോളം നമ്പൂതിരി തറവാടുകളിൽ ഈ ദേവിയെ ആരാധിക്കുന്നുണ്ടെങ്കിലും പുലയസമുദായത്തിന്റെ പ്രധാനദേവതകളിൽ ഒന്നാണ് കരുവാൾ ഭഗവതി. ഗർഭിണികളെ ബാധിക്കുന്ന ദുർദ്ദേവതയായിട്ടാണ് അവർ ഈ മൂർത്തിയെ കണക്കാക്കുന്നത്. വട്ടമുടി ഓലിയോടയും വെള്ളിത്തോറ്റവും അണിഞ്ഞിറങ്ങുന്ന ഈ കോലത്തെ വണ്ണാൻമാരാണ് കെട്ടിയാടുന്നത്.

നെല്ലൂന്നി മലയൻകോട്ടത്തിൽ കെട്ടിയാടിയിരുന്ന മറ്റൊരു ദേവിയാണ് ഉച്ചിട്ട. കോലങ്ങളിൽ ഭക്താനുകമ്പ നിറഞ്ഞ ദേവി. പേരിനെക്കുറിച്ച് രണ്ടഭിപ്രായമുണ്ട്. ഉച്ചാവസ്ഥയിൽ (ഉന്നതമായ) ഉള്ളതിനാലാണ് ഉച്ചിട്ട എന്നും അങ്ങനെയല്ല ഉച്ചത്തിൽ അട്ടഹസിക്കുന്നതുകൊണ്ടാണ് ഭക്തൻമാർ ഇങ്ങനെ വിളിക്കുന്നതെന്നും പഴമക്കാർ അഭിപ്രായപ്പെടുന്നുണ്ട്. പെണ്ണിനെപ്പോലെ കുഴഞ്ഞാടുകയും ആരെയും പൊട്ടിച്ചിരിപ്പിക്കുന്ന ഫലിതപ്രയോഗം നടത്തിയും പെൺശബ്ദത്തിൽ ഉരിയാട്ടം നടത്തിയും കാവിലിറങ്ങുന്ന ഈ കോലം ആരിലും കൗതുകമുണർത്തുകയും കൊച്ചുമേലേരിയിൽ പോയി പടിഞ്ഞിരിക്കുമ്പോൾ പരികർമ്മികൾ പിടിച്ചെഴുന്നേൽപ്പിക്കാൻ വരും. അപ്പോൾ 'അയ്യോ ഞാനൊരു പെണ്ണല്ലേ, എന്റെ കൈപിടിക്കാൻ എങ്ങനെ ധൈര്യം വന്നു' എന്ന മട്ടിൽ നാണം കുണുങ്ങി കോലമാടുന്ന തെയ്യം 'ഞാൻ വാത്സല്യം തരുന്ന അച്ചിയാണ്' എന്നും പറയും. പൊതുവെ കോലങ്ങളിൽ ഒരു നാണം കുണുങ്ങിയായി ഏറെ ആകർഷിക്കുന്ന ഒരു തെയ്യമാണ്. പാർവ്വതീ സങ്കല്പമാണത്രേ ഈ ദേവിക്ക്. ഗംഗാദേവിയിൽ അനുരക്തനായ ശിവനോട് പിണങ്ങിപ്പിരിയുന്നതും സ്വയം അഗ്നി കൂട്ടി അതിൽ അമർന്നിരുന്ന് കോപം പ്രകടിപ്പിക്കുന്നതും ഉച്ചത്തിൽ പൊട്ടിച്ചിരിക്കുന്നതും തുടങ്ങി തെയ്യക്കാഴ്ചകളിൽ ഭാവാഭിനയത്തിന്റെ അതുല്യപ്രകടനമാണ് ഈ തെയ്യം കാഴ്ച വയ്ക്കുന്നത്. മന്ത്രവാദികളുടെ തറവാടായ അടിയേരി മഠമാണത്രേ ഉച്ചിട്ടയുടെ ആദ്യ ആരൂഢം.

ഇവിടെ കെട്ടിയാടിയിരുന്ന മറ്റെല്ലാ മൂർത്തികളെക്കുറിച്ചും ഈ അദ്ധ്യായത്തിന്റെ പല ഭാഗത്തും വിശദീകരിച്ചതുകൊണ്ട് ആവർത്തിക്കുന്നില്ല.

കാഞ്ഞിരക്കുന്ന് കലശസ്ഥാനം

അടുത്ത കാലത്ത് നെല്ലൂന്നി കാഞ്ഞിരക്കുന്നിൽ ഒരു കലശസ്ഥാനം ഉയർന്നുവന്നിട്ടുണ്ട്. ഒരുകാലത്ത് കരിമ്പാലൻമാരുടെ ഒരാവാസകേന്ദ്രമായിരുന്നത്രേ ഇവിടം. പിന്നീട് ഈ ഭൂമി നെല്ലിക്ക തറവാട്ടുകാരു

ടെ കയ്യിൽ വന്നു. അവിടെ കലശസ്ഥാനം പുനസ്ഥാപിച്ചപ്പോൾ അവർ നാട്ടുകാരുടെ ഒരു കമ്മിറ്റിക്ക് ഈ സ്ഥാനം വിട്ടുകൊടുത്തിരിക്കുകയാണ്. പ്രതിമാസം നടക്കുന്ന കലശപൂജ കരിമ്പാലൻ സമുദായത്തിലെ കോമരമാണ് നിർവ്വഹിച്ചുപോരുന്നത്.

പാലയാടൻകോട്ടം

മട്ടന്നൂരിലെ പ്രശസ്തമായ പാലയാടൻ തറവാട്ടുകാരുടേതാണ് ഈ കോട്ടം. മട്ടന്നൂർ തങ്ങൾമാർ ഈ തറവാട്ടുകാർക്ക് നൽകിയതാണ് കോട്ടത്തിന്റെ അവകാശം. ഫെബ്രുവരി 18,19 തീയതികളിലാണ് (കുംഭം 1,2) ഉത്സവം നടക്കുന്നത്. ഇവിടെ രണ്ട് തെയ്യങ്ങളാണ് കെട്ടിയാടുന്നത്. ആയിക്കരകന്നിയും ബപ്പൂരാനും. ഒരു സുന്ദരകഥയിലെ രണ്ട് കഥാപാത്രങ്ങളാണ് ഇവർ രണ്ടുപേരും.

ആര്യപ്പട്ടർക്ക് പട്ടത്തിയമ്മയിലുണ്ടായ ഓമനപ്പുത്രിയാണ് പൂങ്കന്നി. അവളുടെ തിരുമംഗലം നിശ്ചയിച്ചു. വിവാഹദിവസമണിയാൻ മുത്ത് തികയാതെ വന്നപ്പോൾ സ്നേഹധനരായ പൊന്നാങ്ങളകൾ മരക്കലമേറി കടലിൽ മുത്തുവാരാൻ പോകുന്നു. നേരമേറെയായിട്ടും സഹോദരന്മാർ തിരിച്ചുവരുന്നില്ല. ആങ്ങളമാരെത്തേടി കന്നിയും മരക്കലത്തിൽ (കപ്പലിൽ) പുറപ്പെടുന്നു. കപ്പൽ നടുക്കടലിൽ തകർന്നു. ഒരു ചെറുപലകയിൽ പിടിച്ച് നീന്താൻ തുടങ്ങിയ കന്നി കടലിൽ മറ്റൊരു മരക്കലം കാണുന്നു. കപ്പിത്താനെ മാടിവിളിക്കുകയാണ്. അയാൾ വഴങ്ങിയില്ല. എന്നാൽ കന്നി അവളുടെ ദിവ്യപ്രഭാവം പ്രകടിപ്പിക്കുന്നു. ഇതോടെ കന്നിക്കുമുമ്പിൽ കീഴ്വഴങ്ങിയ കപ്പിത്താൻ കന്നിയേയും കൊണ്ട് തന്റെ മരക്കലത്തിൽ കടലിൽ സഹോദരങ്ങളെ തെരഞ്ഞ് കണ്ടെത്തുന്നു. പൂങ്കന്നിയെ രക്ഷപ്പെടുത്തുന്ന കപ്പിത്താനാണ് ബപ്പിരിയൻ. തുടർന്ന് മരക്കലത്തിൽ തന്നെ നൂറ്റെട്ടൂഴിയും കടന്ന് ഏഴിമലയിലെ മുനമ്പിലെത്തി. രാമന്തളിയിലെ ശങ്കരനാരായണ ക്ഷേത്രത്തിലെത്തി സ്വാമികളെ തൊഴുതു വണങ്ങുന്നു. അവിടുന്നും യാത്രയായി ഈരാൻകുന്നിലും പെരിഞ്ചല്ലൂരിലുമെല്ലാം കന്നി തന്റെ സാന്നിധ്യമറിയിക്കുന്നു.

ഈ കഥാഖ്യാനത്തിലൂടെ രൂപപ്പെടുന്ന ആര്യപ്പൂങ്കന്നിയുടേയും ബപ്പൂരിയന്റേയും കഥയാണ് താളച്ചുവടുകളിലൂടെയും ഭാവപ്രകടനങ്ങളിലൂടേയും അവതരിപ്പിക്കുന്നത്.

ഏളന്നൂർ അയ്യപ്പക്ഷേത്രം

ഏളന്നൂരിലെ കടമ്പാറത്തില്ലത്തെ നമ്പൂതിരിമാരാണ് ഇതിന്റെ ഊരാ

ളന്മാർ. ഇവർ ഈ പ്രദേശത്തെ ജന്മിമാരും ആയിരുന്നു. ഇതിനോട് ചേർന്ന് തന്നെ ഒരു നരസിംഹമൂർത്തി ക്ഷേത്രമുണ്ട്. ഇരിക്കൂർ പുഴയുടെ കരയിലുള്ള ഒരു കൊച്ചുഗ്രാമമാണ് ഏളന്നൂർ. ചിരപുരാതനമായ ഒരു ചരിത്രം ആ നാടിനും ക്ഷേത്രത്തിനുമെല്ലാം പറഞ്ഞു കേൾക്കുന്നുണ്ട്.

ഒരു കുന്നിൻമുകളിലാണ് ഈ ക്ഷേത്രം കാണപ്പെടുന്നത്. ബൗദ്ധ പ്രഭാവകാലഘട്ടത്തിൽ ഉണ്ടായ ക്ഷേത്രമായിരിക്കണം ഇവിടുത്തെ അയ്യപ്പക്ഷേത്രം. പിന്നീട് നമ്പൂതിരിമാർ വരികയും ക്ഷേത്രത്തെ അവരുടേതാക്കി മാറ്റുകയും അവിടെ നരസിംഹക്ഷേത്രം കൂടി സ്ഥാപിക്കുകയും ചെയ്തു. ഏറെക്കാലം ഈ പ്രദേശം കാടുപിടിച്ചു കിടക്കുകയും നരസിംഹക്ഷേത്രം തകർന്നു പോവുകയും ചെയ്തു. ഇക്കാലത്ത് അയ്യപ്പക്ഷേത്രത്തിലെ പഞ്ചലോഹവിഗ്രഹം കട്ടുപോവുകയും ഉണ്ടായി. ജനകീയ കമ്മറ്റിയുടെ സഹായത്തോടെ ഊരാളന്മാരായ നമ്പൂതിരി കുടുംബക്കാരാണ് ഉത്സവം നടത്തുന്നത്. ഈ ക്ഷേത്രത്തിനുചുറ്റും ഒരുകാലത്ത് വ്യത്യസ്തരായ ജനവിഭാഗങ്ങൾ താമസിച്ചിരുന്നു എന്നതിന്റെ തെളിവ് ഇവിടുത്തെ പറമ്പുകളുടെ പേരാണ് മാര്യമാർ പറമ്പ്, കരുവാന്റെ വളപ്പ്, ആശാരിക്കണ്ടി, തട്ടാന്റെ വളപ്പ്, പുലയച്ചാള, പണിയക്കുടി എന്നൊക്കെയാണ് പറമ്പുകളുടെ പേരുകൾ. എല്ലാ പറമ്പിലും പഴക്കംചെന്ന വീട്ടുതറയും കിണറിന്റെ അവശിഷ്ടങ്ങളും കാണാം. എന്നാൽ മാരാൻമാരോ, കരുവാൻമാരോ, ആശാരിമാരോ, തട്ടാൻമാരോ, പണിയരോ ഒന്നും ഇവിടെയില്ല. പുലയർക്കായി മിച്ചഭൂമി നൽകി മഞ്ചയിൽ ഒരു കോളനി സ്ഥാപിച്ചിട്ടുണ്ട്. പണിയർ പടിയൂരിലേക്ക് സ്ഥലംമാറിപ്പോയി. ദരിദ്രകർഷകരും കർഷകത്തൊഴിലാളികളുമായ മുസ്ലീങ്ങൾ മറ്റു ജനവിഭാഗങ്ങൾക്കൊപ്പം ഇടകലർന്ന് താമസിക്കുന്ന ഒരു പ്രദേശമാണ്. ഇന്ന് കല്ല്യാടൻ, ചോടോൻ, കൊഴുക്കുന്നോൻ, മാവില, വെന്നപ്പാലൻ, കുറ്റ്യാടൻ, തെക്കൻ എന്നീ തറവാട്ടുകാരായ നമ്പ്യാർ സമുദായക്കാരുടെ പ്രദേശമായി ഏളന്നൂർ മാറിയിട്ടുണ്ട്. ആദ്യത്തെ നഗരസഭയുടെ വൈസ് ചെയർമാനും ഇപ്പോൾ പൊറോറ സർവ്വീസ് സഹകരണസംഘം സെക്രട്ടറിയുമായ ശ്രീ. നാരായണൻ ഇവിടുത്തെ കൊഴുക്കുന്നോൻ തറവാട്ടുകാരനാണ്. ഇവിടെ നിന്ന് മാവില തറവാട്ടുകാരിയായ ഉഷയും മട്ടന്നൂർ നഗരസഭയിലേക്ക് തെരഞ്ഞെടുക്കപ്പെട്ടിട്ടുണ്ട്.

ഏളന്നൂർ അയ്യപ്പക്ഷേത്രം നാനൂറ് വർഷങ്ങൾക്കുമുമ്പ് കല്ല്യാട്ട് നമ്പ്യാൻമാരുടെ ഊരായ്മയിലായിരുന്നു. അന്ന് നടുവനാട് സ്വരൂപക്കാർ

ഈ ക്ഷേത്രം കൈയേറി ശ്രീകോവിലിനകത്ത് സൂക്ഷിച്ച പള്ളിവാൾ എടുത്തുകൊണ്ടുപോവുകയും അത് തിരിച്ചുപിടിക്കാൻ കല്യാട് നിന്ന് പടയാളികൾ പോയതും പള്ളിവാൾ കല്ല്യാട്ടേക്ക് കൊണ്ടുപോയപ്പോൾ വീണ്ടും അത് കൈവശപ്പെടുത്താൻ നടുവനാട്ട് സ്വരൂപക്കാരെ തോൽപ്പിച്ച് ഓടിച്ചതുമായ ചരിത്രം കൂടാളി ഗ്രന്ഥവരിക്കകത്ത് നിന്ന് വായിച്ചെടുക്കാനാവും.

മട്ടന്നൂർ വയൽവീട് കാവ്

മട്ടന്നൂർ മഹാദേവക്ഷേത്രത്തിന് തെക്കുവശത്തായി അഞ്ച് താവഴികളായി അധിവാസമുറപ്പിച്ച ചെമ്പോട്ടി സമുദായക്കാരുടെ പ്രദേശമാണ് കാണാനാവുന്നത്. ചെമ്പോട്ടി മൂല എന്ന് നാട്ടുകാർ വിളിക്കുന്നു. ഇവർ തളിപ്പറമ്പിനടുത്ത് നിന്ന് ഇങ്ങോട്ട് കുടിയേറി വന്നവരാണ്. ഈ കുടിയേറ്റത്തിന് ഒരു നൂറ്റാണ്ട് കാലത്തെ പഴക്കം മാത്രമേ കാണാനാകൂ. ഇവരെ കൂട്ടിക്കൊണ്ടുവന്ന് ഭൂമി നല്കി പാർപ്പിച്ചത് മട്ടന്നൂർ മധുസൂദനൻ തങ്ങളായിരുന്നു. അതിനും ഒരു കാരണമുണ്ട്. മട്ടന്നൂർ മഹാദേവക്ഷേത്രത്തിൽ ആരംഭിച്ച ഊട്ടുപുരയിൽ ഭക്ഷണത്തിനാവശ്യമായ നെല്ല് പുഴുങ്ങിയുണക്കിക്കുത്തിച്ചേറിപ്പാറ്റി അരിയുണ്ടാക്കാൻ സ്ത്രീകളെ ആവശ്യമായി വന്നു. ആചാരപ്രകാരം ബ്രാഹ്മണ ഇല്ലങ്ങളിലും ക്ഷേത്രങ്ങളിലും ഈ ജോലി ചെയ്യുന്നതിന് കൂഴം കുത്തുക എന്നാണ് പറയുക. ഈ ജോലി സമുദായാചാരപ്രകാരം ചെയ്യാനവകാശപ്പെട്ട വിഭാഗമാണത്രേ ചെമ്പോട്ടി സമുദായത്തിലെ സ്ത്രീകൾ. ഈ ജോലി ചെയ്യാനായിട്ടാണ് മധുസൂദനൻ തങ്ങൾ ഏതാനും കുടുംബക്കാരെ തളിപ്പറമ്പിൽനിന്ന് ഇവിടെ കൊണ്ടുവന്ന് താമസിപ്പിച്ചത്.

1940 സപ്തംബർ 15ന്റെ മട്ടന്നൂർ സംഭവത്തിൽ പ്രതിയാക്കപ്പെട്ട ശ്രീ. എൻ.വി. നാരായണൻനായർ ഈ സമുദായത്തിലെ ഒരു പ്രമുഖ അംഗവും പ്രമുഖ വ്യാപാരിയുമായിരുന്നു.

ഇവരുടെ കുടുംബക്ഷേത്രമാണ് വയൽവീട്കാവ്. മട്ടന്നൂരിൽ എത്തിച്ചേർന്ന കാലത്തുതന്നെയായിരിക്കണം ഈ കാവും ആരംഭിച്ചത്. ഈ പ്രദേശത്തെ പ്രധാന ജന്മിയായിരുന്ന പുല്ലേരി ഇല്ലം മധുസൂദനൻ തങ്ങളാണ് ഇവർക്കെല്ലാം താമസിക്കാനായി പുരയിടങ്ങൾ നൽകയതുപോലെ കാവിനായുള്ള സ്ഥലവും നൽകിയത്. നാമമാത്രമായ പ്രതിഫലം വാങ്ങി ജന്മമായി സ്ഥലമെല്ലാം അനുവദിക്കുകയാണ് ചെയ്തത്. കുടുംബക്കാരെല്ലാം ചേർന്നു കൊണ്ടുള്ള ഒരു കമ്മിറ്റിയാണ് ക്ഷേത്രനടത്തിപ്പും ഉത്സവങ്ങളുമെല്ലാം നടത്തുന്നത്. ഫെബ്രുവരി

27,28,29 തീയ്യതികളിലാണ് പ്രധാനമായും നടക്കുന്നത്. ഉത്സവം കൂടാതെ പ്രതിമാസ സംക്രമപൂജയുമുണ്ട്.

ഇവിടെ കെട്ടിയാടുന്ന കോലങ്ങൾ വേട്ടക്കൊരുമകൻ, വിഷ്ണുമൂർത്തി, തെക്കൻ കിരിയാത്തൻ, കൈക്കോളൻ എന്നീ മൂർത്തികളെയാണ്. തെക്കൻ കിരിയാത്തൻ മട്ടന്നൂരിലെ കാവുകളിൽ അപൂർവ്വമായി മാത്രം കെട്ടിയാടുന്ന ഒന്നായതുകൊണ്ട് അതിന്റെ വിശേഷങ്ങളെക്കുറിച്ച് സൂചിപ്പിക്കുന്നത് നന്നായിരിക്കും.

അതിമനോഹരമായ ഒരു കഥയുടെ പശ്ചാത്തലമുള്ള ഒന്നാണ് തെക്കൻ കിരിയാത്തൻ. ഇതുമായി ബന്ധപ്പെട്ട കഥയിലെ ഒരു കുട്ടിത്തെയ്യമാണ് കൈക്കോളൻ.

കൂട്ടുകാരായ പാലാർവീട്ടിൽ പടനായരും, പാലക്കുന്നത്ത് കേളേന്ദ്രിയനായരും മലങ്കാട് കുലുക്ക് നായാടനും, കടൽ കലക്കി മീൻപിടിക്കാനും പോകണമെന്ന് തീരുമാനിച്ചു. നായാട്ട് നടത്തി ഒന്നും കിട്ടിയില്ല. ദാഹം തീർക്കുവാൻ വനാതിർത്തിയിലുള്ള കരിങ്കുലക്കണ്ടത്തക്കമ്മെയുടെ ഭവനത്തിൽ കയറി. ആ സ്ത്രീയാവട്ടെ ദാഹം മാറ്റാൻ മാത്രമല്ല ഭക്ഷണം കൊടുക്കാനും തയ്യാറായി. ഊണിനു മുമ്പ് എണ്ണ തേച്ച് കുളിക്കാനായി അടുത്ത കൽച്ചിറയിൽ ചെന്നു. അവിടെ രണ്ട് വിശേഷപ്പെട്ട മത്സ്യങ്ങളെ കാണാനായി. അവയെ പിടിക്കാനുള്ള അവരുടെ ശ്രമം വിജയിച്ചില്ല. കുളി കഴിഞ്ഞ് വന്ന അവർക്ക് കുളത്തിൽ കണ്ട മത്സ്യങ്ങളെ കിണറ്റിലും കാണാനായി. മത്സ്യത്തെ ആകർഷിക്കാൻ കദളിപ്പഴം പാളയിലിട്ടുകൊടുത്തു. പാളയിൽ കയറിയ മത്സ്യത്തെപ്പിടിച്ച് കറി വയ്ക്കാനായി കരിങ്കുലക്കണ്ടത്തക്കമ്മെയെ ഏൽപ്പിച്ചു. അവർ മത്സ്യങ്ങളെ മുറിച്ച് കറി വയ്ക്കാൻ തുടങ്ങിയപ്പോഴാണ് അവ രൂപം മാറി ദിവ്യരൂപികളായി മുമ്പിൽ പ്രത്യക്ഷപ്പെട്ടത്. ഈ മായാരൂപങ്ങളുടെ മുമ്പിൽ തൊഴുതുകൊണ്ട് ചെയ്ത തെറ്റിന് പ്രായശ്ചിത്തം ചെയ്തോളാം മാപ്പാക്കണമെന്ന് അപേക്ഷിക്കുകയാണത്രേ. ദിവ്യരൂപങ്ങൾ അക്കമ്മെക്ക് നൽകിയ നിർദ്ദേശങ്ങൾ ഇങ്ങനെയായിരുന്നു. അന്നുതൊട്ട് ഏഴാംദിവസം മതിലകത്തെ കരിങ്കൽപ്പടിക്കിരുപുറവും രണ്ട് പൊൻമക്കളെ കാണും. അക്കമ്മ അവരെ വളർത്തണം. പയറ്റുവിദ്യ പഠിപ്പിക്കണം. അവരോളം വലുപ്പത്തിൽ ഓരോ പൊൻരൂപമുണ്ടാക്കി ആദികുഞ്ഞിമംഗലത്തെ കോട്ടയിൽ കൊണ്ടൊപ്പിക്കണം. ഇപ്രകാരമുണ്ടായ പൊൻമക്കളാണ് തെക്കൻ കോമപ്പനും തെക്കൻ ചാത്തുവും. അക്കമ്മ ദിവ്യരൂപത്തിന് നൽകിയ വാഗ്ദാനം കൃത്യമായി പാലിച്ചു. കുട്ടികളെ അഭ്യാസമുറകളെല്ലാം പഠിപ്പിച്ചു. പാണ്ടിഗുരിക്കൾ

ആചാരപ്പേരു നൽകി – കോമപ്പന് തെക്കൻ കരുമകനെന്നും ചാത്തുവിന് തെക്കൻ കിരിയാത്തനെന്നും.

രണ്ടുപേരും അത്ഭുതസംഭവങ്ങൾ നിരവധി കാണിക്കാൻ തുടങ്ങി. കള്ള് ചെത്തുന്ന ചന്തൻ തണ്ടാനോട് കള്ളു ചോദിച്ചപ്പോൾ കൊടുക്കാതിരുന്നതിന് തണ്ടാനും തണ്ടാത്തിക്കും പ്രാന്ത് കൊടുത്ത് പ്രതികാരം വീട്ടി. അവരെ സൽക്കരിച്ചതിനുശേഷമേ രണ്ടുപേരുടേയും പ്രാന്ത് മാറിയുള്ളൂ. ഒരുദിവസം യാത്രപോകുന്ന വഴിയിൽ ഒരു കുട്ടി തെക്കൻ കിരിയാത്തിനെ പരിഹസിച്ച് അപമാനിക്കുകയുണ്ടായി. ആ കുട്ടിയുടെ കൈ ഛേദിച്ച് കളഞ്ഞു കിരിയാത്തൻ. കുട്ടി കരഞ്ഞ് മാപ്പപേക്ഷിച്ചപ്പോൾ കൈയവന് തിരിച്ചുകിട്ടി. ഈ കുട്ടി കിരിയാത്തന്റെ സേവകനായി മാറി. കിരിയാത്തൻ തെയ്യത്തോടൊപ്പം മട്ടന്നൂർ വയൽക്കാവിൽ കെട്ടിയാടുന്ന കൈക്കോളർ എന്ന കോലം ഈ കുട്ടിയുടെ സങ്കല്പത്തിലുള്ളതാണ്.

മടപ്പള്ളി ഭഗവതി ക്ഷേത്രം

പപ്പടമുണ്ടാക്കുന്ന സമുദായക്കാരെയാണ് പപ്പടച്ചെട്ടി നായർ എന്ന് വിളിക്കുന്നത്. മട്ടന്നൂരിന്റെ പല ഭാഗത്തും അപൂർവ്വമായി ഈ സമുദായക്കാരെ കാണാനുണ്ട്. അക്കൂട്ടത്തിൽപ്പെട്ട മടപ്പള്ളി ഗോപാലൻ എന്നൊരാളെ ഏഴുപതിറ്റാണ്ടുകൾക്ക് മുമ്പ് മധുസൂദൻ തങ്ങളുടെ താൽപര്യപ്രകാരം ഇല്ലംഭാഗത്ത് വന്നു താമസമാക്കി. ഇയാളൊരു മന്ത്രവാദി കൂടിയായിരുന്നുപോലും. എവിടെയോ തിറയാട്ടം കാണാൻപോയ സമയത്ത് അവിടത്തെ ഭഗവതിക്കോലത്തെ കണ്ട് ആകൃഷ്ടനായി ആവാഹിച്ചു കൊണ്ടുവന്നതാണെന്ന് കുടുംബാംഗങ്ങളും വിശ്വാസികളും പറയുന്നുണ്ട്.

മടപ്പള്ളി ഭഗവതിയോടൊപ്പം ശാസ്തപ്പൻ, ഗുളികൻ, വിഷ്ണുമൂർത്തി, മുത്തപ്പൻവെള്ളാട്ടം എന്നീ കോലങ്ങളെല്ലാം അടുത്തകാലം വരെ ഇവിടെ കെട്ടിയാടുന്നു. ഭദ്രകാളിയുടെ ഒരു സങ്കല്പം തന്നെയാണ് മടപ്പള്ളി ഭഗവതിക്കും ഉള്ളത്.

ഏതാനും വർഷങ്ങളായി തെയ്യംകെട്ടിയുള്ള ഉത്സവം നടക്കുന്നില്ല. ഇതിനുവേണ്ടി വലിയ സാമ്പത്തികച്ചെലവ് താങ്ങാനാവുന്നില്ല എന്നാണ് കുടുംബക്കാർ പറയുന്നത്. പിതാവിന്റെ മരണശേഷം മകൻ ഹരിദാസനാണ് ഈ കാവിലെ കോമരത്തിന്റെ കർമ്മം നിർവ്വഹിക്കുന്നത്. ഭഗവതിയുടെ ഒരു ഉപാസകൻ കൂടിയായി കണക്കാക്കി ചില പ്രത്യേക കർമ്മങ്ങളും പൂജകളുമെല്ലാം ഹരിദാസന്റെ വകയായി നടത്തിവരുന്നുണ്ട്. ആഴ്ചയിൽ വെള്ളിയാഴ്ച ദിവസം ഭഗവതി ബാധ

യാൽ ഉത്തേജിതനായി വിശ്വാസികളെ അനുഗ്രഹിക്കുകയും അവരുടെ ആവലാതികൾക്ക് തീർപ്പുകൽപ്പിക്കുകയും ചെയ്യുന്നു എന്ന വിശ്വാസത്താൽ ധാരാളം ഭക്തജനങ്ങൾ അന്നത്തെ ദിവസം എത്തിച്ചേരുന്നുണ്ട്.

മാസാന്ത്യത്തിൽ നടക്കുന്ന സംക്രമപൂജ വിശേഷപ്പെട്ട ഒരാരാധനാക്രമമാണ്.

നാലുപുരക്കൽ വിശ്വകർമ്മ ശാസ്തപ്പൻകോട്ടം

മങ്ങേരി ഇല്ലം സമ്പൂർണ്ണമായി ഇല്ലാതാവുകയും അവരുടെ സ്വത്തുവകകളെല്ലാം പുല്ലേരി ഇല്ലം തങ്ങൾമാർക്ക് ലഭിക്കുകയും ചെയ്തതിനുശേഷം പ്രമുഖ ജന്മിനാടുവാഴി തറവാട്ടുകാരായ ഇവർ കുടുംബക്ഷേത്രമെന്ന നിലയിൽ മട്ടന്നൂർ മഹാദേവക്ഷേത്രം നടത്തുകയും ഒപ്പം അനുബന്ധമായും ഊരായ്മയായും ജന്മിനാടുവാഴി മേധാവിത്തവുമായി ബന്ധപ്പെട്ടു ജീവിച്ചുപോരുന്ന സമുദായ കൂട്ടായ്മകൾക്ക് അവരെ ഊരായ്മയായി കണക്കാക്കിക്കൊണ്ട് നിരവധി ക്ഷേത്രങ്ങളും കാവുകളും കോട്ടങ്ങളും അനുവദിക്കുകയുണ്ടായി.

ഇത്തരത്തിൽ ആശാരിമാർക്ക് നൽകിയ ഒന്നാണ് നാലുപുരക്കൽ ശാസ്തപ്പൻകോട്ടം. നാലുപുരക്കൽ തറവാട്ടുകാരെ കൊണ്ടുവന്നത് കോട്ടയം എലിപ്പറ്റയിൽ നിന്നാണെന്ന് ഇപ്പോഴത്തെ കാരണവരും ഇവിടുത്തെ കോമരവുമായ എൻ.വി. ശങ്കരനാശാരി പറയുകയുണ്ടായി. ആദ്യമായി വന്ന കാരണവരെ കുടുംബഗുരുനാഥൻ എന്നാണ് പിൻതലമുറക്കാർ കണക്കാക്കിയത്. മട്ടന്നൂർ മധുസൂദന തങ്ങളുടെ പിതാമഹന്റേയും പിതാമഹനായ തങ്ങളാണ് കുഴിക്കാണമായി ഒരേക്കർ ഇരുപത്തിയഞ്ച് സെന്റ് സ്ഥലം ഈ തറവാട്ടുകാർക്ക് നൽകിയത്. കുഴിക്കാണ പ്രകാരം ലഭിച്ച ഈ ഭൂമിയിൽ കുടുംബത്തിന്റെ കുലമൂർത്തിയായ ശാസ്തപ്പന് അന്തിത്തിരി തെളിയിക്കാനുള്ള ഒരു തറയാണ് ആദ്യം ഉണ്ടായിരുന്നത്. അവിടെ ഒരു കോട്ടം സ്ഥാപിക്കുന്നതിന് പള്ളിയറ കൊണ്ടുള്ള സ്ഥലം 1959ലാണ് മധുസൂദനൻ തങ്ങൾ ജന്മമായി നൽകുന്നത്. അതിനുമുമ്പുതന്നെ ശാസ്തപ്പനെ കെട്ടിയാടിച്ചിരുന്നു.

കുടുംബക്കാരുടെ നേതൃത്വത്തിൽ തന്നെയാണ് കോട്ടത്തിന്റെ നടത്തിപ്പും ഉത്സവാഘോഷങ്ങളും നിർവ്വഹിച്ചുവരുന്നത്. ഫെബ്രുവരി 1,2,3,4 തീയ്യതികളിലായി നടക്കുന്ന ഉത്സവവേളയിൽ ശാസ്തപ്പൻ, ഗുളികൻ, തലക്കോട്ട് ഭഗവതി എന്നീ കോലങ്ങളെയെല്ലാം കെട്ടിയാടിക്കുന്നുണ്ട്. തലക്കോട്ട് ഭഗവതി ശ്രീപോർക്കലി ഭഗവതിയുടെ സങ്കല്പത്തി

ലുള്ള മൂർത്തിയാണ്.

ആശാരിമാരുടെ കുലദേവതയാണ് ശാസ്തപ്പൻ. തലക്കോട്ട്ഭഗവതി കോട്ടയം സ്വരൂപത്തിന്റെ കുലപരദേവതയായ ശ്രീപോർക്കലിയുടെ ഭാവമാർന്ന ഒരു ദേവതയാണ്. ശിവനിൽ നിന്ന് ഉദയം കൊണ്ട മഹാ ഭദ്രകാളിയുടെ അവതാരോദ്ദേശ്യം ദാരികാസുരന്റെ ജീവനെടുക്കുക എന്നുള്ളതായിരുന്നു. ഈ പരദേവതയെ എഴുപതിൽപ്പരം രൂപങ്ങളിൽ ഗ്രാമത്തിന്റെയും തറവാടിന്റെയും പേരു ചേർത്ത് തെയ്യാട്ടം നടത്തുന്നുണ്ടെന്നാണ് ഡോ. എം.വി. വിഷ്ണനുനമ്പൂതിരിയുടെ വിശകലനത്തിൽ കാണുന്നത്. ആശാരിമാരുടെ ഏതോ തറവാടായ തലക്കോട് കോട്ടത്തിൽ കെട്ടിയാടിയ കോലമായിരിക്കണം തലക്കോട്ട് ഭഗവതി.

ഇവിടെ പള്ളിയറകൾ രണ്ടെണ്ണമുണ്ട്. ഒന്ന് ശാസ്തപ്പന്റേതുതന്നെ. രണ്ടാമത്തേത് മുകളിൽ പറഞ്ഞ കുടുംബസ്ഥാപകനായ ഗുരുനാഥന്റേത്. മറ്റുപലേ കാവുകളിലും കാണുന്നതുപോലെ ഗുരുനാഥനെ ഇവിടെ കെട്ടിയാടുന്നില്ല. പള്ളിയറക്ക് മുന്നിൽ നിത്യദീപം തെളിയിക്കുകയും മാസാന്ത്യത്തിൽ സംക്രമപൂജ നടത്തുകയും ചെയ്തുകൊണ്ടാണ് ഈ സ്ഥാനത്തെ ആരാധിക്കുന്നത്. ശങ്കരനാശാരിക്ക് പ്രായമേറി എന്ന കാരണത്താൽ ഇപ്പോൾ അനുജന്റെ മകൻ സുരേഷിന് കോമരത്തിന്റെ സ്ഥാനം ഏൽപ്പിച്ചുകൊടുത്തിരിക്കുകയാണ്.

മട്ടന്നൂർ അയ്യൻകോവിൽ ശ്രീധർമ്മശാസ്താക്ഷേത്രം

ഇത് ഒരു ബ്രാഹ്മണക്ഷേത്രം തന്നെ. മട്ടന്നൂർ മഹാദേവക്ഷേത്രത്തിന്റെ അനുബന്ധക്ഷേത്രമാണിത്. തന്ത്രിയും നിത്യശാന്തിയുമുണ്ട്. ഇതിന്റെ ഊരാളന്മാർ പുല്ലേരി ഇല്ലം തങ്ങൾമാരായിരുന്നു. ഇവിടുത്തെ ശ്രീകോവിലിൽ ധർമ്മശാസ്താവിന്റെ വിഗ്രഹമാണ് പ്രതിഷ്ഠിച്ചിരിക്കുന്നത്. തപസ്സിരിക്കുന്ന അയ്യപ്പൻ തന്നെ. ചുറ്റുമതിലും നിവേദ്യം തയ്യാറാക്കാനുള്ള തിടപ്പള്ളിയുമുണ്ട്. ഗോപുരം, വാതിൽമാടം, നമസ്കാരമണ്ഡപം, ശ്രീകോവിൽ ഇങ്ങനെയെല്ലാമുള്ള ക്ഷേത്രത്തോടനുബന്ധിച്ച് ഒരു ക്ഷേത്രക്കുളവും കാണാനുണ്ട്.

ഊരാളന്മാർ പുല്ലേരി ഇല്ലക്കാരാണെങ്കിലും മഹാദേവക്ഷേത്രത്തിന്റെ നടത്തിപ്പ് പ്രത്യേകം രജിസ്റ്റർ ചെയ്ത കമ്മിറ്റി ക്ഷേത്രനടത്തിപ്പ് ഏറ്റെടുത്തതോടുകൂടി പ്രതിമാസം പതിനായിരം ഉറുപ്പിക ഇവിടെ രൂപീകരിച്ച നടത്തിപ്പ് കമ്മിറ്റിക്ക് നൽകിവരുന്നുണ്ട്. പ്രതിമാസം ഉത്രം നാളിൽ നടത്തുന്ന വിളക്ക്പൂജ വലിയതോതിൽ ഭക്തജനങ്ങളെ

ആകർഷിക്കുന്നുണ്ട്. അന്നത്തെ ദിവസം ആയിരം പേർക്കെങ്കിലും ഊട്ടു പുരയിൽ ഭക്ഷണം നൽകുന്നുണ്ട് എന്ന് കമ്മിറ്റി ഭാരവാഹികളിലൊരാളായ രവീന്ദ്രൻ പറയുകയുണ്ടായി. വൃശ്ചികമാസത്തിലെ ഉത്രം നാളിലാണ് വാർഷികാഘോഷം അരങ്ങേറുന്നത്. മൂന്ന് ദിവസത്തെ ഉത്സവമാണത്.

മുളയിങ്കൽ ശ്രീ മുച്ചിലോട്ട് ഭഗവതി കോട്ടം

മുച്ചിലോട്ട് കാവുകൾ വാണിയസമുദായത്തിന്റെ കുടുംബക്ഷേത്രമാണ്. ഒരു നൂറ്റാണ്ടിനിപ്പുറത്തെ പഴക്കമുള്ള ഭഗവതികോട്ടമാണിത്. മമ്മിണിപ്പൊയിലിലെ പാറക്കണ്ടി ചാത്തുനായരുടെ ആഗ്രഹപ്രകാരം മുച്ചിലോട്ടമ്മക്ക് വിളക്ക് വയ്ക്കാൻ മട്ടന്നൂർ മധുസൂദനൻ തങ്ങൾ ഒരു സ്ഥലം അനുവദിക്കുകയാണ്.

ഇത് പിന്നീട് മകൻ നമ്പ്രോൻ കൃഷ്ണൻ നായർക്ക് ഒരേക്കറോളം വരുന്ന സ്ഥലത്തിന്റെ അവകാശം ജന്മതീരാധാരപ്രകാരം തങ്ങൾ നൽകുകയാണ്. ഇവിടെയാണ് പള്ളിയറയും മറ്റും സ്ഥാപിച്ച് മുച്ചിലോട്ട് ഭഗവതിക്കാവാക്കി വിപുലപ്പെട്ടുത്തിയത്. ഊരാളൻമാരായ തറവാട്ടുകാർ നാട്ടുകാരുടെ കമ്മിറ്റിക്ക് ഭാഗവതിക്കാവ് ഏൽപ്പിച്ചുകൊടുക്കുകയുണ്ടായി.

മാസാന്ത്യപൂജക്കു പുറമെ ജനുവരി 15,16,17 തീയതികളിൽ ഉത്സവം നടക്കുന്നു. വണ്ണാൻ സമുദായക്കാർ കെട്ടിയാടുന്ന മുച്ചിലോട്ട് ഭഗവതിയും സന്തതസഹചാരിയായ കണ്ണങ്ങാട്ട് ഭഗവതിയും ശിവപുത്രിയായ പുലിയൂർകാളിയും കൂടാതെ മലയസമുദായ കോലമായ വിഷ്ണുമൂർത്തിയുമാണ് ഇവിടുത്തെ പ്രധാന തെയ്യക്കോലങ്ങൾ. പാറാപ്പൊയിലിലെ ശ്രീ. ദിനേശൻ പ്രസിഡന്റായിട്ടുള്ള ഒരു കമ്മിറ്റിയാണ് ഇവിടെ നേതൃത്വം കൊടുക്കുന്നത്.

ഇല്ലംമൂല അയ്യൻകോവിൽ മുച്ചിലോട്ട് ഭഗവതി കാവ്

ഇല്ലംമൂല എന്നുള്ളത് പഴയകാലത്തെ പേരാണ്. എന്തോ നാണക്കേടോർത്ത് പേര് ഇല്ലംഭാഗം എന്നാക്കി. യഥാർത്ഥത്തിൽ മുച്ചിലോട്ട് ഭഗവതി കോട്ടമാണ്. 'പോതിയോടം' എന്ന് നാട്ടുകാർ സൗകര്യാർത്ഥം വിളിച്ചു. കമ്മിറ്റിക്കാർ ഏറ്റെടുത്തതോടെ ഭഗവതികോട്ടം പോയി ഭഗവതിക്ഷേത്രമായി. ബ്രാഹ്മണതന്ത്രി വന്നു. പ്രശ്നങ്ങൾ പലത് നിർവ്വഹിച്ചു. ബ്രാഹ്മണ വരേണ്യവത്ക്കരണം ദ്രാവിഡ ആരാധനാകേന്ദ്രങ്ങളിലും കുടിയേറി വരാൻ തുടങ്ങി.

ഇതിനൊരപവാദവും ഇല്ലംമൂലയിലെ മുച്ചിലോട്ട് ഭഗവതിക്കോട്ടത്തിൽനിന്നും ലഭിക്കുന്നില്ല.

ഇതും മട്ടന്നൂർ പുല്ലേരി തങ്ങൾമാരുടെ ആരാധനാ കേന്ദ്രങ്ങളോട് സ്വീകരിച്ച സൻമനോഭാവത്തിന്റെ ഒരു ദൃഷ്ടാന്തമാണ്. ഇല്ലത്തിന് ചുറ്റും എല്ലാ സമുദായക്കാരുടെയും ദേവീദേവന്മാർ ഉണ്ടാകണമെന്ന് അവരാഗ്രഹിച്ചതിന്റെ കൂടി ഫലമാണ് ചുറ്റും കാണുന്ന ഒട്ടേറെ കാവുകളും കോട്ടങ്ങളും മടപ്പുരകളും മറ്റും. അതിലൊന്നാണ് ഈ തെയ്യാട്ടകേന്ദ്രവും. ഇല്ലംഭാഗത്തെ വലിയവളപ്പിൽ തറവാട്ടുകാരായ വാണിയസമുദായക്കാർക്ക് മുച്ചിലോട്ടമ്മയെ കെട്ടിയാടിക്കാൻ ഊരായ്മയായി പുല്ലേരി തങ്ങൾമാർ ഇല്ലംഭാഗത്ത് സ്ഥലമനുവദിച്ചു. പേരിന് കുഴിക്കാണപ്രകാരമാണ് സ്ഥലം നല്കിയത്. ഭൂപരിഷ്കരണം വന്നതിനുശേഷം തറവാട്ടിലെ അവകാശികൾ മുപ്പത്തിമൂന്ന് സെന്റ് സ്ഥലം ഭഗവതിക്കോട്ടത്തിന് മാറ്റിവെച്ച് ബാക്കിയെല്ലാം അംഗങ്ങൾക്കിടയിൽ വീതിച്ചെടുക്കുകയായിരുന്നു. നേരത്തെ തറവാട്ടുകാർ ചേർന്ന് നടത്തിവന്ന ഇവിടത്തെ ഉത്സവവും കോട്ടം നടത്തിപ്പും ഇപ്പോൾ ജനകീയ കമ്മിറ്റിക്കാരുടെ മേൽനോട്ടത്തിലാണ് നടത്തിവരുന്നത്.

മുച്ചിലോട്ടമ്മയുടെ മനോഹരമായ വ്യാളിമുഖം വച്ചുതീർത്ത കിംപുരുഷ കൊത്തുപണികളോടുകൂടിയ മുഖപ്പുള്ള പള്ളിയറ ഇവിടെ നമുക്ക് കാണാം. മുച്ചിലോട്ടമ്മക്ക് മുഖത്തെഴുത്ത് നടത്താൻ പള്ളിയറയുടെ തെക്കുവശത്ത് ഒരു പ്രത്യേക അറപ്പുര കമ്മറ്റിക്കാർ നിർമ്മിച്ചിട്ടുണ്ട്. മുച്ചിലോട്ട് ഭഗവതിയെ കൂടാതെ പുലിയൂർ കാളി, വിഷ്ണുമൂർത്തി എന്നിവയും കെട്ടിയാടുന്നു. ഇതിനെല്ലാം കെട്ടിയിറങ്ങുന്നതിനുമുമ്പേ വെള്ളാട്ടവുമുണ്ട്. ഇതോടൊപ്പം കോട്ടത്തിലേക്ക് മൂർത്തികളെ ആവാഹിച്ചുകൊണ്ടുവന്ന കാരണവരുടെ തെയ്യവും കെട്ടിയാടിക്കുന്നുണ്ട്. വിഷ്ണുമൂർത്തിക്ക് കല്ലരയാലിന് ചുറ്റും കെട്ടിയുണ്ടാക്കിയ ഒരു തറയും വിളക്കുവയ്പ്പുമുണ്ട്. കണ്ണങ്ങാട്ട് ഭഗവതിക്കും പള്ളിയറക്ക് വടക്കുഭാഗത്തായി ഒരു തറ കാണുന്നുണ്ട്.

കുംഭം 1,2,3 തീയതികളിലാണ് ഇവിടെ ഉത്സവം. ഉത്സവത്തിന് ഭഗവതിയുടെ മട്ടന്നൂർ മഹാദേവ ക്ഷേത്രത്തിലേക്കുള്ള എഴുന്നള്ളത്ത് ഒരു ചടങ്ങാണ്. എല്ലാ മാസവും സംക്രമദിനത്തിൽ നമ്പൂതിരി നടത്തുന്ന പ്രത്യേക പൂജയുണ്ട്. വൃശ്ചികമാസം ഒന്ന് മുതൽ പത്താം തീയതി വരെ 'നടയരി' എന്നു പറയുന്ന വെച്ചുനിവേദിക്കുന്ന ഒരു പ്രത്യേക ആരാധനാക്രമവുമുണ്ട്. ചിങ്ങമാസത്തിലെ ഉത്രംനാളിൽ പുത്തരിയും മീനമാസത്തിലെ പൂരംനാളിൽ കാമനെ കുത്തുന്ന ചടങ്ങുമെല്ലാം ഇവിടെ നടത്തിവരുന്നുണ്ട്.

ഒഴക്കരി മോലോം രാജരാജേശ്വരി ക്ഷേത്രം

മട്ടന്നൂരിലെ പത്രലേഖകനായ ശ്രീ. കെ.കെ. കീറ്റുക്കണ്ടിയിൽ നിന്നുമാണ് ഈ ക്ഷേത്രം സംബന്ധിച്ച വിവരങ്ങൾ ശേഖരിക്കാനായത്. രാജരാജേശ്വരി എന്നാൽ ശ്രീദുർഗ്ഗ തന്നെ. അതിപുരാതനമായ ഒരു ക്ഷേത്രം ഇവിടെ ഉണ്ടായിരുന്നുവെന്നും ഏതോ കാരണത്താൽ അത് തകർക്കപ്പെടുകയോ തകർന്നുപോവുകയോ ചെയ്തതാണെന്നും കീറ്റുക്കണ്ടി പറഞ്ഞു. ഒഴക്കരി മോലോം എന്ന പേരിന് രസകരമായ ഒരു വിശദീകരണം അദ്ദേഹം തരികയുണ്ടായി. ആദ്യകാലത്ത് 'ഒഴക്ക്' അരി കൊണ്ട് നിവേദ്യമർപ്പിച്ച് ആരാധന നടത്തിയിരുന്നത് കൊണ്ടാണ് 'ഒഴക്കരി' എന്ന പേര് വന്നതത്രേ! എന്നാൽ എന്താണ് 'മോലോം'? 'മഹാകോവിലക'ത്തിന്റെ ചുരുക്കമാണ് 'മോലോം' എന്ന് ചില രേഖകളിൽ കാണുന്നുണ്ട്. അങ്ങനെയെങ്കിൽ കാര-കല്ലേരിക്കര പ്രദേശങ്ങളിൽ പണ്ടുകാലത്ത് തന്നെ നമ്പൂതിരി ഇല്ലങ്ങൾ ഉണ്ടായിരുന്നല്ലോ? അതോടനുബന്ധിച്ച് ഏതെങ്കിലും ക്ഷത്രിയരാജവംശങ്ങളുടെ താവഴികളോ മറ്റോ ആയി കോവലികങ്ങൾ ഉണ്ടാവാൻ സാധ്യതയുണ്ടായിരുന്നു. അവരുടെ കുടുംബക്ഷേത്രമായിരുന്നോ ഈ രാജരാജേശ്വരി ക്ഷേത്രം? ചരിത്രഗവേഷണങ്ങൾക്ക് വിഷയീഭവിക്കേണ്ട ഒന്നാണെന്നാണ് ഈ ലേഖകന്റെ മതം.

കണ്ണൂർവിമാനത്താവളത്തിന്റെ പ്രവേശനകവാടത്തിന് നടക്കരികിലായി ധാരാളം വിശ്വാസികള ആകർഷിക്കുന്ന ഒന്നായി ഈ ക്ഷേത്രം മാറിയത് അടുത്ത കാലത്തായി നടന്ന പുനരുദ്ധാരണപ്രവർത്തനങ്ങളുടെ ഭാഗമായാണ്. എവിടെയുമെന്നപോലെ തന്ത്രി വരികയും പ്രശ്നങ്ങൾ പലത് നടക്കുകയും ചെയ്തപ്പോഴും ഉണ്ടായ പ്രശ്നവിധിയിൽ തകർന്നുപോയ ക്ഷേത്രത്തിലെ ദുർഗ്ഗാവിഗ്രഹം അടുത്തൊരു കുളത്തിൽ കാണുമെന്ന് കാൺകയാൽ പരിസരപ്രദേശങ്ങളിലെ പല കുളങ്ങളും തപ്പിനോക്കിയതിൽ അതിലൊരു കുളത്തിലെ ചെളിയിൽനിന്ന് മൂന്ന് വിഗ്രഹങ്ങൾ കണ്ടെത്തിയത്രേ! അതിലൊന്ന് ശ്രീദുർഗ്ഗയും മറ്റൊന്ന് ഗണപതിയും ഇനിയൊന്ന് ധർമ്മശാസ്താവുമായിരുന്നു. ശാസ്താവിന്റെ ശിരസ്സ് ഛേദിക്കപ്പെട്ട നിലയിലും മറ്റുള്ളവയ്ക്കെല്ലാം അംഗഭംഗം വന്ന നിലയിലും ആയിരുന്നു കണ്ടെടുക്കപ്പെട്ടത്. കൃഷ്ണശിലയാൽ നിർമ്മിതമായ വിഗ്രഹങ്ങളെല്ലാം പുനരുദ്ധാരണം നടന്ന ശ്രീകോവിലിനുള്ളിലും പരിസരത്തും സ്ഥാപിക്കുകയുണ്ടായി. പ്രധാന ശ്രീകോവിൽ ദുർഗ്ഗയുടേത് തന്നെ. അതിന്റെ ചുമരിനോട് ചേർന്ന് മറ്റൊരു ചെറുശ്രീകോവിൽ നിർമ്മിച്ച് അതിനകത്താണ് ഗണപതിയെ സ്ഥാപി

ച്ചിട്ടുള്ളത്.

മാർച്ച് 1 മുതൽ 4 വരെയാണ് വർഷം തോറുമുള്ള ഉത്സവം നടക്കുന്നത്. ശാന്തിക്കാരൻ വരികയും പ്രഭാതപൂജയും അന്തിപ്പൂജയും കൃത്യമായി നടത്തുകയും ചെയ്യുന്നു. മറ്റൊരു ചടങ്ങ് പ്രതിമാ സംക്രമപൂജയാണ്. നവംബർ 17 മുതൽ ഡിസംബർ 16 വരെ നടക്കുന്ന മണ്ഡലോത്സവം വളരെ പ്രധാനപ്പെട്ടതാണ്. പുനരുദ്ധാരണം പൂർത്തിയാവാത്ത ഒരമ്പലം കൂടിയായിരുന്നത് കൊണ്ട് ചുറ്റമ്പലം ഇപ്പോഴില്ല. ബലിത്തറയും നടപ്പന്തലുമെല്ലാം നിർമ്മാണത്തിലിരിക്കുന്നു. ഭക്തജനങ്ങളിൽ ചിലർ സംഭാവന ചെയ്ത രണ്ട് ദീപസ്തംഭങ്ങൾ ഇവിടെയുണ്ട്. ഊട്ടുപുര സജീവമാണ്. തൃക്കാർത്തികനാളിൽ നടക്കുന്ന സവിശേഷപൂജയും പ്രധാനം തന്നെ. വിശേഷവിധിപ്രകാരമുള്ള ഭക്ഷണമാണത്രേ അന്ന് ഊട്ടുപുരയിൽ വിളമ്പുന്നത്.

മരുതായി പുതിയ ഭഗവതി തിറ

മട്ടന്നൂർ മണ്ണൂർ റോഡിന്റെ ഇടതുവശത്ത് മരുതായി വയലിൽ മുണ്ട്യയോ അറയോ കഴകമോ ഒന്നുമില്ലാതെ തെയ്യാട്ടം നടക്കുന്ന സ്ഥലമാണ് ഇത്. മരുതായി വയൽത്തിറ എന്നും ജനങ്ങൾ പേരിട്ടുവിളിക്കുന്നു. കുംഭം 27-ാം തീയ്യതി (മാർച്ച് 11,12)യാണ് ഇവിടെ സവിശേഷതയാർന്ന ഉത്സവം കൊണ്ടാടുന്നത്.

മരുതായി കോളോത്ത് തറവാട്ടുകാരുടെ പ്രാമാണികത ഉച്ചസ്ഥായിയിൽ നിന്ന കാലത്ത് അവരുടെ കുടുംബഭവനത്തോടനുബന്ധിച്ച് ഇവിടെ കെട്ടിയാടുന്ന കോലങ്ങൾ ആടിക്കുകയുണ്ടായി. എന്നാൽ തറവാട്ടിൽ ചില പ്രശ്നങ്ങൾ തുടരെത്തുടരെ വന്നുഭവിച്ചപ്പോൾ തെയ്യാട്ടം നടത്തുന്നത് മറ്റൊരു സ്ഥലത്താവണം എന്ന ചിന്തയിലാണ് അവരുടെ തന്നെ ഉടമസ്ഥതയിലുള്ള വയലിൽ തെയ്യം കെട്ടിയാടിക്കാമെന്ന് തീരുമാനമായത്. ഇത് ഒരു നൂറ് വർഷത്തിനുമുമ്പ് സംഭവിച്ചതാകണം എന്ന് നാട്ടുകാർ പറയുന്നു.

പുതിയ ഭഗവതിയാണ് പ്രധാന മൂർത്തി. ഈ മൂർത്തിയുമായി ബന്ധപ്പെട്ട വീരാളിവീരനും, ഭദ്രകാളിയും പരുത്തിവീരനുമെല്ലാം ഇവിടത്തെ തെയ്യക്കോലങ്ങളാണ്.

ഈ കാവിലെ ഉത്സവത്തിലെ അതിവിശേഷപ്പെട്ട ഒരു കാര്യം വെളിച്ചപ്പാടിന്റെ എഴുന്നള്ളത്താണ്. പയ്യപ്പറമ്പിൽ നിന്നാണ് എഴുന്നള്ളത്ത് ആരംഭിക്കുന്നത്. വെളിച്ചപ്പാടും പരിവാരങ്ങളും കാവിലെത്തി മുഖത്തെഴുത്ത് പൂർത്തിയാക്കി മുടിയേറ്റ് നടത്തിയ പുതിയ ഭഗവതിയുമായി നടത്തുന്ന കൂടിക്കാഴ്ചക്ക് ശേഷമാണ് കോലങ്ങൾ ഒന്നൊന്നായി ഭക്തജ

നങ്ങളുടെ മുമ്പിലേക്കിറങ്ങുന്നത്.

തുടർന്ന് കോമരത്തിന് പിന്നെയും ചടങ്ങുകളുണ്ട്. അതിലൊന്ന് തിളയ്ക്കുന്ന നെയ്ച്ചട്ടിയിൽ വെന്തുവരുന്ന അപ്പം വാരലാണ്. ആ നെയ്യപ്പം വാരിവാരി ഭക്തജനങ്ങൾക്ക് നൽകുന്നുമുണ്ട് വെളിച്ചപ്പാട്.

വെളിച്ചപ്പാട് മേലേരിയിൽ ചാടുന്ന രംഗവുമുണ്ട്. വെളിച്ചപ്പാടിന്റെ ഊഴത്തിനുശേഷം വ്രതം നോറ്റ് ഒരുകൂട്ടം തീയ്യസമുദായക്കാരായ ഭക്തർ ഊഴമിട്ട് മേലേരിയിൽ ചാടുകയായി. മേലേരിക്ക് വേണ്ടുന്ന വിറക് ഇരുമുള്ള്, പൂവ്വം, മരുത്, ചെമ്പകം എന്നിവയുടേതാണ്. ഇതിൽനിന്ന് തന്നെ അനുഭവിക്കേണ്ടിവരുന്ന പ്രതിസന്ധികളും ഊഹിക്കാവുന്നതാണ്.

ഇവിടത്തെ മൂർത്തികളുടെ പുരാവൃത്തത്തിലേക്ക് കടന്നാൽ പരമേശ്വരപുത്രിയായ പുതിയ ഭഗവതി തന്നെ കൂട്ടത്തിൽ പ്രാധാന്യമുള്ളത്. മഹാദേവന്റെ പൊൻമക്കളായ ശ്രീകൂറുമ്പ മൂത്തതും ഇളയതും കൂടി കൊടുത്ത മുമ്മുണിതൃക്കുരിപ്പും, പന്തീരായിരം വസൂരിയും തടകിയൊഴിക്കാൻ പിറന്നവളാണല്ലോ പുതിയ ഭഗവതി. തന്റെ ജനനോദ്യമം പൂർത്തിയാക്കി ഭൂമിക്കു ഭാരമായ കാർത്തവീരാസുരനെ ചുട്ടുകരിച്ച് ഉണ്ടായ ഭസ്മത്തിൽ നിന്ന് കുറിയും തൊട്ട് വടക്കോട്ട് സഞ്ചരിക്കുകയാണ്. കൂടെ ശിവപുത്രിയായ ദാരികാസുരനിഗ്രഹം കഴിഞ്ഞെത്തുന്ന ഭദ്രകാളിയുമുണ്ട്. ദേവിക്ക് രക്തപാനം നടത്താനുള്ള ആർത്തിക്ക് ശമനമുണ്ടാകുന്നില്ല. അപ്പോഴാണ് പെരിഞ്ചെല്ലൂരപ്പന് നെയ്യമൃതുമായ് പോകുന്ന ഒരു ബ്രാഹ്മണനെ കാണുന്നത്. ഇദ്ദേഹം വഴിവക്കിലുള്ള വാടാർകുളത്തിൽ കുളിക്കാനിറങ്ങിയിരിക്കുകയാണ്. ചോരക്കൊതി പൂണ്ട പുതിയ ഭഗവതി അട്ടഹാസത്തോടെ ഇറങ്ങിച്ചെന്ന് ബ്രാഹ്മണന്റെ കഴുത്ത് കണ്ടിക്കുകയും ആവോളം രക്തപാനം നടത്തി അർമ്മാദിക്കുകയും ചെയ്തു. എന്നാൽ പെരിഞ്ചെല്ലൂരപ്പന്റെ ഭക്തനായ ഈ ബ്രാഹ്മണൻ ദൈവാംശമായി വീരൻതെയ്യമായി മാറുകയാണ്. പരുത്തിവീരൻ എന്നു പേരുള്ള കോലത്തിന്റെ പുരാവൃത്തം ഇങ്ങനെയാണ്. ഇവിടെ വീരാളിവീരൻ എന്നൊരു തെയ്യവും ഭദ്രകാളിയും ഉണ്ട്.

പുതിയ ഭഗവതിയും ഭദ്രകാളിയും കാവിലേക്കിറങ്ങുന്നത് അരക്കു ചുറ്റും കത്തിച്ചുവച്ച തീപ്പന്തങ്ങളോടുകൂടിയാണ്. പുതിയ ഭഗവതിക്ക് നാലു പന്തങ്ങളാണുള്ളത്.

വയലിലേക്ക് തിറയാട്ടകേന്ദ്രം മാറുന്നതോടെ ഊരാളന്മാരിൽ നിന്ന് ജനകീയ കമ്മിറ്റിക്കാരുടെ കൈകളിലേക്ക് ഉത്സവനടത്തിപ്പിന് മാറ്റം വന്നു.

ഏളക്കുഴി ആറ്റുങ്കര പുതിയകാവിൽ മുച്ചിലോട്ട് ഭഗവതികോട്ടം

കോട്ടയം രാജാക്കന്മാർ നാടുവാണിരുന്ന കാലത്ത് ഏളക്കുഴിയിലെ പുതിയകാവിൽ തറവാട്ടുകാർക്ക് ഊരായ്മയായി സ്ഥലം അനുവദിച്ച് രൂപപ്പെട്ടുവന്നതാണ് ഈ മുച്ചിലോട്ട് കാവ്. മെരുവമ്പായി പുഴയുടെ കരയിലുള്ളതുകൊണ്ട് ആറ്റുങ്കര എന്ന പേരു വന്നതാവണം.

ഊരാളന്മാരായ തറവാട്ടുകാർ ക്ഷയിച്ചുപോയതിനാലാവണം ഈ കോട്ടം സംരക്ഷിക്കാനാളില്ലാതാവുകയും കാടുകയറി ജീർണ്ണിച്ചുപോയത്. ആരാധനകളും നടക്കാതായി.

രാജ്യം ബ്രിട്ടീഷുകാരുടെ കയ്യിലമർന്നതോടെ ഈ കാവ് ഉൾപ്പെടെയുള്ള നൂറുകണക്കിന് ഏക്കർ സ്ഥലം പ്രദേശത്തെ പ്രമുഖമായൊരു മുസ്ലീം തറവാട്ടുകാരുടെ കയ്യിലേക്ക് വന്നു. അവർ ഈ പ്രദേശത്തെ ഒരു ചെറുകിട ജന്മി കൂടിയായിരുന്നു. ഒരവസരത്തിൽ മേൽതറവാട്ടിലെ പുതിയ പുരയിൽ കുഞ്ഞമ്മദ് ആയിരുന്നു ഈ ഭൂമിയുടെയൊക്കെ ഉടമസ്ഥാവകാശം കയ്യാളിയിരുന്നത്.

പി.പി. കുഞ്ഞമ്മദിന്റെ മക്കൾ ഓഹരിക്കാരായി ഏളക്കുഴിയിൽ ഒരു ഫ്രൂട്ട് കാനിംഗ് കമ്പനി സ്ഥാപിക്കപ്പെട്ടു. നാട്ടിലാകെ പൈനാപ്പിൾ കൃഷി വ്യാപകമായ കാലമായിരുന്നു അത്. മേൽ പഴസംസ്കരണശാലയിലെ പ്രധാന അസംസ്കൃതവസ്തു പരിസരപ്രദേശത്തെ കൃഷിക്കാർ ഉൽപ്പാദിപ്പിക്കുന്ന പൈനാപ്പിൾ ആയിരുന്നു. ഈ ഫാക്ടറിയിൽ നിന്ന് പൈനാപ്പിൾ ഉപയോഗിച്ച് ജാം, ജ്യൂസ്,അച്ചാർ, വിവിധതരം മധുരപാനീയങ്ങൾ എന്നിവയെല്ലാം നിർമ്മിക്കുകയും ആഭ്യന്തരമാർക്കറ്റിൽ വിറ്റഴിച്ചതിനു പുറമെ വിദേശരാജ്യങ്ങളിലേക്ക് കയറ്റുമതി ചെയ്യുകയും ചെയ്തു.

ഓഹരിക്കാരായ ഇതിന്റെ ഉടമകൾ സിൻഡിക്കേറ്റ് ബാങ്കിൽനിന്ന് വലിയ വായ്പയെടുത്തുകൊണ്ടായിരുന്നു ഈ കമ്പനി ആരംഭിച്ചത്. എന്നാൽ തിരിച്ചടവ് കൃത്യമായി നടക്കാത്തത് കാരണം കടബാധ്യത കൂടുകയും കമ്പനിയെ ജപ്തിനടപടികൾക്ക് വിധേയമാക്കുകയും ചെയ്തു.

നീർവേലി സ്വദേശിയായ ശ്രീ സി.എം. ഇബ്രാഹിം കർണ്ണാകത്തിൽ വ്യാപാരസംരംഭങ്ങളിൽ ഏർപ്പെട്ടതോടൊപ്പം അവിടുത്തെ രാഷ്ട്രീയകാര്യങ്ങളിൽ ഇടപെടുകയും അവിടെയും കേന്ദ്രത്തിലും മന്ത്രിപദവികൾ വഹിക്കുകയും ചെയ്തു. കമ്പനിയും പ്രദേശത്തെ സ്ഥലവുമെല്ലാം ജപ്തിനടപടികളിൽനിന്ന് മോചിപ്പിക്കാൻ ഉടമകൾ സി.എം. ഇബ്രാഹിമിനെ സമീപിച്ചു. അദ്ദേഹം കടബാധ്യത മുഴുവൻ തീർത്ത

ടച്ചു. അങ്ങനെ കാവുനിൽക്കുന്ന സ്ഥലവും പരിസരവും ശ്രീ. ഇബ്രാഹിമിന്റെ ഉടമസ്ഥതയിൽ വന്നു.

അഞ്ച് വർഷങ്ങൾക്ക് മുമ്പ് അന്നാട്ടിലെ ചിലർക്ക് മുച്ചിലോട്ട് ഭഗവതിക്കോട്ടം പുനരുദ്ധരിക്കണമെന്ന് മോഹമുദിച്ചു. സ്ഥലത്തിന്റെ ഉടമസ്ഥൻ ശ്രീ. സി.എം. ഇബ്രാഹിം ആണല്ലോ? അദ്ദേഹത്തിന്റെ ഉടമസ്ഥതയിലുള്ള സ്ഥലത്ത് എങ്ങനെ ആരാധന നടത്തും? മുച്ചിലോട്ടമ്മയെ കെട്ടിയാടിച്ച് ഉത്സവം നടത്തും. എന്നാൽ ഈ പരാധീനതകൾ മനസ്സിലാക്കിയ ശ്രീ. ഇബ്രാഹിം കോട്ടവും ചുറ്റുവട്ടത്തുമുള്ള 70 സെന്റ് സ്ഥലവും പുനരുദ്ധാരണത്തിനുവേണ്ടി തികച്ചും ഉദാരതയോടെയും മതനിരപേക്ഷമനോഭാവത്തോടെയും സമ്മതിക്കുകയാണ്.

നാട്ടുകാർക്ക് ഉത്സാഹമായി. കമ്മിറ്റി കൂട്ടി. തന്ത്രിയെ കൊണ്ടുവന്നു. പ്രശ്നങ്ങൾ പലതും നിർവ്വഹിച്ചു. പരിഹാരനടപടികളായി ഉത്സവം നടത്താനും നിത്യവും വിളക്ക് വയ്പ് നടത്താനും നടപടികളായി. പള്ളിയറ കെട്ടി. മുച്ചിലോട്ടമ്മക്ക് സ്ഥാനമായി പീഠത്തിൽ ചുവപ്പ് വിരിച്ച് പള്ളിവാൾ വച്ചു. മുച്ചിലോട്ടമ്മയുടെ ഉറ്റസഖിയായ കണ്ണങ്ങാട്ടമ്മയ്ക്കും തറയും സ്ഥാനവുമുണ്ടായി. മുച്ചിലോട്ട് കാവുകളിലെ മറ്റ് മൂർത്തികളായ പുലിയൂർകാളിക്കും വിഷ്ണുമൂർത്തിക്കും (ചാമുണ്ടി) നരമ്പിൽ ഭഗവതിക്കും തറയും സ്ഥാനങ്ങളുമുണ്ടായി. വിളക്കുവയ്പ്പും കൃത്യമായി നടത്തി.

ധനുമാസം 8,9,10 തീയതികളിൽ നടന്നുവരുന്ന തിറയുത്സവത്തിൽ മേൽപ്പറഞ്ഞ മൂർത്തികളുടെയെല്ലാം കോലവും വെള്ളാട്ടവും നിഷ്ഠപോലെ അരങ്ങേറി പ്രതിമാസ സംക്രമപൂജയും വിഷുപുത്തരിയും വിഷുക്കണിയും ഇവിടുത്തെ പ്രത്യേക ആരാധനകളായി. മഹാനവമി നാളിലെ ഗ്രന്ഥപൂജ ഒരു സവിശേഷപരിപാടിയായി മാറിയിട്ടുണ്ട്. മീനമാസത്തിലെ പൂരംനാളിൽ കാമനെ കുത്തുന്ന അവസരത്തിൽ കന്യകമാരായ ഭക്തജനങ്ങൾ കൂട്ടത്തോടെ കാവിലെത്തും. കുത്തുവിളക്കും കളിയാട്ടവും ഭക്തജനങ്ങൾ നേർച്ചയായി കെട്ടിയാടിക്കുന്നതും കോട്ടം സജീവമാക്കുന്നതിനിടയാക്കി.

നായിക്കാലി ശ്രീ ദുർഗ്ഗാ ഭഗവതി ക്ഷേത്രം

മട്ടന്നൂർ നഗരത്തിൽ നിന്ന് ഏകദേശം 8. കി.മി. വടക്കുമാറി വളപട്ടണം പുഴയുടെ കരയിൽ ജലപ്പരപ്പിനോട് തൊട്ടുരുമ്മി ദുർഗ്ഗാദേവിയുടെ ക്ഷേത്രം സ്ഥിതിചെയ്യുന്നു. റവന്യൂ അടിസ്ഥാനത്തിലുള്ള അതിരുകൾ കാരണം ഇത് പട്ടാന്നൂർ വില്ലേജിലും കൂടാളി പഞ്ചായത്തിലുമാണ്. നായിക്കാലി പ്രദേശം ചരിത്രപരവും ഐതിഹ്യപരവുമായ കാരണങ്ങളാണ് മട്ടന്നൂർ നഗരസഭ

യിലെ മണ്ണൂർ പ്രദേശവുമായിട്ടാണ് ഏറെ ബന്ധമുള്ളത്.

നായിക്കാലി എന്ന പ്രദേശനാമവുമായി ബന്ധപ്പെട്ടുകൊണ്ട് പല വസ്തുതകളും പ്രചാരത്തിലുണ്ട്. അതിലൊന്ന് 'നാൽക്കാലി' എന്ന പദത്തിൽ നിന്ന് രൂപമാറ്റം സംഭവിച്ചുണ്ടായ പേരാണെന്നാണ് 'നാൽക്കാലി' പശുക്കളെ കുറിക്കുന്ന ഒരു പദമാണല്ലോ ഈ പ്രദേശം ഒരുകാലത്ത് കാലിസമ്പത്തിനും സമൃദ്ധമായ പ്രദേശമായിരിക്കണം. ഈ വസ്തുതകൾ അടിസ്ഥാനമേകുന്ന ഒരൈതിഹ്യവും ഇവിടെയുണ്ട്. ശിവപ്രസാദത്തിനായി തപസ്സുചെയ്ത പരശുരാമന് രണ്ട് ദേവിവിഗ്രഹങ്ങൾ നൽകിക്കൊണ്ട് ശിവൻ പറഞ്ഞുപോലും "എവിടെയാണോ തന്റെ ഉടുക്കുകൊട്ടുന്ന ശബ്ദം കേൾക്കുന്നത് ആ സ്ഥലത്ത് ദേവ വിഗ്രഹം പ്രതിഷ്ഠിക്കാം. ദേവിയുടെ വിഗ്രഹം പ്രതിഷ്ഠിക്കേണ്ടത് എവിടെയാണോ പശു തന്നത്താൻ പാലുചുരത്താനിടയാകുന്നത് അവിടെയെന്നും' അരുളിചെയ്ത് പോലും. പശു തന്നത്താൻ പാല് ചുരത്തുന്നത് കാണാനിടയായത് ഈ നാൽക്കാലി ദേശത്താണ് എന്ന് വിശ്വാസികൾ വിശ്വസിക്കുന്നു. 'നായിക്കാലി' എന്ന പദത്തിന്റെ ഉത്ഭവം ഇങ്ങനെ എന്ന് ചിലർ കണക്കാക്കുന്നു. മറ്റൊരു കഥ പ്രചരിക്കുന്നത് ചുറ്റുമുള്ള നിരവധി ശിവക്ഷേത്രങ്ങളുടെ ഇടയിൽ സ്ഥാപിക്കപ്പെട്ട ദുർഗ്ഗാദേവി ക്ഷേത്രമായതുകൊണ്ടാണ് എന്നാണ് 'കാലിയൻ' എന്ന് ശിവന് പേരുണ്ട്. ചുറ്റുമുള്ള നാലു 'കാലിയാർ' ക്ഷേത്രങ്ങളുടെ ഇടയിലുള്ള സ്ഥലമായതുകൊണ്ട് 'നാല് കാലിയാർ' ലോപിച്ച് നായിക്കാലിയായതെന്നും മറ്റ് ചിലരുടെ മതം.

കാർഷികവൃത്തിയിലധിഷ്ഠിതമായ സമൂഹം വിശേഷിച്ച് കന്നുകാലി വളർത്തലുമായി ബന്ധപ്പെട്ട ഒരു ജനവിഭാഗത്തിന്റെ ആരാധനാകേന്ദ്രമായിട്ടായിരിക്കണം ഈ ക്ഷേത്രം വികസിച്ചുവന്നത്. ഈ ക്ഷേത്രത്തിൽ ഉപദേവനായി ആരാധിക്കപ്പെടുന്ന അയ്യപ്പൻ അഥവാ ധർമ്മശാസ്താവ് ബ്രാഹ്മണാഗമനത്തിനുമുമ്പുള്ള ബൗദ്ധപ്രഭാവകാലത്തെ ഒരാരാധനാമൂർത്തിയാണല്ലോ. വടക്കു നിന്നെത്തിയ ബ്രാഹ്മണരുടെ അധിനിവേശത്തോടെ ബുദ്ധവിഹാരങ്ങളും ആരാധനാകേന്ദ്രങ്ങളും ബ്രാഹ്മണക്ഷേത്രങ്ങളായി മാറി എന്ന സാമാന്യവസ്തുത ഇവിടെയും ബാധകമായിരിക്കണം.

ഉപദേവതമാരായി ഗണപതിയും അയപ്പനുമുണ്ട്. അപൂർവ്വമായ മറ്റൊരു പ്രതിഷ്ഠ ഇവിടെയുള്ളത് രക്തപുഷ്പാഞ്ജലി അർപ്പിക്കപ്പെടുന്ന യക്ഷിയുടെ ഒരു സ്ഥാനമാണ്. ചുറ്റുപാടുമുള്ള ഒട്ടേറെ കാവുകളുമായി ഈ ക്ഷേത്രത്തിന് വൈവിധ്യപൂർണ്ണമായ അനുഷ്ഠാനബന്ധങ്ങ

ളുണ്ട്. കൊടോളിപ്രം ദേശത്തെ വരവിൽ കാവിൽനിന്നും വർഷത്തിൽ ഒരുതവണ കാവിൽ മൂർത്തികളെ ചമയങ്ങളോടെ വാളെഴുന്നള്ളിച്ച് ക്ഷേത്രത്തിലെത്തി പ്രദക്ഷിണം ചെയ്തുപോരുന്ന ഒരു ചടങ്ങുണ്ട്. ഇതിന് 'തിക്കേലി' എന്ന് നാട്ടുകാർ വിളിക്കുന്നു. 'ദിക്ബലി'യാണ് 'തിക്കേലി'യായത്.

1998-ഓടുകൂടി ഇത് ദേവസ്വം ബോർഡ് ഏറ്റെടുക്കുകയുണ്ടായി. ക്ഷേത്രഭരണം നിർവ്വഹിക്കുന്നതിന് മൂന്നംഗങ്ങളുള്ള ട്രസ്റ്റി ബോർഡുണ്ട്. ഇവരുടെ നിയന്ത്രണത്തിൽ ജീർണ്ണോദ്ധാരണത്തിനും ഉത്സവനടത്തിപ്പിനുമായി 1998 മുതൽ പ്രവർത്തിക്കുന്ന ഒരു ക്ഷേത്രസമിതിയുമുണ്ട്. എല്ലാ മലയാളമാസം ഒന്നാം തീയ്യതിയും നടക്കുന്ന അഖണ്ഡനാമജപം, അന്നദാനം, കാർത്തികവിളക്ക്, നവരാത്രിപൂജ, മണ്ഡലകാലത്ത് നടക്കുന്ന 41 ദിവസത്തെ ഭജന തുടങ്ങി ആരാധനകൾ നിരവധിയുണ്ട്. വിവരമനുസരിച്ച് 15-ാം നൂറ്റാണ്ടുകാലത്ത് ഈ ക്ഷേത്രം ഉണ്ടായിരുന്നത്രേ! സാമൂതിരിയുടെ അധീനപ്രദേശമായ കോഴിക്കോട്ടുനിന്ന് ഏതോ കാരണത്താൽ അപ്രീതിക്ക് പാത്രമായ ഒരു ബ്രാഹ്മണകുടുംബം ഇരിക്കൂർ പുഴയോരത്ത് എത്തി അധിവാസമുറപ്പിച്ചു. ഇവർ ബ്രഹ്മസ്വമെന്ന പേരിൽ ഒട്ടനവധി ഭൂസ്വത്തിന്റെ ഉടമകളായി കോട്ടയം തമ്പുരാക്കൻമാരാൽ ലഭ്യമാക്കപ്പെട്ടതായി കണക്കാക്കപ്പെടുന്നു. ഇവർ വന്നുചേർന്ന പ്രദേശത്തിന്റെ പേര് മണ്ണൂർ എന്നായതുകൊണ്ടാണ് എത്തിപ്പെട്ട പ്രദേശത്തിനും മണ്ണൂർ എന്ന നാമകരണം വന്നത്. ഈ ക്ഷേത്രത്തിന്റെ ഊരായ്മയിലും ദേവസ്വം ഭൂമികൾ അനവധിയുണ്ടായി. മണ്ണൂർ ഇല്ലക്കാർ നായിക്കാലി, ഏളന്നൂർ, കുന്നോത്ത്, ചാവശ്ശേരി എന്നീ നാല് തായ്‌വഴികളിലായി വിഭജിച്ചുപോവുകയും ചെയ്തിട്ടുണ്ട്. ഈ തായ്‌വഴികളുടെ ഇല്ലപ്പേരുകളെല്ലാം മണ്ണൂർ ചേർത്താണ് വിളിക്കപ്പെടുന്നത്. ഉദാ: കിഴക്കിനകത്ത് മണ്ണൂർ, കുന്നോത്ത് മണ്ണൂർ എന്നിങ്ങനെ.

വടക്കൻകേരളത്തിലെ ബ്രാഹ്മണഗ്രാമമായ പെരിഞ്ചെല്ലൂർ ഗ്രാമത്തിലുള്ളവരാണ് ക്ഷേത്രം തന്ത്രിമാരായി പ്രവർത്തിക്കുന്നത്. പ്രധാനപ്രതിഷ്ഠ ദുർഗ്ഗതന്നെ. എന്നാൽ തണ്ടോടുകൂടിയ കമലദളം കയ്യിൽ പിടിച്ചിട്ടുള്ള വിഗ്രഹമായതുകൊണ്ട് മഹാലക്ഷ്മിയും. പ്രധാന ഉത്സവം മീനമാസത്തിലെ പൂരം നാളിലാണ് അന്ന് നടക്കുന്ന പറ നിറക്കൽ എന്ന പ്രത്യേക വഴിപാട് പ്രസിദ്ധമാണ്.

മണ്ണൂർ മേലോത്ത് മഹാവിഷ്ണു ക്ഷേത്രം

മണ്ണൂർ ഇല്ലക്കാരുടെ ഊരായ്മയിലുള്ള ക്ഷേത്രമാണിത്. ഇത് ഇരി

ക്കൂർ പുഴയുടെ കരയിൽ പ്രതാപൈശ്വര്യങ്ങളോടെ പുരാതനകാലത്ത് നിലനിൽക്കുകയുണ്ടായി. എന്ത് കാരണത്താലോ ഈ സമ്പൂർണ്ണമായി തകർന്നുപോയി. വളപട്ടണം പുഴയിലെ രൂക്ഷമായ വെള്ളപ്പൊക്കമാവാം അല്ലെങ്കിൽ 1852ലെ മട്ടന്നൂർ മുസ്ലീം കർഷക കലാപകാരികൾ നടത്തിയ ആക്രമണത്തിന്റെ ഫലമായിട്ടാവാം. അതുമല്ലെങ്കിൽ ഊരാളരായ ബ്രാഹ്മണകുടുംബത്തിൽ ഏതോ ഘട്ടത്തിലുണ്ടായ അന്തച്ഛിദ്രങ്ങളുടെ ഭാഗമായി ക്ഷേത്രം സംരക്ഷിക്കാനാളില്ലാതെ വന്നതിനാലാവാം. ഒരുവേള ഇത് മൂന്നും ഒത്തുവന്നത് കൊണ്ട് കൂടിയായിരിക്കണം. മട്ടന്നൂർ മങ്ങേരി ഇല്ലത്തിന് തീക്കൊളുത്തിയ കലാപകാരികൾ സമീപത്തെ ഏതാനും ക്ഷേത്രങ്ങളും നമ്പൂതിരി ഇല്ലങ്ങളും ആക്രമിച്ചതായും തുടർന്നവർ ഇരിക്കൂർ പുഴ കടന്ന് കല്യാട് നമ്പ്യാൻമാരെ ലക്ഷ്യമിട്ട് പോയതായും മലബാർ മാന്വലിലും, ഡോ.കെ.കെ.എൻ കുറുപ്പിലെ 'AGAINST LORD AND GOD' എന്ന പുസ്തകത്തിലും പരാമർശിക്കുന്നുണ്ട്. ഈ പടയോട്ടത്തിലായിരിക്കാം ക്ഷേത്രവും തകർക്കപ്പെട്ടത്. എന്നാൽ ക്ഷേത്രപ്രഭാവം വെളിവാക്കുന്ന ചില അവശിഷ്ടങ്ങൾ അവിടെ കാണാനുണ്ട്. കൊത്തുപണികളോടുകൂടിയ മണിക്കിണർ, പുഴയിലേക്കിറങ്ങാനുള്ള കൗതുകമുളവാക്കുന്ന പടവുകൾ, യോനിക്കല്ല്, കൽത്തറ എന്നിവയെല്ലാം കാണാനാവുന്ന അവശിഷ്ടങ്ങളിൽപ്പെടുന്നു. രമേശൻ മാസ്റ്റർ കുറിച്ചുതന്ന വിവരങ്ങളനുസരിച്ച് മണ്ണൂരില്ലക്കാരുടെ എടത്തിൽ, മഠത്തിൽ, പാനത്തൂർ എന്നിങ്ങനെയുള്ള മൂന്ന് ബ്രാഹ്മണ വിഭാഗങ്ങളെക്കുറിച്ച് പറയുന്നുണ്ട്. ഈ ഇല്ലത്താവഴികളുടെ പേരിലുള്ള പറമ്പുകളും ഇപ്പോൾ ഇവിടെയുണ്ടത്രേ! മണ്ണൂരിനോട് ചേർന്ന ഒരു പ്രദേശത്തിന്റെ പേര് മുള്ള്യം എന്നായത് ഈ ഇല്ലക്കാരുമായി ബന്ധപ്പെട്ടതാണത്രേ! ഇവരുടെ മൂവരുടേയും അളം അല്ലെങ്കിൽ ദേശം അതാദ്യം 'മൂവരള'മായും അത് പിന്നീട് 'മൂവള'മായും പിന്നെയും ലോപിച്ച് 'മുള്ള്യം' ആയും മാറി എന്ന് വിശ്വസിക്കപ്പെടുന്നു.

ഈ പഴയ വിഷ്ണു ക്ഷേത്രത്തിന് പകരം നാട്ടുകാർ മുൻകയ്യെടുത്ത് ഒരു പുതിയ ക്ഷേത്രമുണ്ടാക്കി പൂജയും ഉത്സവങ്ങളും ആരാധനാക്രമങ്ങളും ഇപ്പോൾ നടത്തിപ്പോരുന്നുണ്ട്.

അരയാൽത്തട്ട് ഭഗവതിക്കാവ്

മണ്ണൂരിലെ പ്രസിദ്ധമായ കോയിറ്റി തറവാട്ടുകാർ നടത്തിവന്ന കാവാണ് അരയാൽത്തട്ട്. കാവധിപന്മാർ പ്രതാപികളായിരുന്ന കാലത്ത് ഇവിടുത്തെ തിറയാട്ടം അതികേമമായിരുന്നു. വിശ്വാസിക

ളായ ഗ്രാമീണരുടെ ഇടയിൽ പഴയകാലത്ത് ഈ കാവിന് വലിയ സ്വാധീനമുണ്ടായിരുന്നു. നാട്ടുകാർ തമ്മിലുള്ള തർക്കങ്ങൾ വളർന്നുവന്നാലും വിലപിടിപ്പുള്ള വസ്തുക്കൾ നഷ്ടപ്പെട്ടുപോയാലും മോഷണമായാലും പരിഹാരം തേടാൻ ജാതിമതചിന്തകൾക്കതീതരായി ജനങ്ങളിവിടെ വന്നു ചേരുമായിരുന്നു. ഇങ്ങനെ കാവിലമ്മയെ അറിയിക്കുന്നതിന് "അരയാൽത്തട്ടിൽ കേൾപ്പിക്കൽ" എന്നാണത്രേ പറയാറുള്ളത്. ഇവിടത്തെ പ്രധാന ആരാധനാരീതി തിറയാട്ടം തന്നെ. കെട്ടിയാടുന്ന കോലങ്ങൾ വലിയ ഭഗവതി, പെരുമ്പുഴയച്ഛൻ, കുഞ്ഞിത്തെയ്യം എന്നിവയാണ്. ജനകീയ കമ്മറ്റിയുടെ നേതൃത്വത്തിൽ ഈ കാവ്സംരക്ഷിച്ചുവരികയും വർഷത്തിൽ രണ്ടുതവണ തിറയാട്ടവും നടത്തിവരുന്നുണ്ട്.

കുന്നുമ്മൽ വയനാട്ടുകുലവൻ ക്ഷേത്രം

പത്ത് മുപ്പത് വർഷങ്ങൾക്കുമുമ്പുവരെ മണ്ണൂർപ്രദേശത്ത് വലിയ സ്വാധീനം ചെലുത്തിവന്ന ഒരു കാവാണ് ഇത്. വയനാട്ടുകുലവനാണ് പ്രധാനമൂർത്തി. എള്ളടത്ത് ഭഗവതി, കുടിവീരൻ, ഗുളികൻ, മുത്തപ്പൻവെള്ളാട്ടം എന്നിവയെല്ലാം ഇവിടെ കെട്ടിയാടിയിരുന്നു. ഗുളികന് പൂജയും ഗുരുതിയുമില്ലാതെ തിരുമുടി പതിവില്ല. അല്പകാലം തിറയാട്ടം മുടങ്ങിപ്പോയി. പിന്നീട് അടുത്തകാലത്ത് ജ്യോതിഷവിധിപ്രകാരം എല്ലാ മലയാളമാസ സംക്രമത്തിനും പൈങ്കുറ്റിയും മറ്റ് മൂർത്തികളുടെ സങ്കൽപ്പത്തിൽ നിറവിളക്കും നടത്തിവരുന്നു. മലയാളമാസം മകരം 19-ാം തീയ്യതി നേരത്തെ തിറയാട്ട് നടന്നിരുന്ന ദിവസം അത് കെട്ടിയാടുന്നില്ലെങ്കിലും 'നാനായിപ്പാട് വഴിപാട്' മുടങ്ങാതെ ചെയ്തുതരുന്നു.

വയൽത്തിറ പുതിയ ഭഗവതി

മണ്ണൂരിന്റെ ഹൃദയഭാഗത്താണ് ഈ തിറയാട്ടുകേന്ദ്രം നേരത്തെ പ്രൗഢിയോടു കൂടി ജനകീയ കമ്മിറ്റിയുടെ നേതൃത്വത്തിൽ ഉത്സവം നടത്തിവന്നിരുന്നു. ഇപ്പോൾ പൊലിമ നഷ്ടപ്പെട്ട് മങ്ങലേറ്റ നിലയിലാണ് - ഈ വയൽക്കാവ് എത്തിച്ചേർന്നിട്ടുള്ളത്.

പൊറോറ തട്ടുപറമ്പ് ഭഗവതി ക്ഷേത്രം

ഒരാറു പതിറ്റാണ്ടിനു മുമ്പ് പൊറോറയിലെ ഇടത്തരം കർഷകനായ ശ്രീ എടച്ചേരി കുഞ്ഞിക്കണ്ണൻ നമ്പ്യാർ അവിടെത്തന്നെയുള്ള മന്ദമ്പേത്ത് തറവാട്ടിലെ കുഞ്ഞിരാമൻ എന്നവർക്ക് കൊടുങ്ങല്ലൂർ ശ്രീകുറുമ്പ ഭഗവതിയുടെ പള്ളിയറ നിർമ്മിച്ച് ആരാധന നടത്താൻ ഒരൽപ്പം

ഭൂമി നൽകി. ഇവിടെ പള്ളിയറക്കകത്ത് പ്രത്യേകം പലകവച്ച് ചെമ്പട്ട് വിരിച്ച് വാളും ചൂരക്കോലും മുന്നിൽ നിലവിളക്കും വച്ച് ആരാധന നടത്തിവരുന്നു. തമ്പുരാട്ടിയാണ് പ്രധാനമൂർത്തിയെങ്കിലും മീനമാസത്തിലെ ഭരണിനാളിൽ നടക്കുന്ന ഉത്സവവേളയിൽ വസൂരിമാല, ഘണ്ഡാകർണൻ, ഗുളികൻ വെള്ളാട്ടം, തിരുവപ്പനയും വെള്ളാട്ടവുമെല്ലാം കെട്ടിയാടിവരുന്നു. കൊടുങ്ങല്ലൂർ ഭഗവതിയുടെ മുമ്പിലേക്ക് വ്രതമനുഷ്ഠിച്ച് ആരാധനക്ക് പുറപ്പെടുന്ന ഭക്തജനങ്ങൾക്ക് പ്രത്യേകമായി 'വടക്കേൻഭാഗം' എന്ന പ്രത്യേകപൂജയും ഗുരുതിതർപ്പണവും എല്ലാം ഉണ്ട്. എല്ലാമാസവും സംക്രമപൂജ മുടക്കം കൂടാതെ നടത്തിവരുന്നുണ്ട്. കുഞ്ഞിരാമനുശേഷം അദ്ദേഹത്തിന്റെ മകനായ ഭാസ്കരനും ഇപ്പോൾ പെരിയച്ചൂരിൽ താമസിക്കുന്ന മരുമകനായ രതീഷുമാണ് തമ്പുരാട്ടിയുടെ കോമരത്തിന്റെ പദവി നിർവ്വഹിക്കുന്നത്. നാട്ടുകാരുടെ സഹായത്തോടുകൂടിയാണ് ഇവിടെ നിത്യാരാധനയും ഉത്സവവുമെല്ലാം നടത്തിവരുന്നുത്.

മരുതായി അയ്യപ്പക്ഷേത്രം

മണ്ണൂരിലെ പേരുകേട്ട ഒരു കാലഘട്ടത്തിലെ ഭൂപ്രമാണിമാരായിരുന്ന പനത്തോാല ഇല്ലക്കാർ അവിടെനിന്ന് നാടുകടത്തപ്പെട്ട് ഒരു മൂന്ന് നൂറ്റാണ്ടിനുമുമ്പ് മരുതായിയിൽ എത്തിപോലും. എന്ത് കാരണവശാലോ എന്നറിയില്ല ഈ ഇല്ലക്കാരുമായി ഉറ്റബന്ധം പുലർത്തിയ ഒരു നമ്പ്യാർ തറവാട്ടുകാരെയും ഇപ്രകാരം നാടുകടത്തിയത്രേ! ഇവരാണുപോൽ കുറ്റപ്പള തറവാട്ടുകാർ. കുറ്റം ചെയ്ത തറവാട്ടുകാർ തന്നെ. പനത്തോല ഇല്ലക്കാരുടെ കുലദേവതയായിരുന്നുപോലും മണ്ണൂരിലെ അയ്യപ്പൻ. ഇല്ലക്കാർ മരുതായിലേക്ക് പോരുമ്പോൾ ഒപ്പം അയ്യപ്പനും പോന്നു എന്നാണ് വിശ്വാസം. മരുതായിയിൽ പനത്തോലക്കാർ കണ്ണമ്പേത്ത് ഇല്ലക്കാരോടായിരിക്കണം ഭൂമി കയ്യേറ്റ് വാങ്ങി ക്ഷേത്രം സ്ഥാപിച്ച് അയ്യപ്പനെ കുടിയിരുത്തിയത്. ക്ഷേത്രത്തോട് ചേർന്ന് ഇല്ലവും കെട്ടി താമസമാരംഭിച്ചു. കാലം പോകപ്പോകെ പനത്തോല ഇല്ലത്തിലെ അംഗങ്ങൾ ശോഷിക്കുകയും അവകാശികൾ ഇല്ലാതാവുകയും ചെയ്തു. കാര്യങ്ങൾ ഇത്രടമെത്തിയപ്പോൾ അന്നത്തെ നമ്പൂതിരി മേറ്റടിയിലെ കുംഭനില്ലത്തെ ഇളംതലമുറക്കാരനായ നാരായണൻ നമ്പൂതിരിക്ക് വാക്കാൽ അവകാശമായി നൽകുകയും പിന്നീട് 1983ൽ രജിസ്റ്റർ ചെയ്ത് നൽകുകയും ചെയ്തു. ഇപ്പോൾ നാരായണൻ നമ്പൂതിരിയുടെ മകൻ മോഹനൻ നമ്പൂതിരി ഈ അയ്യപ്പക്ഷേത്രത്തിന്റെ ഉടമസ്ഥനായും സ്ഥിരശാന്തിക്കാരനായും കാര്യങ്ങൾ നിർവ്വഹിച്ചുവരുന്നു. ഈ പുരാവൃത്തം ഈ ലേഖകന് പറഞ്ഞുതന്നത്

മേൽപ്പറഞ്ഞ മോഹനൻ നമ്പൂതിരിയാണ്.

ഈ അമ്പലത്തിന് ചുറ്റുമതിലില്ല. നാലമ്പലം മാത്രമേ ഉള്ളൂ. ഉപദേവതമാരായ ഗണപതിക്ക് തെക്കേമൂലയിൽ ഒരു ഒഴുക്കൻ ശിലയും നാഗാരാധനക്കായി ഒരു ചിത്രക്കൂട് സ്ഥാനവുമുണ്ട്. നിത്യപൂജ ശാന്തിക്കാരനായി മോഹനൻ നമ്പൂതിരിതന്നെ നിർവ്വഹിക്കുന്നു. മേടമാസത്തിലെ ഉത്രം നാളിലാണ് പ്രധാന ഉത്സവം. അന്നത്തെ ദിവസം ഉഷപൂജയും മധ്യാഹ്നപൂജയും അത്താഴപൂജയും കൂടാതെ നവകവും ദീപാരാധനയും നടത്തുന്നുണ്ട്. രാത്രി തായമ്പകയും ഈടുംകൂറും കളംകുറിയുമെല്ലാമുണ്ട്. ഈ അയ്യപ്പക്ഷേത്രത്തിന്റെ എല്ലാമെല്ലാമായി മോഹനൻ നമ്പൂതിരി തന്നെ കാര്യങ്ങൾ നിർവ്വഹിക്കുന്നു.

പയ്യപ്പറമ്പ് കലശപ്പാറ ഭഗവതിക്കാവ്

ഏതാണ്ട് ഏഴരപ്പതിറ്റാണ്ട് മുമ്പായിരിക്കണം പ്രദേശത്തെ മുള്ളൂര് വീട്ടിൽ കൃഷ്ണക്കുറുപ്പിന്റെ മകൾ നല്ലക്കണ്ടി പാർവ്വതിയമ്മയ്ക്ക് മാരകരോഗം പിടിപെടുന്നു. ആധുനിക വൈദ്യചികിത്സ നടത്തുന്നതോടൊപ്പം വിശ്വാസികൾ അക്കാലത്ത് പ്രശ്നവിധിയും അന്വേഷിച്ച് പോകാറുണ്ടല്ലോ? പാർവ്വതിയമ്മയുടെ കാര്യത്തിലും കുടുംബക്കാർ അത്തരമൊരു കാര്യം സ്ഥിരീകരിച്ചു. പ്രശ്നാരി പറഞ്ഞത്രേ വീട്ടിന്റെ മുകളിലുള്ള അറയിൽ ഒരു ഉഗ്രമൂർത്തി സ്ഥാനം പിടിച്ചിട്ടുണ്ട്. അവിടെനിന്ന് ആവാഹിച്ച്കൊണ്ടുപോയി കലശപ്പാറയിൽ സ്ഥാപിച്ചു. തുടർന്ന് ആരാധനക്ക് സൗകര്യവും കൊടുക്കണം. തറവാട്ടുകാർ കലശപ്പാറയിൽ തങ്ങളുടെ ഉടമസ്ഥതയിലുള്ള സ്ഥലം വിട്ടുകൊടുത്തു. അവരുടെ വക പ്രത്യേക കലശപൂജയും പതിവാക്കി. ഒപ്പം പൊയ്യയിൽ കല്ലറ ഭഗവതിയേയും നീലക്കരിങ്കാളിയേയും പെരുമ്പുഴയച്ചനേയും മകരമാസം 4,5,6 തീയ്യതികളിൽ കെട്ടിയാടിക്കാനും തുടങ്ങി. പ്രശ്നവശാൽ ഈ മൂർത്തികൾ മാത്രം പോര പ്രത്യേക സ്ഥാനം കണ്ട് മുത്തപ്പനും ചെറിയ മുത്തപ്പനും ഗുളികനും കെട്ടിയാടിക്കാനും തുടങ്ങി. മുത്തപ്പന്റെ മടയനായും അന്തിവിളക്ക് കൊളുത്താനുള്ള കഴകക്കാരനായും തീയ്യത്തറവാട്ടുകാരനായ ചാലാടൻ കുഞ്ഞിരാമന് ചുമതല നൽകി. അദ്ദേഹത്തിന്റെ മകൻ കയ്പച്ചേരി ചാത്തുക്കുട്ടിയാണ് ഇപ്പോൾ കഴകക്കാരനായും നിത്യവിളക്കുവയ്പ്പും എല്ലാം നടത്തുന്നത്. എല്ലാ മാസസംക്രമത്തിനും കൊട്ടിക്കലശം പ്രത്യേകമായി ഉണ്ട്. ഒരു ജനകീയ കമ്മിറ്റിയുടെ നേതൃത്വത്തിലാണ് വർഷം മുഴുവൻ കാടുപിടിച്ചുകിടക്കുന്ന ഈ കലശപ്പാറ വെട്ടിത്തെളിച്ച് ഉത്സവങ്ങൾ നടത്തിവരുന്നത്. ചുറ്റുവട്ടത്തുള്ള പ്രദേശങ്ങളിലെ

ജനങ്ങളെല്ലാം ഇവിടത്തെ ആരാധനയിൽ പങ്കുകൊള്ളുന്നുണ്ട്.

കല്ലൂർ മഹാവിഷ്ണുക്ഷേത്രം

ഒരഞ്ചു നൂറ്റാണ്ടിന്റെ ചരിത്രമെങ്കിലും കാണും മഹാവിഷ്ണുവിനെ മുഖ്യമായും ഉപാസിക്കുന്ന ഈ ക്ഷേത്രത്തിന്. പെരിഞ്ചെല്ലൂരിൽനിന്ന് ബ്രാഹ്മണനിഷ്ഠ ആചരിക്കുന്നതിൽനിന്നും ഏതോ കാരണവശാൽ ഒഴിവാക്കപ്പെട്ട് തങ്ങൾമാർ എന്ന പേരിലറിയപ്പെട്ട ഒരുകൂട്ടം നമ്പൂതിരിമാർ എത്തിപ്പെട്ടതിൽ ഏതാനും ഇല്ലങ്ങൾ മട്ടന്നൂരിലായിരുന്നു. അതിലൊന്നായിരുന്നു കല്ലൂരിലെ കണ്ണമ്പേറ്റ് ഇല്ലക്കാർ. അന്ന് നാടുഭരിച്ചിരുന്ന കോട്ടയം രാജാക്കന്മാരിൽനിന്ന് ധാരാളം ഭൂമി കയ്യേറ്റുവാങ്ങി ഇല്ലത്ത് നിന്ന് ഒട്ടും അകലെയല്ലാതൊരിടത്ത് സ്ഥാനം കണ്ടെത്തി അവിടെ മഹാവിഷ്ണുവിനെ പ്രതിഷ്ഠിക്കുകയും ചെയ്തു. ഇതാണ് കല്ലൂർ മഹാവിഷ്ണു ക്ഷേത്രം.

ക്ഷേത്രങ്ങളുടെ ചുറ്റും പൂജാദികാര്യങ്ങളുടെ നടത്തിപ്പിനായി അമ്പലവാസികളായ വാര്യർ, നമ്പീശൻ, മാരാർ എന്നീ സമുദായങ്ങളെ പാട്ടമൊഴിയായി ഭൂമി അനുവിച്ചുകൊടുത്ത് താമസിപ്പിക്കുകയും ചെയ്തു. ക്രമേണ അമ്പലത്തിനോടു ചേർന്നുതന്നെ ഗണപതി, അയ്യപ്പൻ എന്നിവർക്ക് ഉപദേവതാ പദവി നൽകി ആരാധിച്ചുപോരുകയും ചെയ്തു.

ക്ഷേത്രപരിസരത്ത് ഒരു അയ്യപ്പൻകാവ് കാണാനുണ്ട്. വിഷ്ണുക്ഷേത്രം ആരംഭിക്കുന്നതിനും ഒട്ടേറെ നൂറ്റാണ്ടുകൾ പഴക്കമുള്ള ഒന്നാണ് ഈ കാവ്. ഒട്ടും അകലെയല്ലാതെ ഈ ക്ഷേത്രത്തോടു ബന്ധപ്പെട്ടുതന്നെ ഒരു നാഗസ്ഥാനവും കാണാനുണ്ട്. ഇവിടെയും നിത്യവിളക്കും ആരാധനയും എല്ലാം കണിശമായി നടന്നുപോരുന്നുണ്ട്.

ഒരുകാലത്ത് ഒട്ടേറെ നമ്പൂതിരി ഇല്ലങ്ങളും അവരുടേതായ ക്ഷേത്രങ്ങളും പരിസരപ്രദേശങ്ങളിലെല്ലാം ഉണ്ടായിരുന്നത്രെ. പത്തൊമ്പതാം നൂറ്റാണ്ടിന്റെ മധ്യത്തിൽ മട്ടന്നൂരിലെ മാപ്പിളകർഷക കലാപം അന്ന് ജന്മിമാർക്കെതിരായാണ് ആരംഭിച്ചത്. തുടങ്ങിയത് മട്ടന്നൂർ കേശവൻ തങ്ങൾക്കെതിരെയായിരുന്നെങ്കിലും കണ്ണമ്പേത്ത് ഇല്ലത്തെ കുടിയാന്മാരും ഇതിൽ പങ്കെടുത്തു. മട്ടന്നൂർ മങ്ങേരി ഇല്ലം ചുട്ടുകരിച്ച് നരഹത്യ നടത്തിയ കലാപകാരികൾ തുടർന്ന് ലക്ഷ്യംവച്ചത് കണ്ണമ്പേത്ത് ഇല്ലവും ക്ഷേത്രവുമായിരുന്നു. സർ വില്യം ലോഗൻ തന്റെ മലബാർ മാന്വലിൽ കല്ലൂരമ്പലത്തിന്റെ അഗ്രശാല അക്രമികൾ ചുട്ടുകരിച്ചതായി പറയുന്നുണ്ട്. സമീപത്തെ ഏതാനും ക്ഷേത്രങ്ങളും തകർക്കപ്പെട്ടു.

അടുത്ത കാലത്തായി ഗോശാലകൃഷ്ണൻ എന്ന പേരിൽ ഇവിടെയുള്ള മൂർത്തിക്ക് പ്രത്യേക ശ്രീകോവിലും മറ്റും നിർമ്മിച്ച് ആരാധകർക്ക

തുറന്നുകൊടുക്കുകയുണ്ടായി. കലാപകാരികളുടെ ആക്രമണത്താൽ തകർന്നുപോയ സമീപത്തെ കീച്ചേരി ചെക്കിക്കുഴത്തെ ക്ഷേത്രത്തിലെ പ്രതിഷ്ഠ ഗോശാലകൃഷ്ണനായിരുന്നത്രെ! പിന്നീട് കണ്ണമ്പേത്ത് തങ്ങൾമാർ ഗോശാലകൃഷ്ണനെ ആവാഹിച്ച് കല്ലൂർ വിഷ്ണുക്ഷേത്രത്തിൽ പ്രതിഷ്ഠിക്കയായിരുന്നുവെന്ന് ദൈവകാര്യപരിണിത പ്രജ്ഞനായ, പയ്യാവൂർ കാലിയാർ ക്ഷേത്രത്തിലെ കോമരച്ഛനായ ഉത്തിയൂരിലെ ശ്രീ. കെ.കെ. രാഘവൻ നമ്പ്യാർ ഈ ലേഖകനോട് പറയുകയുണ്ടായി.

ഭൂപരിഷ്കരണം നടപ്പിലായതോടെ ബ്രഹ്മസ്വം, ദേവസ്വം ഭൂമികൾ കൈവശ കൃഷിക്കാർക്ക് സ്വന്തമാവുകയും, ജന്മിമാരായ നമ്പൂതിരിമാരുടെ ഊരായ്മയിലുള്ള ക്ഷേത്രങ്ങൾ അവയുടെ നിത്യനിദാന പരിപാലനത്തിനായി ബുദ്ധിമുട്ടനുഭവിക്കുകയും ചെയ്തു. കല്ലൂർ വിഷ്ണുക്ഷേത്രത്തിനും ഇത് ബാധമായി. ക്ഷേത്രം അടച്ചിട്ടു. പൂജകൾ നിലച്ചു. 1976ൽ അന്നത്തെ ഊരാളനായ ശ്രീ കുഞ്ഞികൃഷ്ണൻ തങ്ങൾ ഭക്തജനങ്ങളുടേതായ ഒരാരാധനാസമിതിക്ക് ആരാധനക്കായി വിട്ടുകൊടുത്തു. 1979ൽ ക്ഷേത്രക്കമ്മിറ്റി രൂപീകരിച്ച് രജിസ്റ്റർ ചെയ്തതോടെ ക്ഷേത്രം പൂർണ്ണമായും ഈ കമ്മിറ്റിയുടെ ഉടമസ്ഥതയിലായി. 2012 മുതൽ ശ്രീരാമചന്ദ്രൻ നമ്പീശനാണ് ക്ഷേത്രസമിതിയുടെ പ്രസിഡണ്ട്. കമ്മിറ്റിയുടെ നേതൃത്വത്തിൽ ക്ഷേത്രപരിപാലനം ഭംഗിയായി നടന്നുവരുന്നുണ്ട്.

ശ്രീകോവിലും, ബലിക്കല്ലും, ഉപദേവതാ സ്ഥാനങ്ങളും, ചുറ്റുമതിലുമായി ക്ഷേത്രം മനോഹരമായ ഒരു കാഴ്ചയാണ്. ഉഷഃപൂജയും മധ്യാഹ്നപൂജയും സന്ധ്യാപൂജയുമെല്ലാം കൃത്യമായി നടക്കുന്നുണ്ട്. ചില ദിവസങ്ങളിൽ വിശേഷാൽ പൂജയുമുണ്ട്. ഡിസംബർ 13 മുതൽ 16 വരെ നടക്കുന്ന ഉത്സവം ആയിരങ്ങളുടെ പങ്കാളിത്തത്തോടെയാണ് നടക്കുന്നത്.

ചാലയിൽ ശ്രീ മഹാവിഷ്ണുക്ഷേത്രം

കണ്ണമ്പേത്ത് ഇല്ലക്കാരുടെ ഊരായ്മയിലും നടത്തിപ്പിലും അരനൂറ്റാണ്ട് മുമ്പുവരെ നിലനിന്നുപോന്ന കല്ലൂരിൽ തന്നെയുള്ള മറ്റൊരു ക്ഷേത്രമാണിത്. ഇവിടെയും പ്രതിഷ്ഠ മഹാവിഷ്ണു തന്നെ. രണ്ടമ്പലങ്ങളും തമ്മിൽ വലിയ ദൂരവുമില്ല. ഒരുരായ്മയിൽ രണ്ടു വിഷ്ണു പ്രതിഷ്ഠ സമീപസ്ഥങ്ങളായി കാണപ്പെടുക എന്നുള്ളത് സവിശേഷമായൊര സംഭവം തന്നെ. അതിനുള്ള കാരണങ്ങൾ ലഭ്യമാകാതെ വരികയാൽ ഊഹാപോഹങ്ങളിലേക്ക് കടക്കുന്നില്ല.

എന്നാൽ ഒരു വ്യത്യാസം പറയാനുണ്ട്. ഇവിടത്തെ മഹാവിഷ്ണു അനന്തശയനനായ വിഷ്ണുവല്ല. വിഷ്ണുവിന്റെ ദശാവതാരങ്ങളിലൊ

ന്നായ, ഹിരണ്യകശിപുവിനെ അമർച്ച ചെയ്യാൻ കൊട്ടാരത്തൂൺ പിളർന്ന് അവതരിച്ച, നരസിംഹ മൂർത്തീഭാവത്തിലുള്ള മഹാവിഷ്ണു പിളർന്ന് അവതരിച്ച, നരസിംഹ മൂർത്തീഭാവത്തിലുള്ള മഹാവിഷ്ണു വിനെയാണ് ഇവിടെ ആരാധിക്കുന്നത്. ഉപദേവതകളായി ഭഗവതിക്കും വനശാസ്താവിനും ഗണപതിക്കും ഇവിടെ പ്രത്യേകസ്ഥാനങ്ങളുണ്ട്. നാലമ്പലം, ചുറ്റുമതിൽ, നമസ്കാരമണ്ഡപം എന്നിവയുമുണ്ട്.

ഇതും ഊരാളന്മാർ അൽപകാലം അടച്ചിട്ട് പിന്നീട് ജനകീയ കമ്മിറ്റിയെ ഏൽപ്പിക്കുകയായിരുന്നു. ശ്രീ. ആർ.കെ. ദിവാകരൻ മാസ്റ്റർ പ്രസിഡണ്ടായ സമിതി നന്നായി ക്ഷേത്രപരിപാലനം നടത്തുന്നു. നിത്യപൂജക്കോ വഴിപാടുകൾക്കോ, സംക്രമപൂജകൾക്കോ ഒരു കുറവുമില്ല. ഫിബ്രവരി 5,6,7 തീയതികളിലെ ഇവിടത്തെ ഉത്സവം വലിയ ജനപങ്കാളിത്തത്തോടെയാണ് കൊണ്ടാടപ്പെടുന്നത്.

മുത്തപ്പൻ മടപ്പുരകളും ഐതിഹ്യവും

വടക്കേ മലബാറിലെവിടെയുമെന്നതുപോലെ മട്ടന്നൂരിന്റെ പല പ്രദേശങ്ങളിലുമുള്ള മടപ്പുരകളിലും അങ്ങനെയല്ലാതുള്ള ചില കാവുകളിലും മുത്തപ്പനെയോ മുത്തപ്പന്റെ മറ്റൊരു സങ്കൽപമായ തിരുവപ്പനയെയോ കെട്ടിയാടുന്നുണ്ട്. ഈ മടപ്പുര വിശേഷങ്ങളിലേക്ക് കടക്കുന്നതിനുമുന്നേ ഈ തിറയാട്ടുമായി ബന്ധപ്പെട്ട ഐതിഹ്യ കഥയെ ആമുഖമാക്കാനാണ് ഉദ്ദേശിക്കുന്നത്. ഇതിനായി ഈ ലേഖകൻ ആശ്രയിക്കുന്നത് തെയ്യങ്ങളെയും തിറകളെയും കുറിച്ച് ഗവേഷണപരമായ ഏറെ പഠനങ്ങൾ നടത്തി ഗ്രന്ഥങ്ങൾ രചിച്ച ഡോ. എം.വി. വിഷ്ണു നമ്പൂതിരിയുടെ 'തെയ്യംതിറത്തോറ്റങ്ങൾ ഒരു പഠനം' എന്ന ഗ്രന്ഥത്തെയാണ്.

മുത്തപ്പന്റെ ഐതിഹ്യങ്ങളെ അയ്യൻതോറ്റം, അയ്യൻ മണ്ട, കളിക്കപ്പാട്ട്, പൊലിച്ചുപാട്ട്, പുറങ്കാലൻ പട്ടോല, മലയിറക്കൽ തോറ്റം എന്നിവയെല്ലാം മുത്തപ്പന്റെ പുരാവൃത്തമടങ്ങിയിരിക്കുന്നു എന്നാണ് മേൽഗ്രന്ഥകാരൻ സൂചിപ്പിച്ചിട്ടുള്ളത്.

അയ്യങ്കരമേലോത്തെ പാടിക്കുറ്റിയമ്മ സന്താനലാഭമില്ലാതെ ദുഃഖിക്കുന്നവളാണ്. ഒരുദിവസം 'എണ്ണയും തേച്ചു തലയും കെട്ടി' തിരുവൻകടവിൽ കുളിക്കാനിറങ്ങിയ പാടിക്കുറ്റി മുങ്ങിനിവർന്ന് നോക്കുംനേരം തിരുനെറ്റിക്കല്ലിന്റെ താഴ്വരയിൽ ഒരു പൊൻമകനെ കാണുന്നു. പാടിക്കുറ്റി ആ കുട്ടിയേയുമെടുത്തുകൊണ്ട് ഇല്ലത്തേക്ക് ചെന്നു. അപ്പോൾ ഇല്ലത്തപ്പനായ അയ്യങ്കരൻ

ഇത്ര നല്ലൊരു പൊൻമകനെ
എവിടുന്നു കിട്ടി പാടിക്കുറ്റി...

എന്നു ചോദിക്കുന്നു. കുട്ടിയെ കിട്ടിയ കാര്യം പാടിക്കുറ്റിയമ്മ വിശദീകരിക്കുകയും ഈ പൊൻപൈതലിനെ ഇല്ലത്ത് വളർത്താനുള്ള തീരുമാനമുണ്ടാക്കുകയും ചെയ്യുന്നു. ഈ പൊൻപൈതൽ എല്ലാവരുടേയും അരുമയായി അവിടെ വളരുകയാണ്. എന്നാൽ ഇല്ലത്തെചി

ട്ടവട്ടങ്ങൾക്കപ്പുറത്ത് അമ്പും വില്ലുമെടുത്ത് കുന്നും മലയും കയറി നായാട്ട് നടത്തി അണ്ണാനെയും കൂരനേയും പുള്ളിനെയും പ്രാവി നെയും എയ്ത്കൊന്ന് മോലോത്ത് കൊണ്ടുവന്ന് തീ കൂട്ടി ചുട്ടുതി ന്നുന്ന ശീലം എല്ലാവരേയും അമ്പരപ്പിച്ചു. പച്ചമാംസം ചുടുന്ന മണം ഇല്ലത്താകെ വ്യാപിച്ചു. അവന്റെ വികൃതികളെക്കുറിച്ച് തോറ്റത്തിൽ പറയുന്നതിങ്ങനെ...

കദളിക്കുലകൊണ്ട് തൂക്കിയാലോ
കദളിപ്പഴമൊന്നും കാൺമാനില്ല
ചിങ്ങൻകുല കൊണ്ട് തൂക്കിയാലോ
ചിങ്ങൻപഴമൊന്നും കാൺമാനില്ല

ഇങ്ങനെ വികൃതികൾ കൂടിയപ്പോൾ മകനെ മാത്രമല്ല വളർത്തമ്മ പാടിക്കുറ്റിയമ്മക്കും മോലോത്ത് നിന്ന് പോകേണ്ടിവരുമെന്നുള്ള അയ്യ ങ്കരന്റെ പ്രഖ്യാപനം കേട്ട കുട്ടിയുടെ കണ്ണിൽനിന്ന് അഗ്നിയാണ പുറത്ത് വരുന്നത്. നോക്കുന്നതെല്ലാം ദഹിച്ചുതുടങ്ങി.

അയ്യങ്കരദേവന്റെ മുമ്പിൽച്ചെന്ന്
തൃക്കൺപാർത്തൊന്നു നോക്കും നേരം
അഗ്നിയെരിഞ്ഞവിടെ വീണുപോയി.

ഇത്രയുമായപ്പോൾ അവനെ വീട്ടിലിരുത്താൻ പാടില്ലെന്ന് പാടി ക്കുറ്റി തീരുമാനിച്ചു. അവിടംവിട്ട് പോകാനാവശ്യപ്പെട്ടു. ഇത് കേട്ട പൊൻമകന്റെ അഗ്നിയെരിയുന്ന തൃക്കണ്ണുകൾകണ്ട് 'തൃക്കണ്ണ് പോയി പൊയ്ക്കണ്ണാകട്ടെ' എന്ന് പാടിക്കുറ്റി പ്രാർത്ഥിച്ചു. പെറ്റമ്മയുടെ പ്രാർത്ഥന ഫലിച്ചു.

നീലക്കരിമ്പട്ടു ചേല ചുറ്റി
ഇഴോക്കരിമ്പന വിൽപിടിച്ച്
മകുടം കടഞ്ഞ മുടി കമിച്ച്
കൊമ്പൻ ചുരിക വലത്തണച്ച്

പൊൻമകൻ തൃക്കണ്ണിന് പകരം പൊയ്ക്കണ്ണണിഞ്ഞ് യാത്രയാ വുകയാണ്.

കുന്നത്തൂർപാടിയിലെ കല്ലായ്ക്കുടി ചന്തന്റെ കള്ള് ചെത്തുന്ന പന യുടെ അരികിലെത്തിയപ്പോൾ പനങ്കുലയിൽനിന്ന് നുരഞ്ഞുപൊന്തുന്ന കള്ള് പാനിയിലേക്ക് ഒഴുകിപ്പരക്കുന്നത് കണ്ടു. പനയുടെ മുകളിലേക്ക് ചാടിക്കയറി കള്ളെടുത്ത് കുടിക്കുകയായി. ഇക്കാഴ്ച കണ്ട ചന്തൻ കോപിച്ച് അമ്പെയ്യാൻ തുനിയുകയാണ്. തൃക്കൺപാർത്തൊന്ന് നോക്കിയതേയുള്ളൂ. ചന്തൻ കല്ലായി മാറി. ചന്തനെ കാണാഞ്ഞ് ഭാര്യ

ചക്കി അന്വേഷിച്ചു വന്നപ്പോൾ പനമൂട്ടിൽ കല്ലായി മാറിയ ഭർത്താവിനെയും മുകളിൽ കള്ളാസ്വദിച്ച് കുടിക്കുന്ന മറ്റൊരാളെയും കണ്ടു. ആ ദിവ്യരൂപത്തിന്റെ മുമ്പിൽ ചക്കി പ്രാർത്ഥിക്കാൻ തുടങ്ങി.

വാഴ്ക പൊലിക പൊലി പൊൻമുത്തപ്പാ
അറിയാതെ ചന്തൻ പിഴച്ചിതെങ്കിൽ
അറിവിൽ പിഴ ദണ്ഡം ഞാൻ ചെയ്തോളാം
ചന്തനെ പണ്ടേ പോൽ കണ്ടുവെന്നാൽ
അകത്തോരറ പൂജ ഞാൻ തരുവൻ
പുറത്തോരു വെള്ളാട്ടം തിരുവപ്പന
മറയൂട്ട് മധുക്കലശം ഞാൻ തരുവൻ

ചക്കിയുടെ മുത്തപ്പൻ പേരു വിളിച്ച് നടത്തിയ പ്രാർത്ഥന ദൈവം കേട്ടു. ചന്തൻ പൂർവ്വാകൃതി പൂണ്ടു. അവൻ പനമുകളിൽ കയറി ആവോളം കള്ളെടുത്ത് മുത്തപ്പന് സമർപ്പിച്ചു.

അവിടുന്നുള്ള യാത്ര പിന്നീട് പുരളിമലയിലേക്കാണ്.

പുരളിമല ചിത്തിര പീഠത്തിൻമേൽ
പൊൻപട്ടം കെട്ടീ വാണു ദൈവം
പൊൻമുടി ചൂടീറ്റും വാണു ദൈവം
നാട്ടിൽ പ്രഭുവായും വാണു ദൈവം

ഇങ്ങനെയാണ് പുരളിമല മുത്തപ്പൻ നൻമല മുത്തപ്പൻ എന്നീ പേരെല്ലാമുണ്ടായത്.

മുത്തപ്പനും തിരുവപ്പനും ഒരേ സങ്കൽപ്പത്തിലുള്ള മൂർത്തികളാണ്. ആദ്യത്തേത് വെള്ളാട്ടവും രണ്ടാമത്തേത് മുത്തപ്പന്റെ തിരുവപ്പനും. മുത്തപ്പൻ നാടാകെ സഞ്ചരിച്ച് ചെന്നിടങ്ങളിലെല്ലാം മടപ്പുരകൾ ഉണ്ടാവുകയാണ്. കുന്നത്തൂർപാടിയത്രേ മുത്തപ്പന്റെ ആരൂഢസ്ഥാനം. കല്ലായ്ക്കൊടി ചന്തന്റെ പിൻമുറക്കാരായ അടിയാൻമാരാണ് ആ സ്ഥാനം പരിപാലിക്കുന്നത്. മുത്തപ്പനെത്തിയ മറ്റൊരു സ്ഥലമാണ് പറശ്ശിനിമഠപ്പുര.

മട്ടന്നൂർ പ്രദേശത്തെ ഭക്തജനങ്ങൾ തീർത്ഥാടനത്തിനായി പറശ്ശിമടപ്പുര സന്ദർശിക്കുന്നു. ഉത്സവകാലമായാൽ കുന്നത്തൂർപാടിയിലേക്കും അവരെത്തുന്നുണ്ട്.

മുത്തപ്പനും തിരുവപ്പനുമെല്ലാം കെട്ടിയാടാനവകാശമുള്ള സമുദായക്കാരാണ് അഞ്ഞൂറ്റാൻമാരും, മുന്നൂറ്റാൻമാരും. മുത്തപ്പന്റെ വെള്ളാട്ടം വണ്ണാൻമാരും കെട്ടുന്നുണ്ട്. മുത്തപ്പന്റെ കോമരത്തിന് മടയൻ എന്നു പറയും. വ്രതാനുഷ്ഠാനങ്ങളോടുകൂടിയുള്ള ജീവിതച

ര്യകളിൽ ഏർപ്പെടുന്നവരാണ് മടയന്മാർ. തീയ്യസമുദായത്തിലെ ചില തറവാട്ടുകാരാണ് മടയസ്ഥാനം അലങ്കരിക്കുന്നത്. ഒരു മടയന് തന്നെ നാട്ടിലെ ഒട്ടേറെ മടപ്പുരകളിൽ കർമ്മങ്ങളും അനുഷ്ഠാനങ്ങളും നടത്താൻ ചുമതലയുണ്ട്.

മടപ്പുരകളിൽ മാത്രമല്ല ചില അവസരങ്ങളിൽ നേർച്ചയായും മറ്റും കൊയ്തൊഴിഞ്ഞ വയലുകളിലും മറ്റും മുത്തപ്പനേയും മുത്തപ്പൻ വെള്ളാട്ടത്തെയും കെട്ടിയാടിക്കാറുണ്ട്. ഗൃഹപ്രവേശനം പോലുള്ള ചടങ്ങുകൾ നടത്തുമ്പോൾ മുത്തപ്പൻ വെള്ളാട്ടം ഒരു പതിവായി ചില യാളുകൾ കണക്കാക്കുന്നുണ്ട്.

മുത്തപ്പനീശ്വരന്റെ പ്രീതി നേടുവാൻ ഭക്തന്മാർ നടത്തുന്ന മറ്റൊരു ചടങ്ങാണ് പയംകുറ്റി. വണ്ണാനോ തീയനോ അടിയാനോ ഒക്കെയാണ് പയംകുറ്റി എന്ന അനുഷ്ഠാനകർമ്മം നിർവ്വഹിക്കാറുള്ളത്. പാലുള്ള മരത്തിന്റെ ചുവട്ടിലും വയൽമൂലയിലും ആലവാതിൽക്കലും തറവാട്ടുമുറ്റത്തുമെല്ലാം പയംകുറ്റി ആചാരം നടത്താമെന്നുണ്ട്.

ഏറ്റുകാരനായ ചന്തനെ കല്ലാക്കി മാറ്റിയ മുത്തപ്പനോട് ഭാര്യ ചക്കി പ്രായശ്ചിത്തം ചെയ്തത് പയംകുറ്റി, അകപൂജ, പുറത്ത് വെള്ളാട്ടം എന്നിവ കൊണ്ടായിരുന്നു എന്നാണ് ഐതിഹ്യം. ആ പയംകുറ്റിയാണ് ഭക്തർ ഇന്നും തുടരുന്നത്. നല്ല വിളവ് കിട്ടിയാലും ആഗ്രഹസാഫല്യമുണ്ടായാലും മുത്തപ്പന് പയംകുറ്റി നേർച്ച നടത്തുക പതിവാണ്.

മുത്തപ്പന് മൺഭരണികളിൽ കള്ള് നിവേദിക്കുന്നതിനാണ് പയംകുറ്റി എന്ന് പറയുന്നത്. കൂട്ടത്തിൽ വൻപയർ, ചെറുപയർ, കടല, ഉഴുന്ന്, മുതിര എന്നിങ്ങനെ പഞ്ചധാന്യങ്ങൾ വറുത്തുവേവിച്ചതും, ഉണക്കമീൻ ചുട്ടതും, തേങ്ങ പൂളിയതും എല്ലാം ചേർന്നൊരു നിവേദ്യവുമുണ്ട്. നാക്കിലയിൽ ഇവയെല്ലാം വച്ച് അടിച്ചുതളിച്ച് ശുദ്ധമായ സ്ഥലത്ത് നിലവിളക്കിന്റെ സാന്നിധ്യത്തിൽ ഇങ്ങനെ നിവേദ്യങ്ങൾ സമർപ്പിക്കുന്നതിന് 'മൃത്യച്ച വെക്കുക' എന്നൊരു പേരുണ്ട്. നിവേദ്യം സമർപ്പിച്ച് ആരാധന അനുഷ്ഠിച്ച് കഴിഞ്ഞാൽ നിവേദ്യത്തിലെ ആഹാരപദാർത്ഥങ്ങൾ ഇലച്ചീളുകൾ വീതം വച്ച് വന്നുചേർന്ന ഭക്തജനങ്ങൾക്കെല്ലാം വിതരണം ചെയ്യുന്നതിന് 'അംശം കൊടുക്കുക' എന്നും ഇന്നാട്ടുകാർ പറയുന്നുണ്ട്.

മട്ടന്നൂർ നഗരസഭയിലും പരിസരത്തും ഒട്ടേറെ പഴയതും പുതിയതുമായ മടപ്പുരകളെ കാണാനുണ്ട്. ലഭ്യമായ ചില വിവരങ്ങൾ ഇനിയങ്ങോട്ട് രേഖപ്പെടുത്തുകയാണ്.

കുഴിക്കൽ കല്ലിക്കണ്ടി മടപ്പുര

വാറുകുന്നുമ്മൽ എന്ന് പേരായ തീയ്യത്തറവാട്ടുകാരുടെ കുടുംബ പരമായ ഒന്നാണിത്. നേരത്തെ കുഴിക്കൽ പ്രദേശത്ത് പുരയും, പുര യോടനുബന്ധിച്ച് മടപ്പുരയും ഉണ്ടാക്കി മുത്തപ്പൻതിറ നടത്തിപ്പോന്ന ഇവർ ഇപ്പോൾ അവിടെ താമസമില്ല. കല്ലേരിക്കരയിലേക്ക് താമസം മാറിപ്പോയിരിക്കുകയാണ്. കുടുംബക്കാരുടെ മേൽനോട്ടം ഇല്ലാതെ വന്നപ്പോൾ നാട്ടിലെ ജനകീയ കമ്മിറ്റിക്കാരാണ് ഇപ്പോൾ ഉത്സവം നടത്തുന്നത്. മകരമാസം 24-ാം തീയതി നടത്തുന്ന ഉത്സവത്തിൽ തിരു വപ്പന, ചാമുണ്ഡി, ശാസ്തപ്പൻ, ഭഗവതി എന്നിവയെല്ലാം കെട്ടിയാടു ന്നുണ്ട്.

നെല്ലൂന്നി മടപ്പുര

ഇവിടുത്തെ പ്രസിദ്ധമായ വാണിയങ്കണ്ടി തറവാട്ടുകാരുടെ കുടുംബം വകയുള്ള മടപ്പുരയാണിത്. ഇപ്പോൾ നാട്ടുകാരുടെ കമ്മി റ്റിക്ക് ഏൽപ്പിച്ചുകൊടുത്തിരിക്കുകയാണ്.

മുത്തപ്പൻ തിരുവപ്പന കൂടാതെ കരുവാൾ ഭഗവതി, ഗുളികൻ, ശാസ്തപ്പൻ, എള്ളടത്ത് ഭഗവതി, നീലക്കരിങ്കാളി, വിഷ്ണുമൂർത്തി, കാരണവർ എന്നീ തെയ്യങ്ങളെയാണ് ഇവിടെ കെട്ടിയാടിക്കുന്നത്. ഇതിൽ കരുവാൾ ഭഗവതിയുടെയും എള്ളടത്ത് ഭഗവതിയുടെയും ഒഴി കെയുള്ള മൂർത്തികളുടെ പുരാവൃത്തം മുൻപ് വിവരിച്ചതിനാൽ ഇവിടെ ആവർത്തിക്കുന്നില്ല.

ഇവിടെ കെട്ടിയാടിക്കുന്ന കരുവാൾ ഭഗവതി പാർവ്വതീ പരമേശ്വ രൻമാർ വള്ളുവന്റേയും വള്ളുവത്തിയുടെയും വേഷമെടുത്ത് കേളി കളിലാറാടിയ നേരുണ്ടായ കുട്ടിച്ചാത്തന്റെ സഹോദരിയാണത്രേ. കരു വാൾ മലയിൽ പിറവിയെടുത്തതുകൊണ്ടാണ് ഈ മന്ത്രമൂർത്തിക്ക് ഇങ്ങനെയൊരു പേര് വന്നത്. നാൽപ്പതിലൊന്നുകുറ തെയ്യങ്ങളിലൊ ന്നായിട്ടാണ് ഈ മൂർത്തിയെ കണക്കാക്കുന്നത്. വട്ടമുടിയും ഒലിയൊ ടയും വെള്ളിത്തേറ്റയും അണിഞ്ഞിറങ്ങുന്ന ഈ കോലത്തെ വണ്ണാൻമാരാണ് കെട്ടിയാടിക്കുന്നത്. അടിയേരി, പുല്ലഞ്ചേരി എന്നി ങ്ങനെ പതിനെട്ട് നമ്പൂതിരി തറവാടുകളിൽ ഈ മൂർത്തിയെ പ്രത്യേ കമായി ആരാധിക്കുമ്പോൾ പുലയസമൂഹവും ഈ ഭഗവതിയെ ആരാ ധിച്ചുവരുന്നു. പുലയർ കണക്കാക്കുന്നത് ഗർഭിണികളെ ബാധിക്കുന്ന ഒരു ദുർദ്ദേവതയായിട്ടാണ്.

എള്ളടത്ത് ഭഗവതി ശ്രീ മഹാദേവന്റെ സൃഷ്ടികളിൽ ഒന്നായി ട്ടാണ് തോറ്റം പാട്ടുകളിൽ സങ്കൽപ്പിക്കപ്പെട്ടിട്ടുള്ളത്.

അയ്യല്ലൂർ മടപ്പുര

അയ്യല്ലൂർ കണ്ണോത്ത് താഴത്ത് വീട്ടുകാരുടെ ഊരായ്മയിലുള്ളതാണ്. ഒരു രണ്ടരനൂറ്റാണ്ടിന്റെ പഴക്കമെങ്കിലും ഇതിനുണ്ട്. നേരത്തേ ശിവപുരം സ്കൂളിന്റെ പരിസരത്തായിരുന്നു മടപ്പുരയുടെ സ്ഥാനം. എന്തു കാരണവശാലോ അത് തകർന്ന് പോയതിന്ശേഷമാണ് കണ്ണോത്ത് തറവാട്ടുകാരുടെ ഉടമസ്ഥതയിലുള്ള പുതിയ സ്ഥലത്തേക്ക് മടപ്പുര സ്ഥാപിച്ചത്. കുംഭം 10,11 തീയ്യതികളിലാണ് ഇവിടുത്തെ ഉത്സവം. തില്ലങ്കേരി പെരിങ്ങാനത്തെ കുണ്ടാഞ്ചേരി തറവാട്ടുകാരാണ് ഇവിടുതതെ മടയന്റെ കർമ്മം നിർവ്വഹിക്കുന്നത്. ഒരുപാട് കാലം പരേതനായ ഒതേനൻ എന്നൊരാളായിരുന്നു ഇവിടുത്തെ മടയൻ. മടപ്പുരയിലെ അന്തിത്തിരിയൻ പരിസരത്ത് തന്നെ താമസിക്കുന്ന നെല്ലിക്ക തറവാട്ടുകാരാണ്. കുംഭം 10, 11 തീയ്യതികളിലാണ് ഇവിടുത്തെ ഉത്സവം നടക്കുന്നത്. ഉത്സവത്തിന് കലശമെടുക്കുന്നതിന് ഇവിടുത്തെ ചില തീയ്യത്തറവാട്ടുകാർ ചില പ്രത്യേക അവകാശം നിശ്ചയിച്ചിട്ടുണ്ട്. മൃത് കലശം വയലാളി തറവാട്ടുകാരും വൈക്കലശം കൊയിലൃത്ത് തറവാട്ടുകാരുമാണ് കൊണ്ടുവരുന്നത്. ഇവിടെ വെള്ളാട്ടവും തിരുവപ്പനയും കൂടാതെ ഒരു കാരണവർ തെയ്യവുമുണ്ട്. ഉത്സവം കൂടാതെ എല്ലാവർഷവും തുലാം 11ന് പുത്തരി വെള്ളാട്ടം നടത്താറുണ്ട്. വൈകുന്നേരങ്ങളിൽ ദീപാരാധനയും നേർച്ചയായി പൈങ്കുറ്റിയും ഇവിടെ പതിവാണ്.

കാര പുതിയേടത്ത് മടപ്പുര

കാരയിലെ പ്രസിദ്ധ തീയ്യത്തറവാട്ടുകാരായ അത്തിക്കക്കാരുടെ ഊരായ്മയിലുള്ള ഒരു മടപ്പുരയാണിത്. രണ്ട് നൂറ്റാണ്ടിലധികം പഴക്കം ഈ മടപ്പുരക്കുണ്ട്. 1950 ഫെബ്രുവരി 11ന് സേലം ജയിലിലെ വെടിവയ്പ്പിൽ രക്തസാക്ഷിയായ കർഷകസംഘം നേതാവ് ശ്രീ. ഉണ്ണി ഗുരിക്കൾ തന്റെ സ്വത്തുക്കൾ കൈമാറ്റം ചെയ്തപ്പോൾ മഠപ്പുരയുടേതായി 10 സെന്റ് സ്ഥലം പൊതുവെ നിലനിർത്തുകയായിരുന്നു. വേലാണ്ടി കൃഷ്ണൻ എന്നൊരാൾക്കായിരുന്നു അദ്ദേഹം സ്ഥലം കൈമാറിയത്. അദ്ദേഹവും ഭാര്യ ചെറിയാക്കടവൻ ബാച്ചിയും മരിച്ചപ്പോൾ അവരുടെ സ്ഥലംകൂടി മടപ്പുരയുടേതായി മാറി.

ജനകീയ കമ്മറ്റിയാണ് ഇവിടേയും മടപ്പുരയുടെ നടത്തിപ്പിന് നേതൃത്വം കൊടുക്കുന്നത്. നിത്യാരാധനയുള്ളൊരു സ്ഥലമാണ്. തുലാം 22ന് നടക്കുന്ന പുത്തരി വെള്ളാട്ടവും ഏപ്രിൽ 4, 5 തീയ്യതിക

ളിലെ തിരുവപ്പനയും വെള്ളാട്ടവും ഇവിടത്തെ പ്രധാന വിശേഷങ്ങളാണ്.

കൊടിഞ്ഞീൽ മടപ്പുര

ഇതും മട്ടന്നൂർ പുല്ലേരി തങ്ങൾമാരുടെ പ്രത്യേക അഭീഷ്ടപ്രകാരം തീയ്യസമുദായക്കാർക്കായി ഏർപ്പെടുത്തിയിട്ടുള്ള ഒന്നാണ്. മടപ്പുരയുടെ പേര് ഈ പ്രദേശത്തിന്റെ പേരായി ഇപ്പോൾ മാറിയിട്ടുണ്ട്. മടപ്പുര നടത്താൻ മാത്രമല്ല തൊട്ടുമുമ്പിൽ തന്നെ ഭഗവതിക്ക് ഒരു സ്ഥാനവും നിശ്ചയിച്ച് കൊടുത്തു മട്ടന്നൂർ തങ്ങൾ. തോട്ടുങ്കര കൊയിലൃത്ത് കുഞ്ഞമ്പു എന്നവർക്കാണ് കുഴിക്കാണപ്രകാരം നിരവധി പറമ്പുകളും വയലുകളും മടപ്പുര നടത്തിപ്പ് ഭംഗിയായി നിർവ്വഹിക്കാൻ തങ്ങൾ കൈവശമായി നൽകിയത്. ഈ പറമ്പുകളിൽ നിന്നും വയലുകളിൽ നിന്നും ലഭിക്കുന്ന വരുമാനവും വിളവുകളും മടപ്പുരയുടെ ഉത്സവ ച്ചെലവുകൾക്ക് പഴയ കാലത്ത് ധാരാളമായിരുന്നു. ഇവിടെയും ഭൂപരിഷ്കരണം വന്നതോടെ അവകാശികൾ വയലുകളും മറ്റും വിട്ടൊഴിഞ്ഞെങ്കിലും മടപ്പുരയുടെ ഉപജീവനത്തിന് എന്ന പേരിൽ പറമ്പുകളും മറ്റും ബാക്കിയുണ്ട്.

തറവാട്ടിലെ പിൻതുടർച്ചക്കാരനായിരുന്ന ഞാറ്റുതല രാഘവൻമാസ്റ്റർ എന്നയാളുടെ നേതൃത്വത്തിൽ രൂപീകരിച്ച കുടുംബട്രസ്റ്റാണ് മടപ്പുരയാവശ്യങ്ങൾ നടത്തിപ്പോന്നിരുന്നത്. ഇദ്ദേഹത്തിന്റെ മരണശേഷം മക്കൾ ആ കാര്യങ്ങൾ നിർവ്വഹിക്കുന്നുണ്ട്. കുംഭം 18,19 തീയതികളിലാണ് ഇവിടത്തെ ഉത്സവം. അഞ്ഞൂറ്റാൻമാർ കെട്ടുന്ന വലിയ മുത്തപ്പനും ചെറിയ മുത്തപ്പനുമാണ് ഇവിടെയുള്ളത്. ഇവിടുത്തെ മടയൻ രാത്രി പരിവാരങ്ങളോടൊന്നിച്ച് മട്ടന്നൂർ മഹാദേവക്ഷേത്രത്തിലെത്തി ആരാധനയർപ്പിക്കുന്നു. പിറ്റേ ദിവസം രാവിലെ മുത്തപ്പനും, ചെറിയ മുത്തപ്പനും പരിവാരങ്ങളും കൂടി ഇതേ മട്ടിലുള്ള ഒരു യാത്ര മഹാദേവന്റെ മുന്നിലേക്ക് നടത്തണം എന്ന വ്യവസ്ഥയുണ്ട്.

തുലാമാസം 18ന് മടയൻ വന്ന് പുത്തരി ഉത്സവം നടത്തുന്നുണ്ട്. അന്നത്തെ ദിവസം വെള്ളാട്ടവും കലശംവെപ്പും കൂടി ഉണ്ടായിരിക്കും. ഇതുകൂടാതെ സാധാരണ നടക്കുന്ന പൈങ്കുറ്റിക്ക് പുറമെ നേർച്ചപ്പൈങ്കുറ്റിയുമുണ്ട്.

മുമ്പിലുള്ള പറമ്പിലെ ഭഗവതിസ്ഥാനത്ത് പണ്ടെല്ലാം കോലം കെട്ടിയാടിരുന്നുവെങ്കിലും ഇപ്പോൾ അതില്ല. പകരം കുംഭം 18നും തുലാം 18നും നടത്തുന്ന കലശംവെപ്പാണ് ഇവിടത്തെ പ്രധാന ആരാധന. കോഴിയറവ് നടത്തി കുരുതിതർപ്പണവുമുണ്ട്. ഈ കർമ്മത്തിന് പെരി

ഞ്ചേരി കരിമ്പാലൻ കോളനിയിലെ രാജീവൻ കോമരമാണ് ഇവിടെ എത്തിച്ചേരുന്നത്.

കല്ലേരിക്കരമ്മൽ മുത്തപ്പൻ മടപ്പുര

ഒരു ചുരുങ്ങിയ കാലത്തിനകം സ്ഥാനം പിടിച്ച ഒന്നാണ് ഈ മടപ്പുര. ഒരു ജനകീയ കമ്മിറ്റിയുടെ നേതൃത്വത്തിൽ 7 സെന്റ് സ്ഥലം വിലക്ക് വാങ്ങി സ്ഥാപിച്ചതാണിത്. തുടർന്ന് മുത്തപ്പൻ പൊടിക്കളത്തുനിന്നും സ്ഥാനമിട്ട് എല്ലാ വർഷവും ഏപ്രിൽ 22, 23 തീയതികളിൽ തിരുവപ്പനയേയും ചെറിയ മുത്തപ്പനെയും കെട്ടിയാടിക്കുകയാണ്. സാധാരണ പോലെ വെള്ളാട്ടവുമുണ്ട്. തുലാമാസം 8-ാം തീയ്യതിയാണ് ഇവിടത്തെ പുത്തരി ഉത്സവം. സംക്രമമുൾപ്പെടെ എല്ലാ ഞായറാഴ്ച ദിവസങ്ങളിലും പൈങ്കുറ്റിയുമുണ്ട്. നേർച്ചയായും മറ്റു ദിവസങ്ങളിൽ പൈങ്കുറ്റി ആരാധന പതിവുണ്ട്. പല മടപ്പുരകളിലും ഇല്ലാത്ത ഒരു സവിശേഷത ഇവിടെയുണ്ട്. ഇവിടത്തെ മടയൻ ശ്രീ. സതീശൻ ഇന്നാട്ടുകാരൻ തന്നെയാണെന്നാണത്. ഇദ്ദേഹത്തിന് മറ്റേതാനും മടപ്പുരകളിലെ മടയസ്ഥാനം കൂട്ടി നിർവ്വഹിക്കേണ്ടതായിട്ടുണ്ട്. ഇവിടുത്തെ ജനകീയ കമ്മിറ്റിയുടെ പ്രസിഡന്റ് തരിപ്പ ചന്ദ്രനും, സെക്രട്ടറി ശ്രീ. കേളമ്പേത്ത് ഗംഗാധരനുമാണ്.

പെരിയച്ചൂർ ചാലാടൻകണ്ടി മടപ്പുര

പെരിയച്ചൂർ പഴയ പൊറോറ വില്ലേജിലെ സുന്ദരമായ ഗ്രാമം. വടക്കുവശത്തുകൂടി ഇരിക്കൂർപുഴ എന്ന പേരിൽ വളപട്ടണംപുഴ അതിരിട്ടൊഴുകുന്നു. തീർത്തും ദരിദ്രരായ കർഷകകുടിയാൻമാരുടെ ഒരു ഗ്രാമം. പഴയ കോട്ടയം രാജ്യത്തിന്റെ വടക്കേ അതിര്. ജന്മി ഇളമ്പിലാൻ തറവാട്ടുകാരായ മരുതായി കേളോത്ത് വീട്ടുകാർ ഇവരിൽനിന്നും കാണക്കുടിയായ്മയായി ഭൂമി കയ്യേറ്റുവാങ്ങിയ ഇരിക്കൂറിലെ മുസ്ലീങ്ങളായ പള്ളിപ്പാത്തുകാർ ഇടജന്മിമാർ.

പെരിയച്ചൂർ 'പെരിയ', വലിയ അച്ഛന്റെ ഊരാണത്രേ! ഈ 'പെരിയച്ചൻ' മുത്തപ്പൻ തന്നെയാണെന്ന് നാട്ടുകാരുടെ സംസാരം. ഇവിടത്തെ തീയ്യത്തറവാട്ടുകാരായ ചാലാടൻ കണ്ടിക്കാർ ധാരാളം ഭൂസ്വത്ത് കൈവശം വെച്ച പ്രതാപികളായിരുന്നുപോലും. ഇവരുടെ ഊരായ്മയിലായിരുന്നു പഴയ പെരിയച്ചൂർ മടപ്പുര.

ചാലാടൻകണ്ടിക്കാർ ക്ഷയിച്ചുപോയി. അവരുടെ പിൻമുറക്കാർ നാടുവിട്ടുപോയി. അവരുടെ ഭൂസ്വത്ത് പള്ളിപ്പാത്ത്കാരുടെ കയ്യിൽവന്നു.

ഇതിനിടയിൽ മടപ്പുരക്കും നാഥനില്ലാതായി. പള്ളിയറയും തേങ്ങാക്കല്ലും മറ്റു സ്ഥാനങ്ങളുമെല്ലാം തകർന്നടിഞ്ഞ് കാടുകേറി. ഒരു 200 വർഷം മുമ്പായിരിക്കണം മടപ്പുരക്ക് നാഥനില്ലാതായത്. പിന്നെയും നൂറ് വർഷം കഴിഞ്ഞപ്പോൾ കരുണാകരസ്വാമി എന്നൊരയ്യപ്പ ഭക്തൻ മടപ്പുര നിന്നതിന്റെ തൊട്ടടുത്ത് കുടികിടപ്പവകാശം നേടി താമസമാരംഭിച്ചു. മടപ്പുരയുടെ തകർന്ന അവശിഷ്ടങ്ങൾ സ്വാമിയുടെ കണ്ണിൽപ്പെട്ടു. ഇദ്ദേഹമാണ് ഇക്കാര്യം നാട്ടുകാരെ അറിയിക്കുന്നത്.

വിശ്വാസികൾ കൂട്ടംകൂടി. അവർ കമ്മിറ്റി ചേർന്ന് മടപ്പുരസംരക്ഷണസമിതിക്ക് രൂപം കൊടുത്തു. പിന്നെ തന്ത്രിയുടെ വരവായി. എല്ലായിടത്തുമെന്നപോലെ ഇവിടെയും പ്രശ്നാന്വേഷണങ്ങൾ നടന്നു. പ്രശ്നവിധിയും പ്രശ്നപരിഹാരവും തുടങ്ങി. പുനരുദ്ധാരണപ്രവർത്തനങ്ങൾ നാട്ടുകൂട്ടായ്മയുടെ സഹകരണത്തോടെ ആരംഭിച്ചു. 1981ലാണ് പുനരുദ്ധാരണപ്രവർത്തനങ്ങൾ ആരംഭിക്കുന്നത്. മടപ്പുര പൂർണ്ണതയിലെത്തിക്കുന്നതിന് നിരവധി ജനകീയ കമ്മിറ്റികൾ നേതൃത്വം കൊടുക്കുകയുണ്ടായി.

മടപ്പുര മഹോത്സവം മകരം 19, 20തീയ്യതികളിൽ കൊണ്ടാടുന്നു. മേടസംക്രമത്തിന് വിഷുവെള്ളാട്ടമാണ്. എല്ലാ സംക്രമദിനങ്ങളിലും പയംകുറ്റിയും വന്നുചേരുന്നവർക്കുമെല്ലാം അന്നദാനവുമുണ്ട്. ശനിയാഴ്ചതോറുമുള്ള പയംകുറ്റി മുടങ്ങാതെ നടന്നുവരുന്നു. തുലാപ്പത്തിന് നടക്കുന്ന പുത്തരി ഉത്സവം വെള്ളാട്ടോടുകൂടിയാണ് കൊണ്ടാടുന്നത്.

തിരുവപ്പനയും വെള്ളാട്ടവുമാണ് പ്രധാനമായി കെട്ടിയാടുന്നത്. ഗുളികന് പ്രത്യേകസ്ഥാനം മടപ്പുരയിൽ നൽകിയതിനുപുറമെ കോലം കെട്ടിയാടുന്നുമുണ്ട്. മറ്റൊരു തെയ്യം ശ്രീകാളി ഭഗവതിയുടെ കോലമാണ്. പ്രശ്നവിധിപ്രകാരമാണ് കാരണോൻ തെയ്യത്തേയും കെട്ടിയാടിക്കുന്നത്.

ഇവിടത്തെ മടയൻ കായക്കൽ നാരായണനും ഇപ്പോഴത്തെ കലശക്കാരൻ കിണ്ട്യൻ ബാബുവുമാണ്. മടയന്റെ സഹായിയായി കർമ്മങ്ങൾ നിർവ്വഹിക്കാൻ ആൾമടയനായ പി.വി. ബാലനുമുണ്ട്. സമീപത്തെ ബാലൻപണിക്കർക്കാണ് ഗുളികൻകോലം കെട്ടാനും മടപ്പുരയിലെ വാദ്യമേളങ്ങളുടെയും അവകാശം.

വയലാളി മടപ്പുര

മടപ്പുരകളുടെ കൂട്ടത്തിൽ മട്ടന്നൂരിലെ ഏറെ വർഷത്തെ പഴക്കമുള്ള ഒന്നാണ് ഇത്. നാനൂറ് വർഷത്തെയെങ്കിലും പഴക്കം ഈ മടപ്പു

രക്ക് പറയുന്നുണ്ട്.

കല്ലൂരിലെ പ്രശസ്തരായ ഭൂപ്രമാണിമാരും ജൻമിമാരുമായിരുന്ന തീയ്യത്തറവാട്ടുകാരായ വയലാളി പുത്തൻപുരക്കാരുടെ കുടുംബപരമായ കുലദേവതാസ്ഥാനമാണ് ഈ മടപ്പുര. തിരുവപ്പനേയും ചെറിയ മുത്തപ്പനേയും ഗുളികനേയും കൂടാതെ ഇവിടെ കെട്ടിയാടുന്ന രണ്ട് കാരണവർ തെയ്യങ്ങളിൽ ഒരു കാരണവരായിക്കണം ഈ മടപ്പുരയുടെ സ്ഥാപകൻ. രണ്ടാമത്തെ കാരണവർ വയലാളി കണ്ണൻ എന്ന് പേരായ ഒന്നര നൂറ്റാണ്ട് മുമ്പ് ജീവിച്ചിരുന്ന ഒരാളായിരുന്നു എന്ന് ഇന്നത്തെ അവകാശികൾ പറയുന്നുണ്ട്. ആർക്കും തന്നെയും ആദ്യകാരണവർ തെയ്യത്തിന്റെ സങ്കല്പം ഏത് കുടുംബനാഥനാണെന്ന് പറയാനായിട്ടില്ല.

ഒരേക്കർ അറുപത് സെന്റ് സ്ഥലത്ത് പള്ളിയറയുള്ള ഈ മടപ്പുര നാട്ടുകാരുടെ സഹായമില്ലാതെ കുടുംബാംഗങ്ങൾ ഒത്തുചേർന്ന് രൂപീകരിച്ച ട്രസ്റ്റിന്റെ നേതൃത്വത്തിൽ പരിപാലനം നടത്തിവരുന്ന ഒരാരാധനാകേന്ദ്രമാണ്. ഇവിടുന്ന് താവഴിയായി പിരിഞ്ഞുപോയ താവഴികളിൽ പലതും ജില്ലയുടെ പലഭാഗത്തും ഉള്ളതിൽ പേരാവൂർകാരനായ വയലാളി രാജൻ എന്നൊരാളാണ് മുഖ്യട്രസ്റ്റിയായി ഇപ്പോൾ ഉത്തരവാദിത്തം നിർവ്വഹിക്കുന്നത്.

കല്ലൂരിൽ തന്നെ അല്പമകലെ ഈ മടപ്പുരയുടെ അനുബന്ധമായി പുതിയ ഭഗവതിക്ക് ഒരു സ്ഥാനമുണ്ട്. അവിടെനിന്ന് കെട്ടിയിറങ്ങി ഉത്സവവേളയിൽ മടപ്പുരയിലെത്തി ഉറഞ്ഞാടുന്ന പുതിയ ഭഗവതിക്കോലം സാധാരണയിൽ നിന്ന് വ്യത്യസ്തമായി രൗദ്രഭാവത്തിലുള്ളതാണ്. ഒരുപക്ഷേ കൈലാസനാഥന്റെ അഭീഷ്ടം മാനിച്ച് ഭൂമിയിലുള്ളവർക്ക് ചീറുമ്പ ഭഗവതി നൽകിയ വസൂരിരോഗം പിഴുതെടുത്ത് തന്റെ ജ്യേഷഠ്സഹോദരൻമാരോടൊപ്പം സഞ്ചരിക്കവേ അവരെ കൊന്നുകളഞ്ഞ കാർത്തവീരാസുരനോടുള്ള പ്രതികാരഭാവമായിരിക്കണം ഇവിടത്തെ പുതിയ ഭഗവതിയുടെ സങ്കൽപ്പത്തിൽ കാണാനാകുന്നത്.

കുംഭം 6, 7 തീയ്യതികളിൽ കല്ലൂർ മടപ്പുരയിലെ ഉത്സവമാണ്. ശനിയാഴ്ചതോറും സംക്രമദിനങ്ങളിലും പയംകുറ്റിയും തുലാം 24-ാം തീയതി പുത്തരിവെള്ളാട്ടവും പതിവായി കൊണ്ടാടപ്പെടുന്നു. രോഗപിഡകളിൽനിന്ന് മോചനം നേടാൻ മനുഷ്യശരീരത്തിന്റെ അവയവമാതൃകകൾ, കാർഷികാഭിവൃദ്ധിക്കായി കന്നുകാലികളുടെ രൂപങ്ങൾ എന്നിവയെല്ലാം സ്വർണ്ണത്തിലും വെള്ളിയിലും നിർമ്മിച്ചുവച്ചിട്ടുള്ളത്

വഴിപാടായി മുത്തപ്പന് നൽകുന്നതിലൂടെ മടപ്പുരയുടെ വരുമാനം വർദ്ധിക്കുന്നുണ്ട്.

ഇനിയുമുണ്ട് വഴിപാടുകൾ. പ്രത്യേകം നിരക്ക് നിശ്ചയിട്ട് പയംകുറ്റി, തിരുവപ്പന, ഊട്ടും വെള്ളാട്ടവും, പയംകുറ്റിയും വെള്ളാട്ടവും, ഗുളികൻ പൂജ, ഭഗവതി പൂജ, വിളക്കും എല്ലാം ഇവിടുത്തെ വിശ്വാസികളുടെ നേർച്ചക്കുള്ള ഉപാധികളാണ്.

മണ്ണൂർ വലിയ കുന്നത്ത് മടപ്പുര

മണ്ണൂർ, പൊറോറ, ഏളന്നൂർ പ്രദേശങ്ങളിലെ പ്രധാനപ്പെട്ട ഒരു ജന്മികുടുംബമായിരുന്നു കൊയിറ്റി തറവാട്ടുകാർ. ജന്മമായും കാണമായും ഇവർ അനവധി ഭൂസ്വത്ത് കൈവശംവച്ചു. ഭൂപരിഷ്കരണം വന്നതിനുശേഷവും ഈ തറവാടിന്റെ അവകാശികൾ മേൽപ്രദേശങ്ങളിലെല്ലാമായി ഇപ്പോഴും ധാരാളം ഭൂസ്വത്തിന്റെ ഉടമകളാണ്. കൊയിറ്റി തറവാട്ടുകാർ ഊരാളന്മാരായി ഏതാനും കാവുകളും നാഗാരാധനാകേന്ദ്രങ്ങളും മടപ്പുരകളും മണ്ണൂരിലും പരിസരത്തുമെല്ലാം നിലനിൽക്കുന്നുണ്ട്. അതിൽ പ്രസിദ്ധമാണ് മണ്ണൂർ വലിയ കുന്നത്ത് മടപ്പുര. മട്ടന്നൂർ മണ്ണൂർ റോഡിന്റെ വലതുവശത്തായി ഇരിക്കൂർ പുഴയുടെ സമീപത്തായാണ് ഈ മടപ്പുര സ്ഥിതിചെയ്യുന്നത്. മണ്ണൂരിലെ പ്രസിദ്ധ തീയ്യത്തറവാട്ടുകാരായ മരംമുറിയൻ കുടുംബക്കാരാണ് ഈ മടപ്പുരയുടെ കഴകജോലികൾ നിർവ്വഹിക്കുന്നത്. കുംഭം 6-ാം തീയ്യതിയാണ് പ്രധാന ഉത്സവം. തിരുവപ്പനയും വെള്ളാട്ടവും കെട്ടിയാടുന്നതു കൂടാതെ ഗുളികൻ കോലവും ഉണ്ട്. എല്ലാ മാസവും സംക്രമവേളയിൽ പയങ്കുറ്റിയും ഗുളികപൂജയും നടക്കുന്നുണ്ട്.

അടുത്ത കാലത്തായി മണ്ണൂരിനടുത്ത മുള്ള്യം പ്രദേശത്ത് നാട്ടുകാർ മുൻകൈയെടുത്ത് ഒരു മടപ്പുര കെട്ടിയുണ്ടാക്കി തിരുവപ്പനയും വെള്ളാട്ടവുമെല്ലാം നടത്തിവരുന്നുണ്ട്. കൂടാതെ താഴെ പൊറോറയിൽ പെരുമണ്ണ് കടവിനടുത്തായി അടുത്തകാലത്ത് ഒരു മുത്തപ്പൻ മടപ്പുരയുയും ആരാധനാലയമായി ഉയർന്നുവന്നിട്ടുണ്ട്.

●

▲ അയ്യല്ലൂർ അയ്യൻ കോട്ടം

അയ്യല്ലൂർ വിഷ്ണുക്ഷേത്രം ▲

അയ്യല്ലൂർ മഠപ്പുര

കുറത്തിയമ്മക്കോട്ടം

ശിവപുരം ശിവക്ഷേത്രം

കണ്ണോത്ത് തറവാട് ക്ഷേത്രം

കൂട്ടക്കാവ്

നെല്ലൂന്നി പോതിയോടം (വട്ടപ്പൊയിൽ)

നെല്ലൂന്നി മഠപ്പുര

കനാൽക്കര മുച്ചിലോട്ട് കാവ്

മട്ടന്നൂർ അയ്യൻകോവിൽ അയ്യപ്പക്ഷേത്രം

ഇല്ലംഭാഗം മുച്ചിലോട്ട് ഭഗവതിക്ഷേത്രം

മട്ടന്നൂർ അയ്യൻകോവിൽ അയ്യപ്പക്ഷേത്രം

കോളാരി ശ്രീ പോർക്കലി ഭഗവതിക്ഷേത്രം

മേലെവീട് ക്ഷേത്രം വെമ്പടി

പൂങ്ങോട്ട്കാവ് അയ്യപ്പൻകാവ് ക്ഷേത്രം

പെരിയച്ചൂർ മഠപ്പുര

ഏളന്നൂർ അയ്യപ്പക്ഷേത്രം

മണ്ണൂർ മഠപ്പുര

നായിക്കാലി ദുർഗ്ഗാക്ഷേത്രം

കല്ലൂർ വിഷ്ണുക്ഷേത്രം

നിത്യ ചൈതന്യ ശ്രീ മുത്തപ്പൻക്ഷേത്രം

പഴശ്ശി മഹാവിഷ്ണു
ക്ഷേത്രം

കാഞ്ഞിരത്തിൻ കീഴിൽ
നീലക്കരിങ്കാളി

ഒഴക്കരി മേലോം പോർക്കലി ക്ഷേത്രം

കാര ദുർഗ്ഗാക്ഷേത്രം

▲ കാര മഠപ്പുര (പുതിയേടത്ത്)

▲ കല്ലേരിക്കര മഠപ്പുര

വേങ്ങച്ചേരി അയ്യപ്പക്ഷേത്രം

വയൽതിറ പുതിയഭഗവതി, മരുതായി

വയലോളി മഠപ്പുര (കല്ലൂർ)

ആയിക്കര പൂങ്കന്നി ക്ഷേത്രം (പാലയോടൻ കോട്ടം)

മേറ്റടി ഉറുമ്പേരി ക്ഷേത്രം

കരേറ്റ സ്വയംവര പാർവ്വതി ക്ഷേത്രം

പരിയാരം സുബ്രഹ്മണ്യക്ഷേത്രം ▲

▲ പരിയാരം പാറക്കണ്ടിപ്പടി

മട്ടന്നൂർ കൊടിഞ്ഞിൽ മഠപ്പുര

പഴശ്ശി ശ്രീപോർക്കലി മഠം

ഇല്ലംമൂല ധർമ്മശാസ്താക്ഷേത്രം

കല്ലൂർ മഹാവിഷ്ണുക്ഷേത്രം

www.ingramcontent.com/pod-product-compliance
Lightning Source LLC
LaVergne TN
LVHW060114051026
849517LV00007B/2299